என் நினைவே நீயானாய்

கவிதா அன்புசெல்வன்

Made with ♥ on the Notion Press Platform
www.notionpress.com

பொருளடக்கம்

பொருளடக்கம்

முன்னுரை

என் பெயர் கவிதா. நான் கவிதா அன்புசெல்வன் என்கிற பெயரில் நாவல்கள் எழுதி வருகிறேன். இதுவரை இருபத்து ஐந்திற்கும் பக்கமான நாவல்களை எழுதி உள்ளேன். என்னுடைய கதைகள் புத்தகமாகவும், மாதநாவல்களாகவும், அமேசான் கிண்டிலில் மின் நூல்களாகவும் உள்ளது. புத்தகம் வாசிப்பது எனக்கு விருப்பமான ஒன்று

முகவுரை

"அக்கா இதுக்குத் தான் எங்க அம்மாட்ட நான் அப்பவே சொன்னேன் எனக்குப் புடவை எல்லாம் வேண்டாம் சுடியே போதும்ன்னு கேட்டாங்களா?

இப்பப் பாருங்க அவங்களால எனக்குக் கெட்ட பேர், இனி நான் புடவையும் கட்டலை மாமாவை முந்தானையிலும் முடுஞ்சு வைக்கலை. நீங்களே உங்க தம்பிய வீட்டுக்குள்ள போட்டுப் பூட்டி வைங்க எல்லாம் உங்க நல்லதுக்குத் தான் சொல்றேன்.

ஏன்னா நம்ம ஊர்ல நான் மட்டும் புடவை கட்டலை நிறையப் பேர் கட்றாங்க, நிறைய முந்தானையும் இருக்கு உங்களால எந்நேரமும் உங்க தம்பி கூடவே இருக்க முடியாது பார்த்துக்குங்க.

எதாவது முந்தானையில் சிக்கிட்டார்ன்னா என்னைக் கேள்வி கேக்கற மாதிரி அவங்ககிட்டக் கேட்க முடியாது. கேட்டாலும் நல்லா இருக்காது சொல்லிட்டேன் அப்பறம் உங்க விருப்பம்'' என்றாள் கூழாக.

யார் முகத்திலும் ஈயாடவில்லை அவளையே பார்த்துக் கொண்டிருந்தார்கள்.

1

அத்தியாயம் 1

பொழுது புலர்ந்து சூரியன் தன் கடமையாற்றிக் கொண்டிருக்க பாரதி தன் தாயிடம் கெஞ்சிக் கொண்டிருந்தாள்..

"அம்மா நான் சொல்றதைக் கேளு, வானதி காலேஜ் போகட்டும் அவளுக்குப் பாதுகாப்பா கடைசி வரை படிப்புதான் கூடவரும்.. நாம பண்ற தவறால பாதிக்கப்படப் போவது அவதான்" என்று தன் தாயிடம் வாக்குவாதம் செய்து கொண்டிருந்தாள்..

"நீ சொல்றது புரியாமல் இல்லை பாரதி உன்னைப் படிக்க வைக்கவே நான் ரொம்ப சிரமப்பட்டேன்.. நான் ஒருத்தி வேலை செய்து உனக்குக் கல்யாணம் பண்ணுவேனா? உன் தங்கச்சியப் படிக்க வைப்பேனா?..

எனக்கும் என் பொண்ணுங்க நல்லா படிச்சு நல்ல வேலைக்குப் போகணும்னு ஆசை இருக்காதா?.. என்ன பண்றது நாம இப்படி எல்லாம் கஷ்டப்படணும் விதி இருக்கு.. அதை யாராலும் மாற்ற முடியும்" என்று சொல்லி ஆழ்ந்த பெரு மூச்சை இழுத்து விட்டார் அவளின் தாய் சந்திரா..

வானதியின் ஏக்கம் நிறைந்த முகம் இன்னும் கொஞ்சம் பேசச் சொல்லியது.. "அம்மா" என்று பாரதி தொடங்கியதும், "நீ வாயை மூடிட்டு இருக்கியா? அவளே நான் சொல்வதைக் கேட்டு பேசாம இருக்கா? உனக்கு என்னடி வந்தது..

இப்படி தையத்தக்கன்னு குதிக்கிற. இருக்கிற பணத்தை வைத்து உனக்கு கல்யாணத்தை முடிக்கிறேன்..

அதுக்கு அப்புறம் கொஞ்ச வருஷம் போகட்டும் அவளுக்கும் ஒரு பையனைப் பார்த்து கல்யாணம் பண்ணிட்டால் என் கடமை முடிந்துவிடும்" என்று சொல்லி விட்டுப் போகப் பார்த்தவளை பிடித்து இழுத்து நிறுத்தியவள், "அதிர்ச்சியுடன் என்ன எனக்கு இப்பக் கல்யாணமா?" என்று கேட்டாள் பாரதி..

"ஆமாம் நான் முடிவு பண்ணிட்டேன் சீக்கிரமாக கல்யாணத்துக்கு நாள் குறிக்கணும்" என்றாள் மகளைப் பார்த்தபடியே!!

மேலும் அதிர்ந்தவள், "முடிவே பண்ணிட்டியா? என்னை ஒரு வார்த்தை கேட்கணும்னு உனக்குத் தோணலையா?" என்றாள் கோபத்துடன்..

"உன்னை எதுக்கு கேட்கணும் உன்னைக் கேட்டா நான் இவ்வளவு நாள் உனக்கு எல்லாம் செய்தேன்.. இப்ப மட்டும் எதுக்கு கேட்கணும்.. மாட்டேன்னு வேற சொல்வியா? என்றார் கோபத்துடன்..

தாயின் பேச்சு அவளுக்குள் பயத்தை விதைத்தது, வானதியும் அதே பயத்துடன் அம்மாவைப் பார்த்துக் கொண்டிருந்தாள்..

ஒருவாறு தன்னைத் தேற்றிக் கொண்டவள், மாப்பிள்ளையாவது யாருன்னு சொல்லு" என்றாள் பாரதி.. அவளுடைய முகம் இருண்டு போய் பார்க்கவே பாவமாக இருந்தது..

அதைப் பார்த்துக் கொஞ்சம் கூட இறக்கப்படாத அவளுடைய தாய் சந்திரா, "இப்போ அதைத் தெரிந்து கொண்டு நீ என்ன செய்யப் போகிறாய்" என்றாள்..

முகத்தில் கொஞ்சம் கூட இளக்கம் காட்டவில்லை, அவளுக்குத் தெரியும் மாப்பிள்ளை யார் என்று சொன்னால் தன் வீட்டில் புயலைக் கிளப்பும் என்று அதனால் சொல்லாமல் தவிர்த்தாள்..

அதிர்ந்து போன பாரதி, "என்னம்மா இப்படிச் சொல்ற நான் கல்யாணம் பண்ணிக்கப் போறவனை யாரென்று கூடத் தெரிஞ்சுக்க கூடாதுன்னு நினைக்கிறியா?..

நான் உன் கூட வாழ்ற நாட்களை விட அவன் கூட அதிகமா வாழனும்.. அப்படி இருக்கும் போது அவன் யாரு? நல்லவனா? கெட்டவனா? என்று கூடத் தெரிஞ்சுக்க கூடாதா?" என்றாள் அழுகையுடன்..

"அம்மா, அக்கா பாவம் மாப்பிள்ளை யாருன்னு சொல்லு அப்பா இருந்திருந்தால் இப்படித்தான் பண்ணுவாரா?" என்றாள் வானதி.. அவளுக்கும் அழுகை முட்டிக் கொண்டு நின்றது, அக்காவின் கையை ஆதரவாகப் பிடித்துக் கொண்டாள்..

"அப்போ நீங்க ரெண்டு பேரும் ஒண்ணு சேர்ந்துட்டிங்க என் பேச்சைக் கேட்க மாட்டிங்க அப்படித்தானே!! தகப்பன் இல்லாத பிள்ளை தருதலையாப் போகும்ன்னு சும்மாவா சொன்னாங்க..

சரி நீங்க என்னமோ செய்யுங்க நான் உங்க அப்பா போன இடத்துக்கே போறேன், நீங்க ரெண்டு பேரும் சந்தோஷமா இருங்க" என்று சொல்லிவிட்டு பக்கத்து அறைக்குச் சென்று கதவைத் தாழ்ப்பாள் போட்டுக் கொண்டாள்.

இரண்டு பேரும் அதிர்ந்து உறைந்து போய் நின்றவர்கள், பின் சுதாரித்துக் கொண்டு, "அம்மா" என்று கத்திக் கொண்டு ஓடி கதவைத் தட்டினார்கள்..

உள்பக்கம் எந்த சத்தமும் வராததால், "அம்மா நீ என்ன சொன்னாலும் கேட்-கிறேன் நீ யாரைக் கல்யாணம் பண்ணிக்கச் சொன்னாலும் பண்ணிக்கிறேன், எங்-களுக்கு இருக்கிறது நீ மட்டும் தான், நீயும் இல்லேன்னா நாங்க ரெண்டு பேரும் அனாதையாயிருவோம்" என்று கதறி அழுதார்கள் இருவரும்..

அவர்களின் அழுகைச் சத்தத்தில் கதவைத் திறந்து கொண்டு ஓடி வந்து, இருவரையும் அணைத்துக் கொண்டவள், "எனக்கும் இதை விட்டால் வேற வழி தெரியலை, எப்படியாவது உங்க ரெண்டு பேரையும் கரை சேர்த்து விட்டால் தான் நிம்மதியா ஒருவேளை கஞ்சியாவது குடிக்க முடியும்..

முதல்ல உன்னைக் கரை சேர்த்த பிறகு, ஒரு ரெண்டு வருசம் போய் அவளுக்குப் பார்க்கலாம் அதுக்குள்ள நானும் இன்னும் கொஞ்சம் நகை சேர்த்து விடுவேன்..

உங்க அப்பா இருக்கும் போது எதுவுமே தெரியலை.. இப்ப உங்க ரெண்டு பேரையும் நினைச்சாலே பயமா இருக்கு, நமக்கு ஆதரவாக யாருமே இல்லை.. இந்த ஊர்க்காரங்க நமக்கு ஆதரவாக இருப்பார்கள் தான்,

ஆனால், பணம் என்று வந்துவிட்டால் எல்லாம் மனுஷங்களோட மனசும் மாறிப் போயிரும்.. அப்படியிருக்கும் போது பண்ணையாரின் மகன் பிரபா உன்-னைப் பெண் கேட்டதும் எனக்கு எவ்வளவு சந்தோஷமா இருக்கு தெரியுமா?..

எவ்வளவு பெரிய இடம் ஊரையே கட்டி ஆள்பவனுக்கு என் பொண்ணைக் கொடுக்கப் போறேன், அதை விட வேற என்ன பெரிய சந்தோசம் எனக்கு இருக்-கும் சொல்லுங்க, அதைப் புரிஞ்சுக்காம ரெண்டு பேரும் பேசுறீங்களே!!" என்றார் இருவரையும் அழுத்தமாகப் பார்த்துக் கொண்டே..

இரண்டு பேருக்கும் பேச்சே வரவில்லை உறைந்து போய் பயத்தில் ஒருவரை-யொருவர் பார்த்துக் கொண்டார்கள்.. பாரதியின் உடலில் அவளையும் மீறி ஒரு மெல்லிய நடுக்கம் இழையோடியது, வானதியின் கையின் வழியாக அக்காவின் உடல் நடுக்கத்தை உணர்ந்தவள், இன்னும் அக்காவின் கையை அழுத்தமாகப் பிடித்துக் கொண்டாள்..

அவள் நினைவு போன வாரம் நடந்த நிகழ்விற்குத் தாவியது, அவளும் பார-தியும் கொஞ்சமாக இருக்கும் தங்கள் வயலுக்குப் போய் விட்டுத் திரும்பும் போது, அவர்கள் வயலை பார்வையிட்டுக் கொண்டிருந்த பிரபாகரன் இவர்கள் இரு-வரையும் பார்த்து விட்டு, "என்ன கொழுந்தியாளே உங்கள் வயலை மட்டும் தான் பார்ப்பீங்களா? அப்படியே இந்த மாமன் வயலையும் பார்க்கிறது" என்றான்... அவன் பேச்சு வானதியிடமிருந்தாலும் பார்வை என்னவோ பாரதியை துளைத்து எடுத்தது..

பாரதி உடல் கூசிப் போக, "மாமா உங்க பார்வையும் பேச்சும் சரியில்லை, எதுக்கு என் தங்கச்சிய கொழுந்தியான்னு கூப்பிடுறீங்க உங்ககிட்ட எத்தனை

முறைதான் சொல்வது, இனி ஒருமுறை இப்படிக் கூப்பிட்டால் நான் பார்த்துக் கொண்டு சும்மா இருக்க மாட்டேன் பார்த்துக்கங்க" என்றாள் கோபத்துடன்..

அவளின் கோபத்தில் சிவந்து இருந்த முகமும் துடித்துக் கொண்டிருந்த இதழும் அவனை நிலை தடுமாற வைக்கப் போதுமானதாக இருந்தது.. அவளையே அழுத்தமாகப் பார்த்தவன், "பொண்டாட்டியோட தங்கச்சியை கொழுந்தியான்னு தானே கூப்பிடனும் இது கூடத் தெரியாம நீ என்னத்தப் படிச்சு" என்றான் புருவத்தை உயர்த்தி கண்ணைச் சிமிட்டிக் கொண்டு..

அவனின் அந்த செய்கையில் எரிச்சல் அடைந்தவள், "இன்னொரு முறை இப்படி பேசினீங்க நான் சும்மா இருக்க மாட்டேன், எங்க அம்மாகிட்டச் சொல்லிடுவேன் பார்த்துக்குங்க" என்றாள்..

இந்த ஊரில் முக்கால்வாசிப் பேருக்கு மேல் இவளுக்கு மாமன் மச்சினன் முறைதான் ஆகும், எல்லோரும் அவளிடம் கேலி பேசுவார்களே தவிர யாரும் இவனை மாதிரி உரிமையாகப் பேசமாட்டார்கள்..

அதுவும் சமீப காலமாக இவனின் தொல்லைகள் அதிகரித்தாலும் இப்ப இருக்கும் நிலையில் வீட்டில் சொன்னால் அம்மா ரொம்ப வருத்தப்படுவார்கள் என்று நினைத்து அமைதியாகப் போய்விடுவாள்..

"உனக்கு ஏண்டி செல்லம் அவ்வளவு கஷ்டம் அத்தை கிட்ட நான் பேசுறேன், நீ கவலைப்படாம இரு மாமனுக்கு மில்லுக்கு நேரமாச்சு வரட்டுமா? கொழுந்தியாளே என் பொண்டாட்டியப் பார்த்து பத்திரமா கூட்டிட்டு போ வரேன்" என்று சொல்லிவிட்டுச் சென்றான்..

அதை இப்போது நினைத்துப் பார்த்தவர்களுக்கு அம்மா எப்படி இந்த முடிவை எடுத்தார்கள் என்று புரியாமல் தவித்து நின்றார்கள் இருவரும்...

கொஞ்சம் தைரியத்தை வரவைத்துக் கொண்ட பாரதி, “அம்மா அவனைப் பத்தி தெருஞ்சும் இப்படி ஒரு முடிவை எடுக்க உனக்கு எப்படி மனசு வந்துச்சு, அவனை விட்டால் எனக்கு வேற மாப்பிள்ளை கிடைக்க மாட்டான்னே முடிவு பண்ணிட்டியா? என்று கேட்டு அவளுடைய அம்மாவைப் பிடித்து உலுக்கினாள்.

“நாட்டுல மாப்பிள்ளைக்கா பஞ்சம் ஆனால் வரப் போற பொண்ணு எப்படி இருக்கப் போறாங்கறதை விட, என்ன கொண்டு வருவாங்கறதைத் தானே பார்க்கறாங்க, அப்படி இருக்கும் போது எந்த நம்பிக்கையில உன்னை வெச்சிருப்பேன் சொல்லு” என்று தாய் கேட்ட கேள்விக்குப் பதில் சொல்ல முடியாமல் திணறினார்கள் இருவரும்.

“அம்மா அவன் பொண்ணுங்க விஷயத்துல சரியில்லைன்னு ஊருக்குள்ள பேசிக்கறாங்க” என்றாள் பாரதி வேதனையுடன் .

பண்ணையாரு வீட்டுப் பையன். சொத்து சுகத்துக்குப் பஞ்சமில்லை வசதி இருந்தாலே பொறாமையில் நாலு பேர் நாலு விதமா தான் பேசுவாங்க. அப்படியே

இருந்தாலும் கல்யாண்த்துக்கப்பறம் உன் பேச்சை மட்டும் கேக்கற மாதிரி மாத்து,

ஆம்பளைங்கனா கல்யாணத்துக்கு முன்னாடி அப்படி இப்படி இருக்கத் தான் செய்வாங்க கல்யாணமாகிட்டால் எல்லாம் சரியாகி விடும், பொண்டாட்டி பேச்சைக் கேட்டு பொட்டிப் பாம்பா அடங்கி கிடப்பாங்க'' என்று சொல்லி மகள் மனதை மாத்தப் பார்த்தாள்.

கொஞ்ச நேரம் யோசனையில் ஆழ்ந்தாள் பாரதி அம்மா இந்த கல்யாணத்தை நடத்தியே தீருவேன்னு பிடிவாதமா இருக்காங்க அவங்க பேசறதை எல்லாம் பார்த்தால் இதிலிருந்து நான் தப்பிக்க முடியாது .

என் வாழ்க்கை தான் இப்படி ஆகிருச்சு வானதி வாழ்க்கைய அப்படி விட முடியாது எப்பாடு பட்டாவது அவளைப் படிக்க வெச்சிறனும் என்று முடிவெடுத்தாள்.

“அம்மா நீங்க சொல்ற மாதிரி நான் அவனையே கல்யாணம் பண்ணிக்கறேன் ஆனால் ஒரு கண்டிசன் வானதிய அவ என்ன படிக்கனும்னு ஆசைப்படறாளோ அதைப் படிக்க வைக்கனும்.

அதுக்காக உங்களை நான் கஷ்டடப்படுத்த மாட்டேன் நான் வேலைக்குப் போய் என் தங்கச்சியப் படிக்க வைப்பேன்'' என்றாள்.

என்னடி உளறல் இது பண்ணையார் வீட்டுக்கு மருமகளாப் போகப் போற நீ வேலைக்குப் போனால் அவங்க மானம் மரியாதை என்ன ஆவது'' என்றாள் சந்திரா.

“அப்ப வானதி படிப்பு முடியற வரை கல்யாணத்தைத் தள்ளிப் போடுங்க'' என்றாள்.

இவ இந்த அளவுக்கு இறங்கி வந்ததே போதும் சீக்கிரமா இவ மனசு மாறுவதற்குள் கல்யாணத்தை முடுச்சிறனும் இதைப் பத்தி பண்ணையார் அம்மாட்ட பேசனும் என்று நினைத்துக் கொண்டு, “சரிடி அவகங்கிட்டப் பேசிப் பாக்கறேன்'' என்று இறங்கி வந்தாள் சந்திரா.

வானதிக்கு அக்கா எப்படியும் நம்மளைப் படிக்க வெச்சுருவா ஆனால் அவ வாழ்க்கை ?? என்று நினைத்து கவலைப் பட்டாள்.

அதற்கு மேல் அங்கே யாரும் பேசும் மன நிலையில் இல்லாததால் அவரவர் வேலையைப் பார்க்கச் சென்றார்கள்.

இரவு அறையில் தனித்து இருக்கும் போது வானதி, “அக்கா அப்பா இறக்காம இருந்திருந்தால் உனக்கு இந்த மாதிரி ஒருத்தரைக் கல்யாணம் பண்ணச் சம்மதிக்க மாட்டார் இப்ப என்ன அக்கா பண்ணலாம்'' என்று கவலையுடன் கேட்டாள்.

தங்கையின் முகத்தைப் பார்த்தே அவள் பயந்து இருப்பதைப் புரிந்து கொண்டவள், “வானதி இப்ப எதுக்கு பயப்படற அந்த மாமா ஒன்னும் அவ்வளவு மோசமில்லை அதைப் பத்தி எல்லாம் நீ கவலைப் படாதே நான் பார்த்துப்பேன் நீ

படிக்கற வேலைய மட்டும் பார். அது தான் இப்ப உனக்கு முக்கியம்'' என்று ஆறுதல் சொன்னாள்.

சந்திரா மகளிடம் பேசிவிட்டுப் போய் நின்ற இடம் பண்ணையார் வீடு தான், லஷ்மியும் சிவமணியும் பேசிக் கொண்டிருக்க ஆறு அடி உயரத்தில் வாட்ட சாட்டமாக பண்ணையாருக்கே உரிய தோரணையுடன் கம்பீரமாக நின்று கொண்டு ஆட்களிடம் வேலை சொல்லிக் கொண்டிருந்தான் பிரபாகரன்.

தன் வருங்கால மாமியாரைப் பார்த்ததும் ஆட்களைப் போகச் சொல்லி விட்டு அவர்கள் அருகே வந்தான்.

அதற்குள்ளாகவே பேச்சை ஆரம்பித்திருந்தாள் சந்திரா.

“அண்ணி பாரதிகிட்டப் பேசிட்டேன்'' ஆர்வம் தாங்காமல், “என்ன சொன்னாள் அத்தை'' என்றான்.

கல்யாணத்திற்குச் சம்மதம் சொல்லிவிட்டாள் பிரபா, ஆனால் அவ வேலைக்குப் போய் தங்கச்சியப் படிக்க வைப்பாளாம் இதுக்கு சம்மதிக்களைனா வானதி படிப்பு முடியர வரை காத்திருக்கச் சொல்றா'' என்றார் தர்மசங்கத்துடன்.

“இதென்ன கதையா இருக்கு பண்ணையார் வீட்டுக்கு மருமகளா வந்த பிறகு ஊருக்கே வேலை கொடுப்பாளா? அதை விட்டுட்டு இவ வேற ஒருத்தர் கிட்ட வேலைக்குப் போவாளா?'' என்றார் லஷ்மி கோபத்துடன்.

சிவமணியோ யோசனையில் ஆழ்ந்தார். இப்பவே பொம்பளை சவகாசம் இருப்பதாக அரசல் புரசலாக செய்தி வருது இவனோட அக்காவே இவனை நம்பி பொண்ணு தரமாட்டேன்னு அவசரமா வேற இடத்துல கல்யாணம் பண்ணிக் கொடுத்துட்டா.

இவனே இந்தப் பொண்ணு மேல ஆசைப்படறான் எப்படியாவது கல்யாணம் பண்ணி வெச்சிறனும் என்று முடிவெடுத்தார்.

பிரபாகரனோ கல்யாணத்தைத் தள்ளி வைக்கறதா இப்பவே இவ பின்னாடி இந்த ஊர் பசங்களே சுத்துறாங்க எல்லாருமே இவ வயசுப் பசங்களா இருப்பதால் பரவாயில்லை.

இதே இன்னும் கொஞ்ச நாள் போனாள் அவனுக வேலைக்குப் போய் நல்ல சம்பாதிக்க ஆரம்பிச்சுட்டாங்க அவளைக் கல்யாணம் பண்ணிக்கத் தான் பார்ப்பாங்க,

இவளை எல்லாருக்கும் பிடிக்கும் என்பதால் எந்த வீட்டுக்கு மருமகளாப் போனாலும் வாழ்த்தி வரவேற்பாங்களே!! அவங்க எல்லாம் பொண்ணு கேக்கறக்குள்ள நாம கல்யாணத்தை முடுச்சிறனும்னு தானே இவ்வளவு அவசரம்,இவளுக்கும் நம்மளை விட அவ வயசுப் பசங்களைத் தானே பிடிக்கும் என்று தனக்குள்ளேயே கணக்குப் போட்டுக் கொண்டிருந்தான்.

“அதனால் என்ன சந்திரா பாரதி சொல்றதையும் ஏத்துக் கொள்ள வேண்டியது தான், தன் குடும்பம் எப்படியோ போனால் என்ன நாம நல்ல இடத்துக்குக் கல்யா-ணம் பண்ணிப் போனால் போதும்ன்னு நினைக்கற பொண்ணுங்களுக்கு மத்தியில் என் மருமகள் பிறந்த வீட்டைப் பத்தியும் கவலைப் படறாளே இந்த ஒரு குணம் போதும் அவ இந்த வீட்டுக்கு மருமகளா வர” என்றார்.

“அதுக்காக அவளை வேலைக்குப் போகச் சொல்வீங்களா? நம்ம வீட்டுக் கவு-ரவம் என்னாவது” என்றார் லஷ்மி.

“அம்மா சொல்றதும் சரி தான் அப்பா, நம்ம குடும்பத்துப் பெண் வேலைக்குப் போவது சரியா வராது. எனக்குப் பொண்டாட்டியா வந்துட்டால் அவ குடும்பமும் என் குடும்பம் தான் அவ தங்கச்சிய நான் படிக்க வைக்க மாட்டேனா அத்தையத் தான் பாரத்துக்காம விட்றுவேனா?” என்றான்.

“இது அந்தப் பொண்னோட தன்மானப் பிரச்சனை அவ குடும்பத்தை அவ பார்த்துக்கனும்னு நினைக்கறா நீ கொடுத்தாலும் வாங்கமாட்டாள், அவ இஷ்டப்-படி வேலைக்குப் போகட்டும்” என்றார் சிவமணி.

“இதுக்கெல்லாம் நான் ஒத்துக்க மாட்டேன், கோவில் கோவிலா ஏறி தவமா தவமிருந்து ரொம்ப வருஷம் கழிச்சு இந்தக் குடும்பத்துக்கு கிடைச்ச ஒத்த ஆண் வாரிசு. அவன் சந்தோஷமா வாழனும் அவன் சொல்றதைக் கேக்கற பொண்ணு தான் வேணும்.

இவன் ஆசைப்பட்டானேன் தான் பாரதியக் கல்யாணம் பண்ணிக்கச் சம்மதம் சொன்னேன், இல்லைன்னா என் பேத்தி ராதிகாவைத் தான் இவனுக்குக் கல்யா-ணம் பண்றதா இருந்தோம்” என்றாள்.

பிரபாகரன் யோசனையில் இருக்க, நம்ம பொண்ணு தாண்டி நம்ம பையனுக்கு அவ பொண்ணை கொடுக்க மாட்டேன்னு சொல்லி அவசரமா கல்யாணத்தை முடுச்சா இதை எப்படி நான் உங்கிட்டச் சொல்வேன் என்று நினைத்துக் கொண்-டிருந்தார் சிவமணி.

பிரபாகரன், “அத்தை பாரதி வேலைக்குத் தானே போகனும் வெளில எங்-கேயும் போக வேண்டாம் எங்கிட்டயே வேலை பார்க்கச் சொல்லுங்க வெளில கொடுக்கர சம்பளத்தை நானே கொடுக்கறேன். கல்யாணம் முடுஞ்சதும் வேலை செய்யட்டும்” என்றான்.

சந்திரா, "இது சரியா வருமா பிரபா" என்றாள். "அதை நான் பார்த்துக்கறேன் அத்தை" என்றான்.. சிவமணிக்கும் இந்த யோசனை சரியாகப் படச் சம்மதம் சொன்னார்.

லஷ்மி மட்டும் விருப்பம் இல்லை என்றாலும் கணவன் மகன் பேச்சை மீற முடியாமல் முணுமுணுத்துக் கொண்டிருந்தார்.

2

அத்தியாயம் 2

பாரதி பிரபாகரன் நிச்சயதார்த்தம் ஊரே வியந்து பார்க்கிற அளவுக்கு வெகு விமர்சையாக நடந்தது. உமா தேவி தான் இந்த விஷயம் கேள்விப்பட்டதிலிருந்து தாம் தூம்ன்னு குதித்துக் கொண்டிருந்தாள்.

அவளுக்கு பாரதியை பிடிக்காது. கோவிலில் என்ன விஷேசம் நடந்தாலும் பண்ணையார் குடும்பத்தைக் கேட்டு அவர்களை முன் நிறுத்தித் தான் நடக்கும்.

அப்படி இருக்கும் போது உமாதேவி கோவிலுக்குச் சென்றாள் ஊர் பொது மக்கள் அனைவரும் ஓடி வந்து அவளிடம் பேசுபவர்கள்.

அது பாரதியை பார்க்கும் வரை தான் பாரதியைக் கண்டு விட்டால் அவளிடம் சென்று விடுவார்கள். அந்த இடமே கேலி கிண்டல் என்று கலகலப்பாக இருக்கும்,இவள் மட்டும் தனித்து நிற்பாள்.

அதற்கு காரணம் பண்ணையார் வீட்டுப் பெண் என்பதால் இவளே யாரிடமும் பேசமாட்டாள், அவர்களே வந்து தன்னிடம் பேச வேண்டும் என்று நினைப்பாள்.

பாரதி அப்படி கிடையாது யாராக இருந்தாலும் இவளே வழிய வழியப் போய் பேசுவாள், அதனாலேயே பாரதியை எல்லாருக்குமே பிடிக்கும், சிவமணிக்குமே அவளை ரொம்ப பிடிக்கும் மகன் இவளை விரும்புவதாகச் சொன்னதும் அவ்வளவு சந்தோஷப்பட்டார்.

நிச்சயத்துக்கு முதல் நாளில் பண்ணையார் வீட்டில் கூட்டம் இருந்ததோ என்னவோ ஆனால் பாரதி வீட்டில் கூட்டம் களைகட்டியது. அவள் செட்டு பசங்க பொண்ணுங்க அவளைக் கலாய்ப்பதும் இவள் வெக்கப்படுவது அந்த இடமே டியூப் லைட் போட்டது போல் மின்னியது.

தன் வீட்டு மாடியிலிருந்து அவள் வீட்டைப் பார்த்தவன் இவனுங்க மட்டும் என் பொண்டாட்டிய விட்டுப் போக மாட்டாங்க என்று எரிச்சல் பட்டவன் நாமளும் அங்கே போகலாமா? என்று நினைத்தான் பிரபாகரன்.

அந்த சமயத்தில் லஷ்மி ராதிகாவிடம் இந்த புடவையைக் கொண்டு போய் பாரதி வீட்டில் கொடுத்துட்டு வா என்று கெஞ்சிக் கொண்டிருந்தார். அவளோ நானெல்லாம் அந்த வீட்டுக்குப் போக மட்டேன் என்று பிடிவாதம் பிடித்துக் கொண்டிருந்தாள்.

அதைக் கேட்டுக் கொண்டிருந்த பிரபாகரன், “அம்ம அவளை ஏன் போகச் சொல்றீங்க நான் போய்ட்டு வறேன் கொடுங்க” என்றான்.

“என்னது நீ போறயா? இப்ப எல்லாம் நீ போகக் கூடாது நான் வேற யாரையாவது அனுப்பிக்கறேன்” என்றார் லஷ்மி.

“அப்படி எல்லாம் எதுவும் இல்லை கொடுங்க” என்று அவர் கையில் இருந்ததைப் பிடுங்கிக் கொண்டு பாரதி வீட்டிற்குக் கிளம்பினான்.

“என்ன பாட்டி இந்த மாமன் இப்படி பிடுங்கிட்டு ஓடுது” என்றாள்.

"இவந்தான் அவளைப் பார்க்க எந்த சாக்கு கிடைக்கும்ன்னு பார்த்துக்கிட்டு இருக்கானே, அவளையே தான் கட்டுவேன்னு புடிவாதம் புடிச்சு அவ இஷ்டப்படி எல்லாம் கேக்குறான் என்னத்தச் சொல்ல” என்று பேத்தியிடம் புலம்பினார்.

அவளோ பொறாமையில் வெந்து கொண்டிருந்தாள். அவள் புருஷன் மனோஜ் இவள் என்ன சொன்னாலும் அதற்கு ஏறுக்கு மாறாகச் செய்பவன், அது மட்டுமில்லாமல் இப்போ நண்பர்களோடு சேர்ந்து பிஸ்னஸ் செய்யரேன்னு, இருக்கற நல்ல வேலையையும் விட்டுவிட்டு அவனுகளோடு சேர்ந்துகிட்டு சுத்துறான்.

இவளும் எவ்வளவோ முறை சொல்லிப் பார்த்துவிட்டாள் கேட்க மாட்டேங்கறான், இவள் பிறந்த வீட்டிலும் சொல்ல முடியாமல் தனக்குள்ளேயே வைத்துப் புழுங்கிக் கொண்டிருக்கிறாள்.

அப்படி இருக்கும் போது அவளுடைய மாமன் தன் வருங்கால மனைவியைப் பார்க்க முகத்தில் அத்தனை காதலுடன் செல்வதைப் பார்த்தவளுக்குப் பொறாமையாக இருக்காதா.

அம்மா என்னமோ சொன்னாங்க மாமா ரொம்ப மோசம்ன்னு அப்படி இருக்கும் போது எப்படி இவ மேல காதல் வந்துச்சு என்று யோசித்துக் கொண்டிருந்தாள்.

பிரபாகரன் பாரதி வீட்டுக்குச் செல்லும் போது அவளைச் சுற்றிலும் இருந்த நண்பர்கள் கூட்டம், “அண்ணா அதுக்குள்ள எங்க பாரதிய பார்க வந்திட்டீங்களா?” என்றார்கள் கிண்டலாக,

இதற்கு முன் இப்படி எல்லாம் பேசாதவர்கள் பேசியதால் எப்படி ரியாக்ட் பண்ணுவது என்று தெரியாமல் சிரித்து வைத்தான் பிரபாகரன்.

பாரதிக்கு அவனைப் பார்த்ததும் உதறல் எடுத்தது, அவனின் நேரடிப் பார்வையில் நண்பர்கள் முன்பு முகம் சிவந்து போனாள்.

அதற்குள் பெரியவர்கள் அவனைப் பார்த்து விட்டு, “அடடே வாங்கத் தம்பி பாரதி இப்படியா தம்பியை வெளியில் நிற்க வைத்துப் பேசுவது” என்று கடிந்து

கொண்டு உள்ளே அழைத்துச் சென்றார் உறவினர் ஒருவர்.

அந்த உறவினர் உள்ளே செல்லும் போது பார்த்து விட்டுப் போன அழுத்த-மான பார்வையிலேயே, பாரதி தன் நண்பர்களுக்குக் கண்களால் சைகை செய்து விட்டு அவர்கள் பின்னே சென்றாள்.

பிரபாகரனை ஒரு இருக்கையில் அமரச் சொல்லி விட்டு உள்ளே சென்றார், பாரதிக்கு என்ன செய்வது என்று தெரியாமல் கையைப் பிசைந்து கொண்டு நின்-றாள்.

“என்ன பாரு இவ்வளவு அமைதியா இருக்க என்னைப் பார்த்தால் பட்டாசா பொரிவ இப்ப என்னடான்னா பேசத்தெரியாதவ மாதிரி இப்படி முழிச்சுக்கிட்டு இருக்க” என்றான் கிண்டலாக.

சுற்றிலும் பார்வையைச் சுழல விட்டவள் பக்கத்தில் யாரும் இல்லை என்பதை உறுதி செய்து கொண்டு, “நீ நெனச்சதை எங்க அம்மா மூலம் நிறைவேத்திக்கிட்ட அப்பறம் நான் பேசினால் என்ன பேசாவிட்டால் என்ன? ஆனால் என் கூடச் சந்தோஷமா மட்டும் வாழ்ந்துருவேன்னு கனவுல கூட நினைச்சுறாதே. கல்யாணத்-துக்குப் பிறகு உனக்கு இருக்கு” என்று அடிக்குரலில் சொன்னாள்.

“அட அட கல்யாணம் பண்ணிக்கப் போற மாமனுக்கு உன்னால மட்டும் தாண்டி இவ்வளவு மரியாதை கொடுக்க முடியும், என்ன சொன்ன உன் கூட வாழ முடியாதா? அதை நான் பார்த்துக்கறேன் தங்கம் நீ ஏன் அதைப் பத்தி எல்லாம் யோசிக்கற” என்றான் கண்ணில் குறும்புடன்.

அதைக் கேட்டவளுக்குக் கோபத்தில் உதடு துடிக்க முகமெல்லாம் சிவக்க, “என்னைத் தங்கம்ன்னு கூப்பிடறது டீ போட்டுப் பேசறது இதெல்லாம் வெச்சுக்-கிட்ட அப்பறம் நான் சும்மா இருக்க மாட்டேன்” என்றாள் கோபத்தின்

“என் பொண்டாட்டிய நான் எனக்குப் பிடிச்ச மாதிரி தான் கூப்பிடுவேன் அதில் தலையிட யாருக்கும் உரிமை இல்லை என் பொண்டாட்டி உட்பட” என்-றான்.

அவள் பதில் சொல்ல வாய் திறப்பதற்குள் அவளுடைய அத்தை, “வா பிரபு இப்ப தான் வந்தையா?” என்று கேட்டுக் கொண்டே அருகில் வந்தார்.

ஆமாங்க சித்தி அம்மா புடவைய குடுத்துட்டு வரச் சொன்னாங்க” என்று அது வரை கையில் வைத்திருந்த கவரைப் பாரதி கையில் கொடுத்தான்.

அத்தை இருந்ததால் எதுவும் சொல்ல முடியாமல் சிரித்துக் கொண்டே அதை வாங்கிக் கொண்டாள்.

கொஞ்ச நேரம் அவர்களுடன் பேசிக்கொண்டிருந்து விட்டு வீட்டிற்குக் கிளம்-பினான் பிரபாகரன்.

அடுத்த நாள் அதிகாலையிலேயே ரெடியாகி மாப்பிள்ளை வீட்டிற்குச் சென்-றார்கள். பண்ணையார் வீடு அந்த ஊரிலேயே பெரிய வீடு அந்தக் காலத்தில்

அரண்மனை மாதிரி கட்டிப் போட்டிருந்தார்கள் அவர்களுடைய மூதாதையர்கள்.

அதனால் நிச்சயதார்த்தத்தை அந்த வீட்டிலேயே நடத்தினார்கள். உறவினர்கள் நண்பர்கள் புடை சூழ பிரபாகரன் வீட்டிற்கு அழைத்துச் செல்லப்பட்டாள்.

மாப்பிள்ளை வீட்டார் எடுத்துக் கொடுத்திருந்த மெஜந்தா வண்ணப் பட்டுப் புடவையில் வெள்ளை கல் நகை ஜொலிக்க வானத்திலிருந்து தேவதை இறங்கி வருவதைப் போல நடந்து வரும் பாரதியை விழியெடுக்காமல் பார்த்துக் கொண்டிருந்தான் பிரபாகரன்.

அதைப் பார்த்து அவளுடைய நண்பர்கள் கூட்டம் கேலி செய்ய வெக்கத்தில் தலை குனிந்தாள் பாரதி, ஆனால் பிரபாகரனோ அதைப் ஒரு பொருட்டாக் கூடக் கருதாமல் அவளைப் பார்ப்பதை விடாமல் தொடர்ந்தான்.

ஏற்கனவே எரிச்சலில் இருந்த அவனுடைய அக்கா, "என்னப்பா எங்க வீட்டுப் பக்கமெல்லாம் வரவே மாட்டீங்க உங்க பிரண்டுக்கு நிச்சயம்னதும் வந்திருக்கீங்களா?" என்றாள் பாரதியின் நண்பர்களிடம்.

தன் மகளின் பேச்சு சிவமணிக்குப் பிடிக்கவில்லை என்றாலும் அந்த இடத்தில் எதுவும் சொல்ல முடியாமல் சங்கடப்பட்டுப் போனார்.

வந்திருந்த அவளுடைய நண்பர்கள் அவளை ஒரு முறை பார்த்து விட்டு, "அக்கா நீங்க நினைக்கிற மாதிரி எல்லாம் எதுவும் இல்லை பாரதி எல்லார்கிட்டையும் நல்லா பழகுவா நாங்க பள்ளிக்கூடம் போற காலத்தில் இருந்து பழகிட்டு இருக்கோம் நாங்க இல்லாம் அவளுக்கு நிச்சயமா?

அதே மாதிரி அவ இல்லாம நாங்களும் எந்த விஷேசமும் நடத்த மாட்டோம்" என்றார்கள்.

பாரதி பிரபாகரனை முறைத்துப் பார்க்கவும் அவன் தன் அக்காவைப் பார்த்து, "அக்கா இதென்ன பேச்சுன்னு பேசிட்டு இருக்க அவங்க எல்லாரும் பிரண்ட்ஸ்ன்னு ஊருக்கே தெரியும் நீ என்னமோ புதுசா கேக்கற மாதிரி கேக்கற,

இதுக்கு முன்ன நாம் யாராவது அவங்ககிட்டப் பேசியிருக்கோமா? இல்லையே அப்பறம் எப்படி நம்ம வீட்டுக்கு வருவாங்க, இப்ப எதுக்கு இவங்களை நிறுத்தி வெச்சு இப்படி பேசிட்டு இருக்க உள்ள போய் எதாவது வேலை இருந்தால் பாரு" என்றவன்,

"நீங்க வாங்க அவ எப்பவும் அப்படித் தான் பேசுவா அதை எல்லாம் கண்டுக்காதீங்க" என்று சொல்லி உள்ளே அழைத்துச் சென்றான்.

வீட்டிற்குள்ளே அடி எடுத்து வைக்கும் போது பாரதிக்கு கைகாலெல்லாம் உதறல் எடுத்தது. பக்கத்தில் இருந்த வானதி கையைப் பற்றிக்கொண்டாள்.

"அக்கா உன் கை ஏன் இவ்வளவு சில்லுன்னு இருக்கு, வேர்த்துப் போய் இருக்கு" என்றாள் பதற்றத்துடன்.

“என்னன்னு தெரியலைக் கொஞ்சம் பயமா இருக்கு” என்றவள் தாயின் முகத்தைப் பார்த்தாள், அவளோ முகம் கொள்ளா சிரிப்புடன் வந்திருந்த உறவினர்களிடம் பேசிக்கொண்டிருந்தார்.

பாரதி தயக்கத்துடன் நிற்பதைப் பார்த்து விட்டு அவளின் நண்பர்களில் ஒருவனான கோகுல், “என்ன பாரதி தயக்கம் உள்ள போ நீ வாழப் போற வீடு தானே” என்றான், அவன் பேச்சிலேயே கோபத்தின் வெளிப்பாடு தெரிந்தது.

இந்தக் கல்யாணம் வேண்டாம் என்று அவளுடைய நண்பர்களும் எவ்வளவோ எடுத்துச் சொல்லி விட்டார்கள். அவளுடைய அம்மாவிடம் பேசக் கூட முயற்சித்தார்கள்.

பாரதி தான் பிடிவாதமாக வேண்டாம் அம்மா ஆசைப் பட்டுடாங்க இனி இதைப் பத்தியாரும் பேசக் கூடாதுன்னு சொல்லி விட்டாள்.

அதிலும் அஸ்வின் ஒருபடி மேலே போய் எனக்கு வேலை கிடைக்கும் வரை எப்படியாவது சமாளிக்கப் பாரு அப்பறம் நானே உன்னைக் கல்யாணம் பண்ணிக்கறேன் என்றான்.

விரக்தியாகச் சிரித்தவள் எல்லாரும் போய் அவங்கவங்க பொலப்பைப் பாருங்க, நீங்க பேசறதை எல்லாம் பார்த்தால் எங்க அம்மா எனக்குப் பார்த்த மாப்பிள்ளை சரியில்லைங்கற மாதிரி இருக்கு, இனி யாரும் அவரைப் பத்தி என் முன்னாடி தவறா பேசினீங்க அவ்வளவு தான் சொல்லிட்டேன்.

என்ன இவர் நம்ம ஊரா இருக்கப் போய் இவரைப் பத்தி தெரிந்தது, இதே வேற ஊரில் ஒரு மாப்பிள்ளை பார்த்திருந்தால் அவன் எப்படின்னே தெரியாம கல்யாணம் பண்ணி இருப்பேன்.

அதுக்கு இவர் எவ்வளவோ மேல் கல்யாணத்துக்கு முன்னாடி எப்படி இருந்தாலும் கல்யாணம் ஆனதுக்குப் பிறகு சரி பண்ணிக்குவேன் என்று சொல்லி அனைவரின் வாயையும் அடைத்து விட்டாள்.அதற்கு மேல் யாரும் அவளிடம் இதைப் பற்றிப் பேசவில்லை.

இப்போது தான் இதெல்லாம் உனக்குத் தேவையா என்பது போல் பார்வையால் கேட்டுத் துளைக்கிறார்கள்.

அவர்களிடம் பதில் சொல்ல முடியாமல் அம்மாவின் சிரிப்பை மட்டுமே மனதில் நிறுத்திக் கொண்டு, “வா வானதி நாம போகலாம்” என்று அவளுக்காக ஒதுக்கி இருந்த இடத்திற்குச் சென்றாள்.

யமுனாவும் நர்மதாவும், “அதான் அன்னைக்கே சொல்லிட்டால்ல அப்பறமும் ஏன் அவளை கோபப்படுத்தறீங்க, பாருங்க அவ கோபமா போறா இது அவ நிச்சயதார்த்தம் அவ சந்தோஷமா இருக்க வேண்டிய நேரம் முதல்ல அவளைச் சமாதானப்படுத்துவோம் வாங்க” என்று சொல்லி விட்டு முன்னாடி சென்றார்கள்.

மற்றவர்களும் பாரதி இருக்கும் அறைக்குச் சென்றார்கள்.

இதை எல்லாம் பார்த்து கோபத்தின் உச்சத்தில் இருந்த உமா தன் பெண்ணிடம், “இவளைப் பார்த்ததும் உன் மாமங்காரன் எப்படி பல்லை இளிச்சுகிட்டு போறான்னு பாரு, கல்யாணத்துக்கு முன்னாடியே இப்படின்னா கல்யாணம் நடந்தால் இந்த வீட்டில் இவ சொல்றதைத் தான் நாம கேட்கனும்” என்றாள் கோபத்துடன்.

ராதிகாவும் அதே கோபத்துடன் தான் வந்திருந்தவர்களைப் பார்த்துக் கொண்டிருந்தாள்.

உறவினர்கள் அனைவரும் வந்து கொண்டிருந்தார்கள் பாரதியையும் பிரபாகரனையும் இரு சேர்களில் அமரச்சொன்னார்கள். உறவுக்காரப் பெண் ஒருவரை அழைத்து நிச்சயதார்த்தச் சீரைச் செய்யச் சொன்னார் லஷ்மி.

அந்தப் பெண் வந்து சீரை முடித்தார் ஆண்கள் அனைவரும் வந்து நிச்சயம் பேசினார்கள்.பின் பாரதிக்கு பூவும் பொட்டும் வைத்து விட்ட வயதான சுமங்கலிப் பாட்டி, “இனி இவ உனக்குப் பாதிப் பொண்டாட்டி அப்பு சீக்கிரமா கல்யாணம் முடிந்து ரெண்டு பேரும் சந்தோஷமா இருங்க என்று வாழ்த்தி விட்டுச் சென்றார்.

அவ்வளவு நேரம் யார் மூலம் எந்த விதத்திலாவது நிச்சயத்தில் தடங்கல் வந்து விடுமோ என்று பயந்து கொண்டிருந்த பிரபாகரனுக்கு இப்போது தான் நிம்மதிப் பெருமூச்சு வந்தது.

அவனால் ஒரே மூச்சில் அவளைத் தூக்கிட்டுப் போயிருக்க முடியும் ஆனால் அவன் அதை விரும்பவில்லை, முதன் முதலில் தன் மனசுக்குப் பிடித்த பெண்ணை ஊர் அறியத் தாலி கட்டி கவுரவமாக தன் வீட்டிற்குக் கூட்டிச் செல்ல நினைத்தான், அதற்காகத் தான் இத்தனையும் பொருத்துக் கொண்டிருந்தான்.

பாரதியின் நண்பர்கள் வந்து பேசவும் அவள் முகத்தைத் திருப்பிக் கொண்டாள். “சாரி பாரதி பேசு இனி நாங்க யாரும் உன் மனசு வருத்தப் படும்படி நடந்து கொல்ல மாட்டோம்” என்றார்கள்.

“அப்படின்னா வாங்க போட்டோ எடுத்துக்கலாம்” என்று அனைவருடனும் சேர்ந்து போட்டோ எடுத்துக் கொண்டார்கள்.

சரி பாரதி நாங்க சாப்பிட்டு கிளம்பறோம் நைட் வீட்டுக்கு வறோம் என்று சொல்லி விட்டுக் கிளம்பி விட்டார்கள், வானதியும் அம்மா கூப்பிடறாங்க என்று சென்று விட பாரதியும் பிரபாகரனும் தனித்து மேடையில் இருந்தார்கள்.

“இப்பவாவது விட்டாங்களே நானும் உங்கிட்ட பேசனும்னு நீ வந்ததிலிருந்து பார்த்துட்டு இருக்கேன் எங்க ஒருத்தர் மாத்தி ஒருத்தர் வந்துட்டே இருக்காங்கடி” என்றவன்,

அவளை உரிமையுடன் பார்த்தவன் காதலுடன், “இந்தப் புடவையில் நீ ரொம்ப அழகா இருக்க நான் எடுக்கும் போதே நினைச்சேன் அதே மாதிரி இருக்குடி” என்றான்.

அவனையே அழுத்தமாகப் பார்த்தவள், “நிறையப் பேருக்கு எடுத்துக் கொடுத்த அனுபவமோ” என்றாள்.

அவள் வார்த்தையில் உள்ளுக்குள் அதிர்ந்தாலும் வெளியில் எதையும் காட்டிக் கொல்லாமல், “என்னடி பேச்சு இது” என்றான்.

அவளுக்கோ அவ்வளவு கோபம் நண்பர்களுடன் சண்டை, இவங்க அக்காளின் குத்தல் பேச்சு, அவனைப் பற்றி அறிந்தவர்களின் பரிதாபப் பார்வை, என்று ரொம்பவே நொந்து போனாள். இதில் இவனின் கொஞ்சல் பேச்சை அறவே வெறுத்தாள்.

அவளுடைய ஒரே ஆறுதல் அவளுடைய அம்மாவின் சந்தோஷம் மட்டும் தான்.

“என்ன பேச்சுன்னு கேக்கற உன்னுடைய லீலைகள் எதுவும் தெரியாதுன்னு நினைச்சியா? அத்தனைப் பொண்ணுங்களுடன் நீ சுத்தினது தப்பில்லை நான் கேட்டதும் உனக்கு அசிங்கமா இருக்கா? இதென்ன பேச்சுன்னு கேக்கற “ என்றாள் கோபத்துடன்.

அமைதியாக அவளையே பார்த்துக் கொண்டிருந்தவன், “சில விஷயங்களை எல்லாருக்கும் செய்ய முடியாதுடி அது நமக்கே நமக்குன்னு தனிப்பட்டது.

என் கையாள ஒருத்திக்குப் புடவை எடுத்துக் கொடுத்தேன்னா அது என் பொண்டாட்டிக்கா மட்டும் தான் இருக்கும்கறதுல நான் தெளிவா இருக்கேன்.நீ கண்டதையும் போட்டு குழப்பிக்காதே அப்பறம் நம்ம சந்தோஷமே போயிரும் நீ புத்திசாலிப் பொண்ணூ புருஞ்சுக்குவேன்னு நினைக்கிறேன்” என்று அழுத்தமாகச் சொல்லி விட்டுச் சிரித்தான்.

அதற்குள் அவளுடைய அம்மாவும் தங்கச்சியும் வர அந்தப் பேச்சு அதோடு நின்றது.

“பாரதி எல்லாரும் சாப்பிட்டாங்க நீயும் மாப்பிள்ளையும் போய் சாப்பிடுங்க” என்றார்.

அவள் தயக்கத்துடன் நிற்க , “வாடி என்று அவனே அழைத்துச் சென்றான், வேறு வழி இல்லாமல் அவன் பின்னே சென்றாள் பாரதி.

3

அத்தியாயம் 3

நிச்சயம் முடிந்து வீட்டுக்கு வந்ததும் தான் பாரதிக்கு நிம்மதியாக இருந்தது.

இன்னைக்கு ஒரு நாளே இப்படி இருக்கே கல்யாணம் முடுஞ்சு அவன் கூடக் காலம் முழுவதும் எப்படி வாழப் போறேன் என்று நினைத்தவளுக்கு அழுகையே வரும் போல் இருந்தது.

இத்தனை பேருக்கு அவனைப் பற்றித் தெரியுது ஆனா அம்மாவுக்குத் தெரியலையா? என்று புலம்பிக் கொண்டிருந்தாள். வானதி தான் அவளைச் சமாதானப் படுத்திக் கொண்டிருந்தாள்.

“அக்கா நிச்சயத்துக்கு வந்தவங்க மாமாவைப் பத்தி நல்ல விதமா தான் சொல்றாங்க, இவனா பொண்ணுங்க கையப் பிடிச்சு இழுத்தான் அவங்களா வந்தா எந்த ஆம்பிள்ளை தான் சும்மா இருப்பான்.

எல்லாரும் இவனோட வசதிக்கும் அழகுக்கும் ஆசைப்பட்டு வராளுக, பொண்டாட்டின்னு ஒருத்தி வந்துவிட்டால் இனி எல்லாரும் வாலை சுருட்டிக்கிட்டு இருப்பாளுக இப்படி எல்லாம் தான் பேசிக்கறாங்க” என்றாள். இதைக் கேட்டவளுக்கு இன்னும் எரிச்சல் தான் வந்தது.

பிரபாகரன் வீட்டிலோ நிச்சயம் எப்ப முடியும் எப்ப சொந்தக்காரங்க எல்லாரும் போவாங்க என்று காத்திருந்த அவனுடைய அக்காளும், அவளுடைய பொண்ணும், அம்மாவும் பிடித்துக் கொண்டார்கள்.

சிவமணி இவர்களுடைய பேச்சை எல்லாம் கேட்டுக் கொண்டு அமைதியாக இருக்க, பிரபாகரனோ பொறுமை இழந்து கத்தினான்.

“இப்ப நான் என்ன பண்ணிட்டேன்னு இப்படி போட்டு வறுத்தெடுக்கறீங்க அக்கா. அவ எனக்குப் பொண்டாட்டியா வரப் போறவ அவ பேச்சை கேட்காம வேறு யார் பேச்சை கேக்கச் சொல்ற.

உனக்கு ஏன் அவ மேல இவ்வளவு கோபம். இது நல்லதுக்கு இல்லை, அம்மாவுக்கு அப்பறம் அவ தான் அம்மா ஸ்தானத்தில் இருந்து உனக்கு எல்லாம் செய்யனும் .

ஞாபகம் வெச்சுட்டுப் பேசு அதுவும் நீயாவது இந்த வீட்டில் பிறந்த பொண்ணு, ஆனா ராதிகா இன்னொரு வீட்டுக்கு போய்ட்டாள் அவ எல்லாம் என் பொண்டாட்டியப் பத்தி பேசினால் நல்லா இருக்காது.

அத்தைங்கற மரியாதை இல்லாம கல்யாணத்துக்கு முன்னாடியே இதென்ன பேச்சு முந்தானையில் முடுஞ்சு வெச்சுக்கிட்டான்னு.

இங்க பார் பாரதிக்கு அதெல்லாம் சுட்டுப் போட்டாலும் வராது அவ என்னை முந்தானையில் முடுஞ்சு வெச்சுக்க வேண்டிய அவசியமே இல்லை'' என்றான்.

“என்ன பிரபா கூடப் பிறந்தவன்னு கூடப் பார்க்காம இப்படி எடுத்தெரிந்து பேசற, கல்யாணம் ஆகறக்கு முன்னாடியே அவ தான் முக்கியம்ங்கற இதெல்லாம் சரியில்லைடா.

இதுக்குத் தான் ராதிகாவை இவனுக்குக் கல்யாணம் பண்ணனும்னு நினைச்சேன், அதுக்குள்ள அவசரப்பட்டு நீ வெளில கல்யாணம் பண்ணிக் கொடுத்துட்ட'' என்று தன் மகளையும் காய்ச்சி எடுத்தார் லஷ்மி.

"நீங்க நினைக்கற மாதிரி எல்லாம் நான் ராதிகாவை கல்யாணம் பண்ணியிருக்க மாட்டேன். நான் ரொம்ப வருஷமா பாருவை விரும்பறேன், அவளைத் தவிர வேறு யாரையும் கல்யாணம் பண்ணியிருக்க மாட்டேன் வீண் கற்பனை பண்ணாதீங்க'' என்றான் எரிச்சலுடன்.

பிரபாகரனின் பேச்சு அவ தான் வேணும்னு பிடிவாதமா நிற்பது இதெல்லாம் சிவமணிக்கு சந்தோஷத்தைக் கொடுத்தது. இனி என் பையன் தப்பு செய்ய மாட்டான் என்ற நம்பிக்கை வந்தது.

எழுந்தவர் எல்லாரையும் அடக்கி விட்டு இது அவன் வாழ்க்கை அவன் பார்த்துப்பான், உமா உனக்கு பிறந்த வீட்ல இருந்து கிடைக்க வேண்டிய எல்லா சீரும் குறையில்லாம கிடைக்கும்.

மத்தபடி அவன் விஷயத்துல யாரும் தலையிட வேண்டாம், நீ எப்படி உன் பொண்ணு வாழ்க்கை பெருசுன்னு முடிவு எடுத்தையோ அதே மாதிரி தான் எனக்கு என் பையன் வாழ்க்கை தான் முக்கியம்'' என்றார்.

அவருடைய ஒற்றை வார்த்தையில் எல்லார் வாயும் அடைந்து விடக் கோபத்துடன் உமாவும் ராதிகாவும் தங்கள் அறைக்குச் சென்றார்கள்.

“என்னங்க அவ நம்ம பொண்ணு அவளுக்கும் இந்த வீட்டுக்கும் தொடர்பே இல்லாத மாதிரி பேசறீங்க, அவ இந்த வீட்ல கால் எடுத்து வைக்கறக்கு முன்னாடியே குடும்பத்துல சண்டை இந்த வீட்டுக்குள்ள வந்துவிட்டால் என்னவெல்லாம் நடக்குமோ'' என்று சொல்லி அழுதார்.

“இங்க பார் அழுகிறதைக் கொஞ்சம் நிப்பாட்டு, எனக்கு பொண்ணா பொறந்த அவளே சொந்த தம்பிய விடப் பொண்ணு தான் முக்கியம்ன்னு எங்கிட்டையே காட்டிட்டா.

அவளைப் பார்த்து எனக்கு நடக்க கூடத் தெரியாதா? எனக்கு என் பையன் வாழ்க்கை தான் முக்கியம், இந்த சமயத்தில் வீட்ல எதாவது பிரச்சனை பண்றது பாரதிய பேசறதுன்னு இருந்தீங்க பிரபாவுக்கு கல்யாணம் ஆனதும் தோட்ட வீட்டில் தனிக்குடித்தனம் வெச்சுறுவேன் பார்த்துக்கோ” என்றார்.

அதைக் கேட்டதும் பிரபாவும் அவனுடைய அம்மாவும் அதிர்ந்தார்கள். “அப்பா ஏற்கனவே அம்மா அக்கா கோபித்துக் கொண்டு போனதுக்குக் காரணமா பாரதியத்தான் சொல்றாங்க இதில் நீங்க வேற தனிக்குடித்தனம்ன்னு சொல்றீங்க இதுக்கு காரணம்ன்னு அவளைத் தான் சொல்வாங்க” என்றான் பிரபாகரன் வேதனையுடன்.

“வேற என்னடா பண்ணச் சொல்ற நாங்க வாழ்ந்து முடுச்சவங்க, உங்க அக்காவும் அவ வாழ்க்கைய வாழ்ந்து அவ பொண்ணுக்கும் கல்யாணம் பண்ணிட்டா,

இங்க வாழவே ஆரம்பிக்காதவன் நீ மட்டும் தான், உன்னால இந்தக் குடும்பத்துக்கு ஒரு வாரிசு வந்து அதைப் பார்த்துட்டு கண்ணை மூடுவோம்ன்னு பார்த்தால் உங்க அக்காவும் அம்மாவும் விட மாட்டாங்க போல.

உங்க அம்மாவுக்காவது உன் வாழ்க்கையப் பற்றி அக்கரை இருந்தால் பாரதியப் பத்தி பேசாம இருக்கனும், ராதிகா இன்னொரு குடும்பத்துக்கு வாழப் போயிட்டா, ஆனா பாரதி நம்ம குடும்பத்துக்கு வரப் போறாள், நம்ம குடும்ப வாரிசை பெத்துத் தரப் போறாள் இரண்டுக்கும் வித்துயாசம் தெரியனும்” என்று தன் மனசில் இருப்பதைக் கொட்டித் தீர்த்தார்.

கணவனின் பேச்சு லஷ்மியை யோசிக்க வைத்தது. அதை விட தன் மகன் தன்னை விட்டு தனியாகப் போய் விடுவானோ என்ற பயம் அவரை மேலும் பேச விடாமல் செய்தது.

“போய் உமாவையும் ராதிகாவையும் ஊருக்கு அனுப்பும் வேலையப் பார், இங்கிருந்தால் எதையாவது சொல்லி நம்மளைக் கல்யாண வேலையக் கூட நிம்மதியா பண்ண விட மாட்டாங்க” என்று சொல்லி விட்டு அறைக்குச் சென்று விட்டார்.

அவர் சென்றதும், “அம்மா அப்பா ஏதோ கோபத்துல சொல்லிட்டுப் போறார் நான் உங்களையும் அப்பாவையும் விட்டுட்டு எங்கயும் போக மாட்டேன்” என்று கலங்கி நிற்கும் தாய்க்கு ஆறுதல் சொன்னான்.

மகனின் தோளில் சாய்ந்து கொண்டு, நீ மட்டும் என்னை விட்டு எங்கயும் போய்டாதே, இந்த வயசுல அதை எல்லாம் பார்க்கும் தெம்பு என் உடம்புக்கு இல்லை பிரபா” என்று சொல்லி கண்ணீர் வடித்த தாயை அணைத்துக் கொண்டான்.

“சரி பிரபா நீ போய் வேலையப் பார் நான் உங்க அக்காவை ஊருக்கு அனுப்ப பார்கறேன்” என்று சொல்லி விட்டு அந்த இடத்தை விட்டுச் சென்றார்.

பிரபாகரன் தன் அறைக்குச் சென்றவன், அப்பாவுக்கு ஏன் அக்கா மேல் இவ்வளவு கோபம் இதுக்கு முன்னை எல்லாம் எவ்வளவோ சண்டை போட்டிருக்காள் அப்ப எல்லாம் வராத கோபம் இப்ப ஏன் என்ற யோசனையில் ஆழ்ந்தான்.

யாருக்கும் காத்திருக்காமல் நாட்களும் வேகமாகச் செல்லக் கல்யாண நாளும் வந்தது அதற்குள் உமா பண்ணிய அலப்பறைக்கு அளவே இல்லை.

புடவை எடுத்துக் கொடுத்ததிலிருந்து அவளுக்குச் செய்த சீர் வரை எல்லாத்துளையும் குறை மட்டுமே சொல்லிக் கொண்டிருந்தாள்.

அதை எல்லாம் கண்டு கொள்ளாமல் கல்யாண வேலையைப் பார்த்தார்கள்

ராதிகா கல்யாண வீட்டில் கூடக் கணவனுடன் சண்டை போட்டுக் கொண்டிருந்தாள்.

“ஏய் இதெல்லாம் நம்ம பர்ஸ்னல் விஷயம் வீட்ல போய் பேசிக்கலாம்” என்றான் மனோஜ்.

மகளின் கோபத்தைத் தூர இருந்து பார்த்த உமாவின் கணவர் மூர்த்தி எழுந்து போக முடியாமல் தவித்துக் கொண்டிருந்தார்,அவர் தானே மாப்பிள்ளைக்குத் துணைக்கு இருந்தார்.

உடனே அவர் பார்வை மனைவியைத் தான் தேடியது, அவள் ஒரு பக்கம் முகத்தை உர் என்று வைத்துக் கொண்டு அமர்ந்திருந்தாள்.

அம்மாவுக்கும் பொண்ணுக்கும் என்ன தான் வருமோ எப்ப பாரு நாலு பேரு பார்க்கற மாதிரி தான் மானத்தை வாங்க வேண்டியது என்று நினைத்துக் கொண்டு மருமகனுக்கு போன் பண்ணினார்.

மனோஜ் போனை எடுத்ததும், “இங்க வாங்க மாப்பிள்ளை” என்று அழைத்து தன்னோடு நிறுத்திக் கொண்டார்.

மேடையில் பாரதியைச் சுற்றிலும் அந்த ஊர் பசங்க பொண்ணுங்க தான் இருந்தார்கள். எல்லாருமே பாரதியைத்தான் ஒரு வழி பண்ணிக் கொண்டிருந்தார்கள்.

அவர்களுடைய கேலி கிண்டலை புதுசா பார்க்கர பிரபாகரனுக்கு வியப்பாக இருந்தது.

“நீங்கெல்லாம் எப்பவுமே இப்படித்தான் பேசிப்பீங்களா? பார்த்தால் அப்படி எதுவும் தெரியலையே” என்றான்.

“எங்களை விட பாரதி தான் எல்லாரையும் கேலி பண்ணுவா இன்னைக்கு மேடம்க்கு வெக்கம் போல” என்றாள் கிடைச்ச சான்ஸ்சை மிஸ் பண்ணாத நர்மதா.

பாரதிக்கு வெக்கம் என்பது மருந்துக்குக் கூட இல்லை பயம் தான் உடம்பு முழுவதும் ஊடுருவி நடுங்க வைத்தது.

நண்பர்கள் சூழ சொந்தங்கள் சுற்றிலும் நிற்க அய்யர் மந்திரங்கள் சொல்ல அனைவரும் அர்ச்சனை தூவ பாரதியின் கலங்கிய விழிகளைப் பார்த்துக் கொண்டே அவளுடைய சங்கு கழுத்தில் பொன் தாலியைப் போட்டு அதிலிருந்த மஞ்சள் கயிறில் மூன்று முடிச்சைப் போட்டு அவளைத் தனக்குச் சொந்தம் ஆக்கிக் கொண்டான் பிரபாகரன்.

சந்திராவின் மனதில் சந்தோஷமும் நிம்மதியும் பரவி இருந்தது,பெரிய பொறுப்பிலிருந்து தன்னை விடுவித்தது போல் நிம்மதி பெரு மூச்சு விட்டாள்.

கணவன் இறந்த நாள் தொட்டு தன் மனதில் அழுத்திக் கொண்டிருந்த பாரத்தை இறக்கி வைத்தது போல் உணர்ச்சிவசப்பட்ட நிலையில் கண்ணீர் வடித்தாள்.

“சந்தோஷமா இருக்க வேண்டிய நேரத்தில் கண்ணக் கசக்கிக்கிட்டு முதல்ல கண்ணை தொடைச்சுகிட்டுப் போய் வந்தவர்களைக் கவனி அக்கா” என்று உறவுமுறைப் பெண் சந்திராவைத் துரத்த முகத்தில் புன்னகையை வரவழைத்துக் கொண்டு சென்றாள்.

பின் மாலையில் உறவினர்கள் செல்லும் வரை குடும்பத்தினர்களுக்கு ஓய்வே இல்லை.பின் மண்டபத்தைக் காலி பண்ணிக் கொண்டு வீடு வந்து சேர்ந்தார்கள்.

பாரதியை பிரபாகரன் வீட்டிற்கு அழைத்துச் செல்ல அங்கு ஆரத்தி சுத்தி இருவரையும் உள்ளே அழைத்தவர்கள், சாமி அறையில் தீபம் ஏற்றச் சொன்னார்கள். அதைச் செய்ததும் பாலும் பழமும் கொடுத்து விட்டு, “நீ போய் வேற புடவை மாத்திக்கோ” என்றார்கள்.

அவள் தயங்கியபடியே நின்றாள். உமாவோ ராதிகாவோ அவளைக் கண்டு கொள்ளவே இல்லை. லஷ்மியும், "கால் வலி கொஞ்ச நேரம் படுத்திருந்துட்டு வரேன்" என்று சொல்லி விட்டுச் சென்று விட்டார்.

மனைவியின் தயக்கத்தைப் புரிந்து கொண்டவன், "பாரு எதாவது வேணுமா?" என்றான்.

இவனுக்காவது கேக்கனும்னு தோனுச்சே என்று நினைத்துக் கொண்டவள், “என்னோட துணி எல்லாம் அம்மா வீட்டில் இருக்கு” என்றாள்.

“அங்கயே போய் மாத்திட்டு பாதி துணியை இங்கே எடுத்துட்டு வரையா? இல்லை நாளைக்குப் போய் வேற துணி வாங்கிக்கலாமா?” என்றான்.

“வேண்டாம் அதே போதும்” என்றாள்.

“சரி வா உன்னைக் கூட்டிப் போய் விட்டுட்டு அப்பறமா வந்து நான் மாத்திக்கறேன்” என்று சொன்னவன் அவளைக் கூட்டிக் கொண்டு மாமியார் வீட்டிற்குச் சென்றான்.

அங்கே சந்திரா உறவுப் பெண்ணை மகளுக்கும் மருமகனுக்கும் ஆரத்தி எடுக்கச் சொல்லி உள்ளே அழைத்தார். சந்திரா பலகாரம் எடுத்து வந்து மருமகனுக்குக் கொடுத்தார்.

“அத்தை இதெல்லாம் வேண்டாம் பாரு துணி மாத்தறேன்னு சொன்னாள் அதான் கூட்டி வந்தேன், நானும் போய் கொஞ்ச நேரம் படுக்கறேன் அசதியா இருக்கு'' என்று சொன்னவன். “பாரு நைட் நானே வந்து கூட்டிப் போறேன்'' என்று சொல்லி விட்டுக் கிளம்பினான்.

பிரபாகரன் சென்றதும் வானதி அக்காவை வந்து கட்டிக் கொண்டாள். “வானதி அக்காவைக் கொஞ்சியது போதும் அவளைக் கூட்டிப் போய் அவ தலையில் இருக்கற பின்னை எல்லாம் எடுத்து விடு.

பாரதி இந்த கவரிங் செட்டை எல்லாம் கலட்டிட்டு குளித்துவிட்டு பீரோவில் இருந்து தங்க நகை எல்லாம் எடுத்துப் போட்டுக்கோ'' என்றவள் இரவு வரும் மருமகனுக்கு விருந்து தயார் பண்ணச் சென்றாள்

பாரதி தங்கை உதவியுடன் தன் அலங்காரத்தைக் கலைத்தவள். “இப்ப தான் நல்லா இருக்கு இத்தனையும் சுமக்கவே நான் நிறைய சாப்பிடனும் போல, எல்லாம் சரியா இருக்கான்னு பாரு நான் போய் குளிச்சுட்டு வரேன்'' என்று சொல்லி விட்டுச் சென்றாள்.

பாரதி குளித்து விட்டு வந்ததும் இருவரும் சேர்ந்து எல்லாம் எடுத்து வைத்து விட்டு, பாரதி துணிகளையும் பேக் பண்ணினார்கள்.

சமையலை முடித்து விட்டு வந்த சந்திரா சுடியில் இருக்கும் மகளைப் பார்த்து விட்டு, “புதுப் புடவை எடுத்து வெச்சிருக்கேன் அதைக் கட்டு சுடிதார் போடற மாதிரி இருந்தால் பிரபா தம்பியக் கேட்டுக்கோ'' என்றாள்.

இவ்வளவு நாளா நான் போடுகிட்டு இருந்த துணியக் கூட அவனைக் கேட்டுத் தான் போடனுமா? என்று நினைத்தவளுக்கு உள்ளுக்குள் கோபம் தணல் விட்டு எரிய ஆரம்பித்தது.

அதை அறியாத சந்திரா புடவையை எடுத்துக் கொடுத்து விட்டு நகை எல்லாம் எடுத்துக் கொடுத்தாள். அம்மாவை எதிர்த்துப் பேச முடியாமல் எல்லாம் போட்டுக் கொண்டாள்.

வானதி பக்கத்து வீட்டு அக்காவைப் போய் பூ வாங்கி வரச் சொன்னேன் வாங்கிட்டு வந்துட்டாங்களான்னு பாரு எனறாள்.

வானதி எழுந்து சென்று விட, “பாரதி நீ இன்னும் சின்னப் பொண்ணு இல்லை கல்யாணம் ஆகிருச்சு அதுவும் ஒரே ஊர் பார்த்து சூதானமா இருந்துக்கோ.

உன் குடும்ப விஷயம் வெளியில யாரும் பேசக் கூடாது, பிரபா தம்பி சொல்றபடி கேட்டு நடந்துக்கோ எதிர்த்துப் பேசாதே'' என்று புத்திமதிகளை அள்ளித்

தெளித்துக் கொண்டிருந்தார்.

பாரதியோ யாருக்கு வந்த விருந்தோன்னு இந்தக் காதில் வாங்கி அந்தக் காதில் விட்டுக் கொண்டிருந்தாள். வானதி கை நிறைய மல்லிகை மொக்குகளைக் கொண்டு வந்து கொடுக்க, “நீயே அவளுக்கு வெச்சு விடு” என்றாள் சந்திரா.

வானதி பூ வெச்சு விட நடப்பது எதையும் தடுக்க முடியாமல் பொம்மை போல நின்றாள்.

பிரபாகரன் மனைவியை விட்டு வந்ததும் படுத்தவன் தான் அடுச்சுப் போட்ட மாதிரி தூங்கிக் கொண்டிருந்தான்.

சிவமணி வந்து அவனை எழுப்பினார், “பிரபா வெளில வந்து பாரு உன்னால அங்கச் சண்டை நடந்துட்டு இருக்கு நீ என்னடான்னா நல்லா தூங்கிட்டு இருக்க போய் அதைக் கவனி” என்றார்.

“ஏன் யாருக்கு என்னாச்சு?” என்று கேட்டுக் கொண்டே எழுந்தான்.

“பாரதி அவங்க வீட்டுக்குப் போனதை உங்க அக்காவும் அவ பொண்ணும் உங்க அம்மாட்ட போட்டுக் கொடுத்துகிட்டு இருக்காங்க, சீக்கிரமா போய் கூட்டி வா அப்பத் தான் இவங்க வாய் அடங்கும்” என்றார்.

பிரபாகரன் குளித்து விட்டு வெளியில் போகும் போதும் சத்தம் ஓயவில்லை.

“என்னம்மா சத்தம்” என்றான்.

“எல்லாம் உன் பொண்டாட்டியால தான் தாலி கட்டி முழுசா ஒரு நாள் கூட ஆகவில்லை அதுக்குள்ள அம்மா வீட்டுக்குப் போயாச்சு, இங்க நான் ஒரு பெரிய மனுஷி இருக்கேன் எங்கிட்டச் சொல்லிட்டுப் போக வேண்டாமா?” என்று பொரிந்து தள்ளிக் கொண்டிருந்தார்.

“அப்படி இருக்கறவங்க இருந்து அவ என்ன செய்யனும் செய்யக் கூடாதுன்னு சொல்லி இருக்கனும், நீங்க பாட்டுக்கு கால் வலிக்குதுன்னு போய் படுத்துட்டீங்க, அக்காவும் அவளை வெட்டவா குத்தவான்னு பாக்குது அவ தான் என்ன பண்ணுவா?

மாத்துத் துணி கூட இல்லை எவ்வளவு நேரம் அந்தப் பட்டுப் புடவையிலேயே இருப்பா, அதான் நானே கொண்டு போய் விட்டுட்டு வந்தேன்” என்றான்.

“சரிடா நீ சொல்றபடியே வெச்சுகிட்டாலும் இந்நேரம் வந்திருக்கனும் பக்கத்துல இருக்கற வீட்டுக்குப் போயிட்டு வர இவ்வளவு நேரம் ஆகுமா?” என்றாள் உமா.

“நான் தான் நீ வர வேண்டாம் நானே வந்து கூட்டிப் போறேன்னு சொல்லியிருந்தேன், இதோ போய் கூட்டி வரேன் பேச்சை இதோட விடுங்க, போய் அவரவர் வேலையைப் பாருங்க” என்று சொல்லி விட்டுச் சென்று விட்டான்.

4

அத்தியாயம் 4

பிரபாகரன் இரவு உணவை மாமியார் வீட்டிலேயே முடித்துக் கொண்டு தன் வீட்டிற்குக் கிளம்பியவன் பாரதி கையில் இருந்த பேக்கை வாங்கி காரில் வைத்தான்.

“பணம் இருந்தால் குளியலறைக்குக் கூடக் காரில் போகலாம் போல” என்று அவன் மனைவி முனகுவதைக் கேட்டுத் திரும்பியவன், “நீ இங்கிருந்து துணி எடுத்து வருவேன்னு நினைச்சுத் தான் கார் எடுத்து வந்தேன்.

இதே ரோட்டில் தினமும் நடந்து வயலுக்குப் போவதை பார்த்துட்டுத் தானே இருக்க” என்று கேட்டு புருவத்தை உயர்த்தி கண்ணைச் சிமிட்டவும் வாயை கப் என்று மூடிக் கொண்டாள்.

பிரபா முகத்தில் புன்னகை பூக்க பின்னாடி வந்த மாமியாரிடமும் கொழுந்தியாளிடமும், “நாங்க கிளம்பறோம்” என்று கூறினான்.

“சரி தம்பி நாளைக்குக் காலையில் இவங்க அத்தையும் மாமாவும் வருவாங்க மறு வீடு அழைக்கறக்கு நேரமே வந்துருங்க” என்றார்.

“சரிங்க அத்தை” என்று சொல்லி விட்டு அவன் போய் காரில் ஏறிக் கொள்ள, பாரதிக்கு மறுபடியும் அறிவுரை சொல்லி அனுப்பி வைத்தாள் சந்திரா.

பாரதி தங்கையிடமும் தாயிடமும் விடை பெற்றுக் கொண்டு கணவனுடன் புகுந்த வீட்டிற்குச் சென்றாள்.

அதுவரை இருந்த தைரியம் மொத்தமாக வடிந்து விட அருகில் அமர்ந்திருந்த கணவனைப் பயத்துடன் பார்த்தாள்.

அதற்குள் வீடு வந்து விடக் காரைப் போட்டிக்கோவில் நிறுத்தியவன், “நான் அவ்வளவு அழகாவா இருக்கேன் இப்படி வெச்ச கண்ணு வாங்காம பாக்கற, மீதிய நம்ம ரூம்ல போய் பார்த்துக்குவியாம் இப்ப காரை விட்டு இறங்கு வீடு வந்துருச்சு” என்றான் அவன் குரலே தாபத்துடன் ஒலித்தது.

திடுக்கிட்டு நிமிர்ந்து பார்த்தவளுக்கு வெக்கத்தில் முகம் சிவந்து விட்டது, சே இவனைப் போய் இப்படி பார்த்துட்டு இருந்திருக்கிறேனே என்று தலையில் தட்டிக் கொண்டவள் காரை விட்டு கீழே இறங்கினாள்.

பிரபா காரைப் பூட்டி விட்டு வரவும் இருவரும் ஒன்றாக உள்ளே நுழைந்தார்-கள்.

அவர்களுக்காகவே காத்திருப்பது போல் அனைவரும் வரவேற்பு அறையி-லேயே இருந்தார்கள். பாரதியைப் பார்த்ததும், “அம்மா உன் மருமகளுக்கு இப்ப-வாவது வரனும்னு தோனுச்சே, நான் உன் மகனையும் அவங்க வீட்லையே பிடுச்சு வெச்சுப்பான்னு நினைச்சேன் அப்படிச் செய்யாம இங்க கூட்டி வந்தாளே அது-வரை சந்தோஷம்” என்றாள் உமா.

“அம்மா அவ அங்கயே இருக்கலாம்ன்னு சொன்னாலும் நம்ம மாமா கேட்டி-ருக்க மாட்டார், அதான் வேற வழி இல்லாம வந்துட்டா” என்றாள் ராதிகா.

இதை எல்லாம் அந்த வீட்டின் ஆண்களான சிவமணி, மூர்த்தி, மனோஜ் மூன்று பேரும் பார்த்துக் கொண்டிருந்தார்கள். நாம எதாவது சொல்லப் போய் கோபம் முழுவதும் பாரதி மீது தான் திரும்பும் என்று தயங்கினார்கள்.

பிரபா வாயைத் திறப்பதற்குள் பாரதி, “அக்கா நான் அத்தையக் கேக்காம போக மாடேன்னு தான் சொன்னேன், மாமா தான் நான் பார்த்துக்கறேன்னு சொன்னார்.

இப்பக் கூடப் பாருங்க நான் இங்க வரக்காக ரெடியாகி காத்திருக்கேன் மாமா அம்மா வீட்லையே இருக்கலாம்ன்னு சொல்றார், நான் தான் அத்தையும் அக்கா-வும் திட்டுவாங்கன்னு சொல்லிக் கூட்டி வந்தேன்” என்றாள்.

பிரபா திறந்த வாய் மூடாமல் அவளையே பார்த்துக் கொண்டிருந்தவன், அடிப்-பாவி எப்படி சரமாரியா பொய் சொல்றா என்று நினைத்துக் கொண்டிருந்தான்.

சிவமணிக்கு சிரிப்பு தாங்க முடியவில்லை எப்படியோ நம்ம மருமகள் தப்பிச்-சுட்டா, மாட்டிக்கிட்டையா மகனே என்ன ஆட்டம் ஆடியிருப்ப என்று நினைத்-துக் கொண்டார்.

மனோஜூம் மூர்த்தியும் இந்தப் பொண்ணு சொல்வது உண்மை தான் போல என்று நினைத்துப் பார்த்துக் கொண்டிருந்தார்கள்.

“இவ சொல்றது உண்மையாடா கல்யாணம் ஆகி முழுசா இன்னும் ஒரு நாள் கூட ஆகலை அதுக்குள்ள உன்னை முந்தானையில் முடுஞ்சு வெச்சுகிட்டாளா?” என்று அதுக்கும் அவளையே குறை சொன்னாள் உமா.

“அவ என்ன பண்ணுவா அதான் சொல்றாளே இதை எல்லாம் பண்ணியது பிரபான்னு அவனைக் கேளு” என்று லஷ்மி மகளிடம் மருமகளுக்காக ஆதரவுக் கரம் நீட்டினார்.

தன் அம்மா பாரதிக்கு சாதகமாகப் பேசியதில் முகம் சுருங்கிப் போனவள் அதை வெளிக்காட்டிக் கொள்ளாமல் அமைதியானாள் உமா.

“அக்கா இதுக்கு தான் எங்க அம்மாட்ட நான் அப்பவே சொன்னேன் எனக்குப் புடவை எல்லாம் வேண்டாம் சுடியே போதும்ன்னு கேட்டாங்களா?

இப்ப பாருங்க அவங்களால எனக்குக் கெட்ட பேர், இனி நான் புடவையும் கட்டலை மாமாவை முந்தானையிலும் முடுஞ்சு வைக்கலை. நீங்களே உங்க தம்பிய வீட்டுக்குள்ள போட்டுப் பூட்டி வைங்க எல்லாம் உங்க நல்லதுக்குத் தான் சொல்றேன்.

ஏன்னா நம்ம ஊர்ல நான் மட்டும் புடவை கட்டலை நிறையப் பேர் கட்றாங்க, நிறைய முந்தானையும் இருக்கு உங்களால எந்நேரமும் உங்க தம்பி கூடவே இருக்க முடியாது பார்த்துக்குங்க.

எதாவது முந்தானையில் சிக்கிட்டார்ன்னா என்னைக் கேள்வி கேக்கற மாதிரி அவங்ககிட்டக் கேட்க முடியாது. கேட்டாலும் நல்லா இருக்காது சொல்லிட்டேன் அப்பறம் உங்க விருப்பம்” என்றாள் கூழாக.

யார் முகத்திலும் ஈயாடவில்லை அவளையே பார்த்துக் கொண்டிருந்தார்கள்.

பிரபாவுக்கு ரொம்ப அவமானமாகப் போய் விட்டது. இதுவரை அப்பா அம்மா கூட இவனிடம் இப்படி பேசியது இல்லை எப்படி பேசுறா என்று நினைத்தவனுக்கு, கோபத்தில் முகம் சிவந்து விட்டது.

கல்யாணம் ஆன முதல் நாளே மனைவியிடம் இப்படி ஒரு தாக்குதலை எதிர்பார்க்கவில்லை. அந்த இடத்தில் எல்லார் முன்பும் மனைவியை எதுவும் சொல்ல முடியாமல் வேகமாகத் தன் அறைக்குச் சென்றான்.

லஷ்மி மகளை முறைத்துக் கொண்டிருந்தார். சிவமணி தான் இதுக்கு மேல வாய் திறக்காமல் இருந்தால் அது பிரபா வாழ்க்கையைத் தான் பாதிக்கும் என்று நினைத்தவர், “பாரதி பேசியது போதும் அவன் ரூமுக்குப் போய் விட்டான் நீ எதாவது கேக்கனும்னால் அவன் கிட்டயே கேட்டுக்கோ” என்று சொன்னார்.

“இருமா” என்று சொல்லி விட்டு சமையலறைக்குச் சென்ற லஷ்மி பாலை ஒரு சொம்பில் எடுத்து வந்து அவளிடம் கொடுத்து, “போ” என்றார்.

அவர்களைக் கேளியாகப் பார்த்து விட்டு அந்தப் பாலை வாங்கிக் கொண்டு பிரபாவின் அறைக்குச் சென்றாள்.

அவன் கோபத்துடன் மனைவியை எதிர்பார்த்துக் காத்திருந்தான், அவளைப் பார்த்ததும், “உனக்கு அறிவில்லையாடி எங்கே எப்படி பேசனும்னு தெரியாதா?

என்னைப் பேசி அசிங்கப் படுத்துறதா நினைச்சுகிட்டு இருக்க, அது நேத்து வரை தான் இப்ப அப்படி இல்லை. என்னைப் பேசினால் அந்த அவமானம் உனக்கும் தான்” என்றான் கோபத்துடன்.

“எப்படி எப்படி நீ செஞ்சது தப்பில்லை நான் பேசினது உனக்கு அவமானமா போச்சா? நல்லா இருக்கே உன் ஞாயம், என் புருஷன் ஸ்ரீ ராமன்னா பெருமையாச் சொல்லிக்கலாம் ஆனால் உன்னை என்னன்னு சொல்றது"

"அதுக்காக ஊரெல்லாம் போய் என் புருஷன் மோசம்ன்னு சொல்லிட்டு வருவியா? கல்யாணத்துக்கு முன்னாடி ஒரு ஆம்பளை எப்படி இருந்தாலும், கல்யாணம் முடுஞ்சதும் பொண்டாட்டிக்கு உண்மையா இருந்தால் போதும்” என்றான்.

“அது எப்படி வாய் கூசாம இப்படி பேசற. நான் இப்ப எந்த ஆம்பளைங்க கையும் படாத கற்புள்ள பொண்ணா உன் முன்னாடி நிற்கிறேன். என் உடம்பை எங்க அம்மாவைத் தவிர யாரும் பார்த்ததில்லைன்னு என்னால கர்வமா சொல்ல முடியும்.

உன்னால அப்படிச் சொல்ல முடியுமா? எந்தப் பொண்ணோட கையும் என் மேல பட்டதில்லை நீ தான் முதல்ன்னு எனக்கு உத்திரவாதம் கொடுக்க முடியுமா? அதான் உன் புகழ் ஊரே கொடி கட்டிப் பறக்குதே” என்றாள் கோபத்தில் அவள் முகம் செவ்வானமாகச் சிவந்திருந்தது.

தன் மனைவி கேட்ட ஒவ்வொரு கேள்வியும் அவனை நிலைகுலைய வைத்தது.

இது வரை செய்ததை தவறு என்று உணராதவனுக்குத் தான் ஆசைப் பட்ட பொண்ணு வாயால், அதுவும் முதல் இரவிலேயே இப்படிப் பட்ட வார்த்தை எல்லாம் கேட்கும் போது தான், தான் எவ்வளவு பெரிய தவறு செய்திருக்கிறோம் என்று புரிந்தது.

“பாரு என்னை மன்னிச்சுருடி இனிமேல் இந்த மாதிரி ஒரு தவறை என் வாழ்நாளில் செய்ய மாட்டேன்” என்றான் கெஞ்சும் குரலில்.

“இனிமேல் செய்ய மாட்டியா? செஞ்சு தான் பாரேன் எந்த இடத்துல எவ கூட இருந்தாலும் அங்கயே வந்து விளக்குமாத்தாலேயே மொத்துவேன். நான் இருக்கும் போது நீ இப்படி வெளியில் சுத்தினால் அது எனக்குத் தான் அவமானம்” என்றாள் வேதனையுடன்.

“நீ இருக்கும் போது நான் ஏன் வெளியில் போகப் போறேன் செல்லம்” என்றான் அவளை மையலுடன் பார்த்துக் கொண்டே.

“நீ அப்படி எல்லாம் தப்புக் கணக்கு போட்றாதே என்னைத் தொடனும்னு கனவுல கூட நினைச்சுப் பார்த்திறாதே அது தான் நான் உனக்குத் தரும் தண்டனை” என்றாள்.

“தொட்டால் என்னடி பண்ணுவ” என்று அவள் கிட்டே வந்து தொட்டு அணைத்தவன், “அம்மா” என்று கத்திக் கொண்டே அவளை விட்டு விலகி, “என்னடி பண்ணுன” என்றான்.

பாரதி கையில் இருந்த பின்னை எடுத்துக் காட்டி, “என்னைத் தொட நினைச்சாலே இப்படிதான் நடக்கும், உன்னை நம்பி இந்த அறைக்கு வந்தேன்னு நினைச்சியா? நான் என்னை நம்பித் தான் வந்தேன் அவ்வளவு சீக்கிரம் நீ எங்கிட்டே வர முடியாது” என்றாள்.

“அப்படியா உன்னை நான் தொட முடியாதுன்னு நினைச்சியா?” என்றவன், அவள் எதிர்பாராத நேரம் அவள் கையைப் பிடித்து அவள் கழுத்தோடு சுற்றிக் கொண்டவன்,

அவள் கழுத்து வளைவில் முகத்தை வைத்து அழுத்தி, “உன்னைத் தொடுவது எனக்கு ஒரு விஷயமே இல்லைடி. அதில் உனக்கும் விருப்பம் இருக்கனும்னு நினைக்கறேன்.

என் இஷ்டப்படி வாழ்ந்தேன் தான் நான் இல்லைன்னு சொல்லை, ஆனால் இதுவரை என் உடம்புக்குத் தான் தீனி போட்டிருக்கேனே தவிர என் மனசுக்கு இல்லை.

அதற்கு உன்னால் தான் தீனி போட முடியும் கண்டிப்பா அதை நீ செய்வ என் காதல் மேல எனக்கு நம்பிக்கை இருக்கு, அதுவரை நான் காத்திருப்பேன் இப்போதைக்கு நீ என் பொண்டாட்டிங்கற இந்த சந்தோஷமே போதும்.

இனி இதைப் பத்தி பேசி நம்ம மனசை நாமளே காயப் படுத்திக்க வேண்டாம், நீ கட்டில்ல படுத்துக்கோ” என்று சொல்லி விட்டு அவளை விட்டவன், அதே வேகத்தில் சென்று கட்டிலில் கிடந்த தலையணையையும் போர்வையும் எடுத்துக் கொண்டு கீழே விரித்துப் படுத்துக் கொண்டான்.

சில நிமிஷங்கள் அதிர்ச்சியில் உரைந்து இருந்தவள், “எதுக்குடா என்னைத் தொட்ட” என்று கத்த ஆரம்பித்தாள். அவள் உடம்பு முழுவதும் பதற்றம் தொற்றிக் கொள்ள இவனை நம்பி இந்த அறையில் இருக்கலாமா?

இவன் மனசைப் பார்க்கறேன்னு சொல்றது எல்லாம் நம்பற மாதிரி இல்லையே!! அவ்வளவு நல்லவன் இல்லையே!! என்று யோசித்துக் கொண்டிருந்தாள்.

“ஏய் பேசாம் படுடி நானே வேற மூடுல இருக்கேன், வேண்டாம்ன்னு ஒதுங்கி இருக்கறவனை நீ விட மாட்ட போல இருக்கே, என்னை மீறி எதாவது நடந்தால் நான் பொறுப்பில்லை” என்றான் அவளை அழுத்தமாகப் பார்த்துக் கொண்டே.

அதற்கு மேல் பேச அவளுக்கு என்ன பைத்தியமா பிடுச்சிருக்கு கப்சுப் என்று வாயை மூடிக் கொண்டு கட்டிலில் ஏறிப் படுத்துக் கொண்டாள்.

சிரிப்புடன் அதைப் பார்த்தவன் கண்ணை மூடி உறங்க முயற்சித்தான் அது அவ்வளவு எளிதில்லை என்பது அதன் பிறகு தான் தெரிந்தது.

மெல்லிய விளக்கு வெளிச்சத்தில் அவள் உடம்பின் வரி வடிவங்கள் அவனுக்கு தூண்டில் போட்டது, தூர இருந்தே பார்த்து ரசித்தவள் இன்று என் அறையில் எனக்குப் பொண்டாட்டியாக என்ற நினைவே அவனுக்குப் போதை

ஏற்றியது.

திரும்பிப் படுத்திருந்தவளைப் பார்த்துக் கொண்டே ஏக்கத்துடன் உறக்கத்தில் ஆழ்ந்தான்.

அந்த வாரம் முழுவதும் மறு வீட்டு அழைப்பு, உறவினர்கள் வீட்டு விருந்து கோவில் பொங்கல் வைக்க என்று இப்படியே நாள் போயிற்று.

உமா பாரதியையே வீட்டு வேலையை எல்லாம் செய்ய வைத்தாள், பாரதிக்கும் ஓரளவிற்கு அந்த வீட்டின் பழக்க வழக்கம் புரிய ஆரம்பித்தது.

அன்றிலிருந்து பிரபாவிடம் லேலைக்கு வருவதாகச் சொல்லி இருந்தாள் பாரதி, அதனாலேயே வேக வேகமாக வீட்டு வேலையை முடித்துக் கொண்டிருந்தாள்.

அப்பொழுது பார்த்து கோகுல் அவள் வீட்டுக்கு வந்திருந்தான் சமையலறைக்கே வந்தவன், “கலெக்டரைக் கூடப் பார்த்து விடலாம் போல உன்னைப் பார்க்கவே முடியலை.

ஒரு வாரமா நானும் உன்னைப் பார்க்க முயற்சி பண்னிட்டு இருக்கேன் உன்னைப் பிடிக்கவே முடியவில்லை அவ்வளவு பிசியா” என்றான்.

“என்னது ஒரு வாரமா என்னைத் தேடறியா? அவ்வளவு முக்கியமான விஷயம் என்ன வெச்சிருக்க, இந்த வெங்காயத்தை கட்பண்ணிக்கிட்டே சொல்லு கேட்போம்” என்றாள்.

“குடு” என்று வெங்காயத்தை வாங்கிக் கொண்டு சமையலறை மேடையிலேயே அமர்ந்தபடி அதைக் கட் பண்ணிக் கொண்டு, தயக்கத்துடன் அவளைப் பார்ப்பதும் வெங்காயத்தைக் கட் பண்ணுவதுமாக இருந்தான்.

அவனைக் கவனித்துக் கொண்டிருந்தவள் இட்லியை ஊற்றிவைத்து விட்டு அவன் அருகில் சென்று அவன் முகத்தையே பார்த்தவள், “எங்கிட்ட சொல்லக் கூட உனக்கு இவ்வளவு தயக்கமா? யாருடா அந்தப் பொண்ணு” என்றாள்.

“உனக்கு எப்படித் தெரியும்” என்றான் தயக்கத்துடன்.

“மொசப் புடிக்கற மூஞ்சியப் பார்த்தால் தெரியாதான்னு எங்க அம்மா அடிக்கடி சொல்லுவாங்க, உன்னைப் பார்த்தாலும் அப்படிதான் இருக்கு என்ன விஷயம் சொல்லுடா” என்றாள்.

“அது வந்து என்னைத் தப்பா நினைச்சுக்காத உன் கல்யாணத்தின் போது யமுனாவை புடவையில் பார்த்ததிலிருந்து எனக்கு என்னென்னமோ தோனுது, அவளைப் பார்த்துக்கிட்டே இருக்கனும் போல இருக்கு” என்று சொல்லிவிட்டு அவள் முகத்தைப் பார்த்தான்.

அதிர்ந்து போனவள், “நீ அவளை விரும்பறையா? கோகுல், இது எவ்வளவு பெரிய பிரச்சனையில் கொண்டு போய் விடும்ன்னு தெரியுமா? ஊருக்குள்ள கலவரமே நடக்கும்.

அவ நம்ம பிரண்டு நீ அவளைக் கல்யாணம் பண்ணிக்கறதுல எனக்கு ரொம்ப சந்தோஷம் தான், நாம ஜாதி பார்க்க மாட்டோம். ஆனால் நம்மளைச் சுத்தி இருக்கரவங்க அப்படி இருக்க மாட்டாங்க, இது தெரிந்தாலே வெட்டுக் குத்து தான் நடக்கும்.

அவங்களை ஊரை விட்டே துரத்திடுவாங்க, பாவம் அவங்க அப்பா அம்மா நம்ம ஊருக்குக் குடி வந்ததிலிருந்து ரொம்பக் கஷ்டப் பட்டவர். இப்பத் தான் கொஞ்ச நாளா நிம்மதியா வாழறாங்க அவங்க வாழ்க்கையக் கெடுத்துறாதே.

நம்ம நட்பாள யமுனா சந்தோஷமா இருக்கனும் கோகுல் இது வேண்டாம்'' என்றாள்.

இதைப் பற்றிக் கொஞ்சம் கூட யோசிக்காதவன், ''நான் ஜாதியைப் நினைக்கவே இல்லை உங்கிட்ட சொல்லனும்னு தான் துடிச்சுக்கிட்டு இருந்தேன், அப்ப என் காதல்'' என்று கேட்டுக் கண்கலங்கி நின்றான்.

அவனுடைய வேதனை அவளையும் தாக்க, ''கோகுல்'' என்று அவன் கையைப் பிடித்து ஆறுதல் சொன்னவள், அவன் கண்ணீரைத் துடைத்து விட்டாள்.

அப்போது சரியாக உள்ளே வந்த ராதிகா இதைப் பார்த்து விட்டு தன் அம்மாவைச் சத்தமாக அழைத்தால்.

''என்ன ராதிகா நீ இன்னும் கிளம்பாம என்ன பண்ற'' என்று கேட்டுக் கொண்டே வந்தான் மனோஜ்.

அவனை முறைத்து விட்டு மறுபடியும் அம்மாவையே அழைத்தால்,

பாரதியும் கோகுலும் இவ எதுக்கு இவ்வளவு சத்தம் போடறா, என்று நினைத்துக் கொண்டு இருவரும் ஒருவரை ஒருவர் பார்த்துக்

கொண்டார்கள்.

5

அத்தியாயம் 5

ராதிகா போட்ட சத்தத்தில், “உமா” என்ன என்று கேட்டுக் கொண்டே வந்தாள்.

“அம்மா இங்க வந்து பாருங்க இவங்க ரெண்டு பேரும் ஒருத்தரை ஒருத்தர் கொஞ்சிக்கிட்டு நிக்கறாங்க” என்றாள்.

இதைக் கேட்ட கோகுலும் பாரதியும் அதிர்ந்து போனார்கள். “என்ன சொன்ன நாங்க கொஞ்சிட்டு இருந்தோமா? நீ அதைப் பார்த்தியா? பார்த்துப் பேசு இல்லைனா நான் என்ன பண்ணுவேன்னு எனக்கே தெரியாது” என்றாள் கோபத்துடன் பாரதி.

“என் பொண்ணு எதுக்குப் பொய் சொல்றா, காலங்காத்தால இவனுக்கு நம்ம வீட்டு அடுப்படியில என்ன வேலை” என்றாள் உமா.

கோகுல் நம்மாள பாரதிக்குப் பிரச்சனை வரும் போலயே என்று பயத்துடன் கையைப் பிசைந்து கொண்டு நின்றான்.

“என்ன அக்கா சத்தம் நிம்மதியா தூங்க கூட விட மாட்டியா? அம்மாவும் அப்பாவும் எங்கே?” என்று கேட்டுக் கொண்டே வந்தான் பிரபாகரன்.

“அதை ஏன் கேக்கற அவங்க ரெண்டு பேரும் பெரிய காரியத்துக்குப் போயிட்டாங்க, உன் பொண்டாட்டி என்னடான்னா இவனைக் கூட்டி வந்து கும்மாளம் அடுச்சுகிட்டு இருக்கா, இது என்ன வீடா? இல்லை கூத்தடிக்கிற இடமா? நீயே கேளு” என்றாள் உமா கோபத்துடன்.

என் பொண்டாட்டியா? யார் வந்திருக்கா என்று சமையலறையில் எட்டிப் பார்த்தவன், இவங்களோட நட்பைப் பலப்படுத்தக் காலையிலேயே வந்துட்டானா? எப்படி ஒரு வாரமா பார்க்காம இருந்தாங்க என்று யோசித்துக் கொண்டிருந்தான்.

பாரதிக்கு கோபத்தில் முகம் சிவந்து இதழ் துடிக்க நின்றிருந்தவளைப் பார்த்தவனுக்கு, போச்சு அவ முழு பத்திரகாளியா மாறுவதற்குள் அக்காவைக் காப்பாற்றுவோம் என்று நினைத்து, “அவங்க ரெண்டு பேரும் என்னத்தையோ பேசிட்டுப்

போறாங்க உனக்கு என்ன அக்கா'' என்றான்.

‘‘எனக்கு என்னவா டேய் உன் பொண்டாட்டி இன்னொருத்தன் கூடக் கொஞ்சிக்கிட்டு இருக்கான்னு சொல்றேன், வெக்கமே இல்லாம எப்படியோ இருந்துட்டுப் போறான்னு சொல்ற'' என்றாள் மேலும் கோபத்துடன் உமா.

‘‘அக்கா வார்த்தையப் பார்த்துப் பேசு என் பொண்டாட்டியப் பத்தி எனக்குத் தெரியும், அவங்க ரெண்டு பேரும் பிரண்டுன்னு உனக்குத் தெரியாதா? எதுக்கு வீண் பழிப் போடுற வந்தால் வந்த வேலைய மட்டும் பார்த்துட்டுப் போ'' என்றான்.

‘‘ஓ புதுப் பொண்டாட்டி மோகத்துல அக்காவையே எடுத்தெருஞ்சு பேசுறையா?'' என்று கண்ணீர் வடித்தாள்.

‘‘ராதிகா உனக்கு எதுக்கு இந்த வேலை ஊருக்குக் கிளம்பு எனக்கு நேரமாச்சு'' என்றான் மனோஜ்.

‘‘ஆமாம் நீங்கப் பெரிய கலெக்டர் உத்தியோகம் பார்க்கறீங்க உடனே போகனுமா? நான் என்ன பொய்யா சொன்னேன் பார்த்ததைத் தானே சொன்னேன்'' என்றாள்.

‘‘அப்படி என்னத்தைப் பார்த்த அதையும் சொல்லு'' என்று கேட்டுக் கொண்டே முன்னாடி போனாள் பாரதி. கோகுல் அவளுடைய கையைப் பிடித்து இழுத்து, ‘‘வேண்டாம் பாரதி நீ எதுவும் பேசாதே'' என்றான்.

‘‘விடுடா இது என் குடும்ப விஷயம் நீ தலையிடாதே'' என்றவள் ராதிகாவிடம், ‘‘அவங்களாவது என் புருசனோட அக்கா சொல்லிட்டுப் போறாங்கன்னு விட்டேன்.

நீ யாரு என்னைப் பற்றிப் பேச, கல்யாணத்துக்கு வந்தால் வந்த வேலையப் பார்த்துட்டுப் போய்கிட்டே இரு, தேவையில்லாம என் விஷயத்துல தலையிடாதே.

‘‘மனோஜ் அண்ணா கூப்பிடறாங்க கலெக்டர் வேலையா பாக்கறேன்னு சொல்ற ஏன் மேடம் கலெக்டர் வேலை பார்த்தால் தான் போவீங்களோ?

உங்க அம்மாவை கலெக்டர் வேலை பார்க்கற மாப்பிள்ளையா பார்க்கச் சொல்ல வேண்டியது தானே!!

கலெக்டர் வேலையோ கூலி வேலையோ உன்னை வீட்டில் உட்கார வெச்சு சாப்பாடு போடறாரே அதுக்காவது மரியாதை கொடு'' என்றாள்.

‘‘அம்மா பாருங்க என்னை எப்படி பேசுறான்னு அப்பறம் நானும் எதாவது சொல்லிருவேன்'' என்றாள் கோபத்துடன் ராதிகா.

உங்களுக்கும் தான் உமா அக்கா. இது உங்க அம்மா வீடா இருந்தால் நீங்க என்ன வேணாலும் பேசுவீங்களா? அதுக்கு வேற ஆளைப் பாருங்க.

இனி என் விஷயத்துல உங்க அக்கா தலையிட்டால் என்னைத் தனியா கூட்டிட்டுப் போயிடு.

இவங்களோட இருந்தால் என் மீது என்ன பழி வேணாலும் போடுவாங்க, எங்க நட்பு வட்டத்துல யாருக்கு என்ன பிரச்சனைனாலும் எங்கிட்டத் தான் வந்து சொல்லுவாங்க.

அதே மாதிரி தான் இப்பவும் கோகுலுக்கு ஒரு பிரச்சனைன்னு வந்து சொன்னான், அதனால் அவனுக்கு ஆறுதல் சொல்லி அவன் கண்ணீரைத் துடைத்து விட்டேன், இதில் என்ன தப்பு இருக்குன்னு எல்லாரையும் கூப்பிட்டு நாட்டாமை பன்ற.

இந்த விளக்கத்தைக் கூட நான் சொல்ல வேண்டிய அவசியம் இல்லை, ஆனால் என் புருஷன் என் மேல நம்பிக்கை வெச்சுதுக்கு அவனுக்கு நீங்க இளிச்ச வாய் பட்டம் கட்டிரக் கூடாது அதற்குத் தான் இந்த விளக்கம்.

வாடா எங்க ரூம்ல போய் பேசுவோம்'' என்று சொல்லி கோகுல் கையைப் பிடித்து இழுத்துக் கொண்டு அறைக்குச் சென்றாள்.

அவன் தயக்கத்துடன் பிரபாவை பார்த்துக் கொண்டே அவள் பின்னே சென்றான்.

உமாவுக்கு மருமகன் முன்னே அவமானமாக உணர்ந்தவள், தன் தம்பியைக் கோபத்துடன் பார்த்து, ''பிரபா எனக்கு இந்த வீட்டில் உரிமை இல்லாத மாதிரி பேசுறா நீ எதுவுமே சொல்லலை'' என்றாள்.

''அக்கா அவ உனக்கு உரிமை இல்லைன்னு சொல்லலை என்னைத் தானே வேற வீட்டுக்குக் கூப்பிட்டாள், உனக்கு அவளைப் பிடிக்கலைனா ஒதுங்கிப் போயிரு, அவகிட்டப் பேசாதே. அதை விட்டுட்டு எப்பப் பாரு அவகிட்ட வம்பிழுத்துக்கிட்டே இருக்க, என்னமோ பண்ணுங்க என்னை விடுங்க'' என்று சொல்லி விட்டு அறைக்குச் சென்றான்.

உமா ராதிகா இருவரும் அதிர்ந்து போய் பார்த்துக் கொண்டிருந்தார்கள், உமா தன் பெண்ணை அப்பா கேட்கும் போதே பிரபாவிற்கு கல்யாணம் பண்ணிக் கொடுத்திருக்கனுமோ என்று யோசித்தாள்.

மனோஜ் என்ன பேசுவது என்று தெரியாமல் கோபத்துடன் மனைவியை விட்டுவிட்டுச் சென்று விட்டான்.

பிரபா அறைக்குச் செல்லும் போது பாரதியும் கோகுலும் பேசிக் கொண்டிருந்தார்கள், இவனைப் பார்த்ததும் கோகுல் தயக்கத்துடன் எழுந்து நிற்கவும்,

''நீங்க பேசுங்க'' என்று சொல்லி விட்டு குளியல் அறைக்குள் புகுந்து கொண்டான்.

நிம்மதியாக அமர்ந்தவன், ''சாரி பாரதி பிரபா அண்ணாவைப் பத்தி தெரியாம தவறா நினைச்சுட்டேன், ரொம்ப நல்லவரா தெரியறார் வேற யாரக இருந்தாலும் இப்படி நடந்து கொண்டிருக்க மாட்டாங்க'' என்றான்.

“உண்மை தான் நானும் இந்த ஒரு வாரமா அதை பார்த்துட்டுத் தான் இருக்கேன், அதை விடு கோகுல் இப்ப நீ என்ன முடிவு பண்ணியிருக்க” என்றாள்.

“எனக்கும் புரியலை பாரதி, அவளைக் கல்யாணம் பணிக்கக் கொஞ்சம் கூட வாய்ப்பில்லையா? எதாவது பண்ண முடியாதா? என்று ஏக்கத்துடன் கேட்டான்.

அதைப் பார்த்துக் கொண்டிருந்த பாரதிக்கு பாவமாக இருந்தது. புரிந்து கொள்ளாமல் திரும்ப திரும்ப அதையே கேட்கும் அவனிடம் எதைச் சொல்வது எதைப் பேசுவது என்று புரியாமல் பார்த்துக் கொண்டிருந்தாள்.

பிரபா குளித்து விட்டு வந்தவன் ரெடியாகி வெளியில் கிளம்பினான். “எனக்குச் சொல்லித் தரேன்னு சொன்ன அதுக்குள்ள எங்க கிளம்பிட்ட” என்றாள்.

“நீங்க ஏதோ பெரிய பிரச்சனையைப் பத்தி பேசிட்டு இருக்கீங்க முதல்ல அதைப் பேசி முடிங்க, எனக்கு வெளியில வேலை இருக்கு போய்ட்டு வந்து சொல்லித் தரேண்டி” என்று சொல்லி விட்டுச் சென்று விட்டான்.

பாரதி கோகுலிடம், “நீ நல்லா யோசிச்சு முடிவெடுடா எனக்கு தோனினதைச் சொன்னேன், மத்தபடி உன் இஷ்டம்” என்றாள்.

“என்ன பாரதி இப்படி சொல்ற உங்கிட்ட சொல்லும் வரை இப்படி ஒரு பிரச்சனை வரும்னே எனக்குத் தெரியாது, உடனே மறக்கச் சொன்னால் எப்படிக் கொஞ்சம் யோசிக்கலாமே” என்றான்.

“சரி உன் இஷ்டப் படியே யோசிச்சு முடிவெடு அதுவரை யமுனாகிட்டப் பேசி அவ மனசுலையும் ஆசையை வளர்த்து விட்டுறாதே” என்று கண்டிப்புடன் சொன்னாள் பாரதி.

ஒரு வழியாகப் பேசி முடித்தவர்கள் அவனை அனுப்பி விட்டு மீதி சமையலை முடிக்க அடுப்படிக்குச் சென்றாள்.

வீட்டிற்கு வந்த லஷ்மியிடம் ராதிகாவும் உமாவும் போட்ட தூபத்தில் பிரபாவுக்கு போன் பண்ணி வீட்டுக்கு வா என்றார்.

“அம்மா இன்னும் கொஞ்ச நேரம் ஆகும் எதாவுது முக்கியமான விஷயமா?” என்றான்.

“ஆமாம் முக்கியமான விஷயம் தான் சீக்கிரமா வா” என்று கோபத்துடன் சொல்லி விட்டு போனை வைத்தார்.

அடுத்து பாரதியின் அம்மா சந்திராவிற்கும் போன் பண்ணி உடனே வரச்சொல்லவும், “பதற்றத்துடன் என்னாச்சு அக்கா” என்றாள்.

“அதை இங்க வந்து பேசிக்கலாம்” என்று சொல்லி போனைக் கட் பண்ணி விட்டாள்.

சந்திராவுக்கு உதறல் எடுத்தது, “வானதி கொஞ்சம் தண்ணீர் கொண்டு வா இப்பத் தான் நிம்மதியா இருந்தேன். அதுக்குள்ள உங்க அக்கா என்ன வம்ப

வளர்த்து வெச்சிருக்காளோ!!

படுச்சுப் படுச்சு அவ்வளவு தூரம் சொன்னேன் உன்னால அந்த வீட்டுல எந்தப் பிரச்சனையும் வரக்கூடாதுன்னு கேட்டாளா?'' என்று புலம்ப ஆரம்பித்தாள்.

தண்ணியைக் கொண்டு வந்து கொடுத்த வானதி, ‘‘அம்மா அக்கா மேல எந்த தப்பும் இருக்காது நீங்களா எதுவும் கற்பனை பண்ணி பேசாதீங்க'' என்றாள்.

‘‘உங்க அக்காவைச் சொல்லிட்டால் உனக்குப் பொறுக்காதே என்று சொல்லி விட்டு தண்ணீரை வாங்கி குடித்தவள், ‘‘நான் போய் பார்த்துட்டு வரேன் கல்யாணம் ஆகி ஒரு வாரம் கூட முடியாம பஞ்சாயத்து வைக்கிறாளே'' என்று மறுபடியும் புலம்பிக் கொண்டு சென்றாள்.

இது எதுவும் தெரியாத பாரதி தன் உடையைப் பீரோவில் அடுக்கும் வேலையைப் பார்த்துக் கொண்டிருந்தாள்.

பிரபா வீட்டிற்கு வரும் போதே, ‘‘அவனுடைய அம்மா, அக்கா, ராதிகா, சந்திரா, அப்பா, மாமா அனைவரும் அமர்ந்து வாக்கு வாதத்தில் ஈடுபட்டிருந்தனர்.

அவனுக்குப் பார்த்ததுமே தெரிந்து விட்டது அக்கா தான் காலையில் பாரதி பேசியதற்குப் பஞ்சாயத்து கூட்டி இருக்கு என்று, இதுக்குப் போய் அவங்க அம்மாவை எல்லாம் கூப்பிடனுமா?

இவளே என்னைக் கல்யாணம் பண்ணிக்கிட்டதைத் தண்டனையா நினைக்கிறாள், இவங்க பண்ற வேலைக்கு அவங்க அம்மா ஏன்டா பொண்ணைக் கொடுத்தோம்ன்னு நினைக்க வெச்சுருவாங்க போல இருக்கு.

முதல்ல எங்க அம்மாவைச் சொல்லனும், பையனை விடப் பொண்ணு தான் முக்கியம்ன்னு நினைக்கறாங்க என்று யோசித்துக் கொண்டே அவர்கள் அருகில் சென்று அமர்ந்தவன், ‘‘அத்தை நீங்க எப்ப வந்தீங்க எதாவது முக்கியமான விஷயமா?'' என்று வேண்டுமென்றே தெரியாத மாதிரி கேட்டான்.

‘‘இப்ப தான் வந்தேன் பிரபா. அம்மா தான் அவசரமா வரச் சொன்னாங்க அவங்களே பேசிட்டு இருக்காங்க எனக்கும் ஒன்னும் புரியலை'' என்றாள் குழப்பத்துடன்.

‘‘அம்மா அத்தைய எதுக்கு வரச்சொன்னீங்க'' என்று நேரடியாகக் கேட்டான்.

‘‘ராதுமா போய் பாரதிய வரச்சொல்லு'' என்றார் லஷ்மி. அவள் இதற்காகவே காத்திருந்த மாதிரி மாடிக்கு ஓடினாள். அவள் ஓடுவதையே கோபத்துடன் பார்த்துக் கொண்டிருந்தான் பிரபா. குடும்பமே சேர்ந்து தன் மனைவியைக் குற்றம் சொல்லக் காத்திருப்பதைப் புரிந்து கொண்டான்.

மேலே சென்ற ராதிகா சிறிது நேரத்திலேயே பாரதியோடு வந்தாள். பாரதி அனைவரும் தனக்காகத் தான் காத்திருப்பதைப் புரிந்து கொண்டவள், தன் அம்மாவைப் பார்த்து விட்டுத் தன் கணவனை முறைத்துக் கொண்டே, ‘‘அம்மா எப்ப வந்தீங்க'' என்றாள்.

“அதை எல்லாம் அப்பறமா விசாரிப்பியாம் உங்க அம்மா எங்கயும் போக மாட்டாள், எதுக்கு என் பொண்ணையும் பேத்தியையும் கண்டபடி பேசியிருக்க.

வந்தால் வந்த வேலையப் பார்த்துகிட்டு போகனும்னு சொன்னியாமே, நேத்து வந்த உனக்கு அவ்வளவு உரிமையா? என் பொண்ணுக்கு இந்த வீட்டில் இல்லாத உரிமை உனக்கு இருக்கா? இதை எல்லாம் சொல்ல நீ யாரு?” என்றவள்,

சந்திரா பக்கம் திரும்பி, “உன் வீட்டில் பொண்ணக் கட்டினதுக்கு எங்களுக்கு இது தேவை தான். நாங்க உயிரோடு இருக்கும் போதே எங்க பொண்ணுக்கு இந்த நிலமைன்னால், நாங்கப் போன காலத்துல என் பொண்ணு இந்த வீட்டிற்கு வர முடியாது போலயே?” என்றார் லஷ்மி கோபத்துடன்.

“பாரதி என்ன இதெல்லாம் நான் உங்கிட்ட அவ்வளவு தூரம் சொல்லி விட்டேன்னல்ல” என்று கண்டிக்கவும்,

“அம்மா நீங்க யாரு என் வீட்டு விஷயத்துல தலையிட, பஞ்சாயத்துக்கு உங்களைக் கூப்பிட்டால் ஓரமா உட்கார்ந்து பார்த்துட்டுப் போங்க, எல்லாப் பிரச்சனைக்கும் நீங்க தான் காரணம்.

நம்ம வசதி என்னனு தெருஞ்சும் பெரிய இடத்துல பொண்ணைக் கொடுக்கனும்னு பேராசைப்பட்டால் இது தான் நடக்கும், எனக்குக் கல்யாணம் பண்ணியதோட உங்க பவர் முடிஞ்சு போச்சு.

இனி என் தங்கச்சியப் படிக்க வைக்கிறதோ கல்யாணம் பண்ணிக் கொடுக்கிறதோ நான் மட்டும் தான் முடிவெடுப்பேன், நீங்க பார்த்துப் பண்ணின லட்சணம் தான் தெரியுதே?” என்றாள் கோபத்துடன்.

சந்திரா தன் பெண்ணின் பேச்சைக் கேட்டு வாயடைத்துப் போனாள், அதற்குள்ளாகவே மகளின் குரல் கேட்டு அங்கே கவனித்தாள்.

“அத்தை நீங்க கேட்டது சரி தான் நான் அப்படி பேசியிருக்க கூடாது தான், உங்க பொண்ணும் பேத்தியும் என்னை எவ்வளவு கேவலப் படுத்தினாலும் இனி நான் இப்படி பேசமாட்டேன் என்னை மன்னிச்சுக்குங்க.

நீங்க ரெண்டு பக்க ஞாயத்தையும் கேட்டிருக்கனும் பரவாயில்லை எங்க அம்மா மாதிரி இல்லாம, நீங்க இல்லாத காலத்திலும் உங்க பொண்ணு கஷ்டப்படக் கூடாதுன்னு நினைக்கறீங்களே” என்று சொல்லி விட்டு அழுது கொண்டே அறைக்குள் ஓடிவிட்டாள்.

சந்திரா கண்ணீருடன் இந்தக் குடும்பத்தில் ஏண்டா பொண்ணைக் கொடுத்தோம் என்று நினைத்துக் கொண்டு, பிரபாவை மட்டும் அழுத்தமாகப் பார்த்து விட்டுச் சென்று விட்டாள்.

பிரபா அமைதியாக அப்பாவைப் பார்த்தான், அவரும் எதுவும் பேசாதிருப்பதைப் பார்த்து விட்டு, “அம்மா நீங்க மாமாவை எதாவது திட்டியிருக்கீங்களா?” என்றான்.

“அவரை எப்படித் திட்ட முடியும் என் பொண்ணை அவர் சந்தோஷமா வெச்சுக்க வேண்டாமா?” என்றார்.

“அப்ப என்னுடைய சந்தோஷம் இங்க யாருக்கும் முக்கியமில்லை அப்படித் தானே?” என்று வேதனையுடன் முகத்தைச் சுழித்துக் கொண்டு அவன் கேட்டதும், அனைவரும் அதிர்ந்து போய் பார்த்தார்கள்.

அவனுடைய அப்பா, “பிரபா அது வந்து” என்று பதற்றத்துடன் சொல்ல வரும் போது, “நீங்களும் என்னை ஏமாத்துட்டீங்களே அப்பா.

பத்து வருஷத்துக் காதல் என் டீன் ஏஜ் வயசுல அவ மேல வந்த காதல், நம்ம ஊர்லையே அவளைக் கல்யாணம் பண்ணிக்க நிறையப் பேர் ஆசைப்பட்டதும் நான் எப்படித் தவித்துப் போனேன் தெரியுமா?

இப்ப மட்டும் நான் அவளைக் கல்யாணம் பண்ணாதிருந்தால் கண்டிப்பா அவ எனக்குக் கிடைத்திருக்க மாட்டாள்.

எங்க நம்ம ஊர் பசங்களுக்கு வேலை கிடைச்சு அவளைப் பொண்ணு கேட்டுருவாங்களோன்னு, நான் எத்தனை வேண்டாத வேலை எல்லாம் செய்திருக்கேன் தெரியுமா?

அப்படிக் கல்யாணம் பண்ணிக்கிட்டு வந்தவ கூட இன்னைக்கு என்னால சந்தோஷமா வாழமுடியலை, நான் வயசுத் திமிரில் செய்த தவறு என் வாழ்க்கையக் கேள்விக்குறியாக்கிருச்சு.

அவளைச் சமாதானப் படுத்த முடியாம திணறிக்கிட்டு இருக்கேன், இதுல நீங்க எல்லாம் அவளை எங்கிட்ட இருந்து நிரந்தரமா பிருச்சுருவீங்க போல இருக்கு.

அவங்க அம்மா பார்த்த பார்வை இருக்கே, என் பெண்ணை எதிர்த்துகிட்டு உனக்குக் கல்யாணம் பண்ணிவெச்சேன் பாருன்னு அப்படியே செத்துட்டேன்.

வார்த்தைக்கு வார்த்தைக்கு என் பொண்ணுன்னு சொல்றீங்களே அப்ப நான் உங்க பையன் இல்லையா? நீங்களாவது பேசுவீங்கன்னு கடைசி வரை எதிர் பார்த்தேன் அப்பா எல்லாரும் ஏமாத்திட்டீங்க.

என்னைக் கேக்காம என் மாமியாரை யார் கூப்பிடச் சொன்னது, பாரு எதுக்குச் சொன்னான்னு முழுசா கேட்டீங்களா? இல்லை நானும் அந்த இடத்துல தான் இருந்தேன் எங்கிட்டயாவது கேட்டீங்களா?

இனி இந்த வீட்டுல இருக்க எனக்கு விருப்பம் இல்லை. ஆனால் இப்பப் போனால் அதுக்கும் இந்த ஊர்காரங்க பாருவைத்தான் காரணம் சொல்வாங்க அதனால் இங்க இருக்கேன்.

இனிமேல் உங்க யாருகிட்டையும் பேச மாட்டேன், ஒரு வருஷம் இங்க இருந்துட்டு காட்ல வீட்டைக் கட்டிட்டு நானும் என் பொண்டாட்டியும் போய்விடுகிறோம்.

உங்க பொண்ணையும் பேத்தியையுமே இந்த வீட்டை ஆளச் சொல்லுங்க” என்று சொல்லி விட்டு யாருடைய பதிலையும் எதிர் பார்க்காமல் அனைவரும்

கத்தக் கத்த போய் கதவை அடைத்துக் கொண்டான் பிரபா.

6

அத்தியாயம் 6

அறைக்குச் சென்ற பிரபா அழுது கொண்டு படுத்திருக்கும் மனைவியைப் பார்க்கும் போது ரொம்ப வேதனைப் பட்டான்.

இவளை எப்படி வெச்சிருக்கனும்னு ஆசைப்பட்டேன் என்னாலையே எல்லாக் கஷ்டத்தையும் அனுபவிக்கிறாளே, நான் கையாளாகதவனா வேடிக்கை பார்த்து-கிட்டு இருக்கேனே என்று நொந்து போனான்.

அவனைப் பார்த்ததும் பொங்கி எழுந்த கோபத்தில் எழுந்து போய் அவன் சட்-டையைப் பிடித்துக் கொண்டு, “உனக்கு நான் என்னடா துரோகம் பண்ணினேன், எங்க வசதிக்குத் தகுந்த பையனை பார்த்துக் கல்யாணம் பண்ணிட்டு நிம்மதியா ஏதோ ஒரு மூலையில் கூழோ கஞ்சியோ குடிச்சுட்டு நிம்மதியா இருந்திருப்பேனே.

இப்படி கல்யாணம்ங்கற பேர்ல ஏண்டா என்னைச் சித்திரவதை பண்ற, என் கூட நீ சந்தோஷமா வாழ முடியும்ன்னு நினைக்கிறையா?

உங்க அம்மா அக்கா அவங்க பொண்ணு எல்லாரும் அவங்க இஷ்டத்துக்கு பேசுறாங்க, என்ன நடந்ததுன்னு என் கிட்ட கேட்டாங்களா? இன்னும் யாரெல்லாம் திட்டுவாங்களோ.

அப்பா நீங்க என்னையும் கூட்டிகிட்டே போயிருக்கலாம், அம்மாவை நம்பி விட்டுட்டுப் போனீங்க செத்துப் போயிருவேன்னு சொல்லியே என்னை சாகடித்துட்-டாங்க” என்று ஓ என்று கதறி அழுதவளை கண் கொண்டு பார்க்க முடியலை அவனால்.

அவனுக்கும் கண்ணீர் பெருக்கெடுக்க, “அப்படிச் சொல்லாதடி உன்னை நான் மட்டும் தான் சந்தோஷமா வெச்சுக்க முடியும்ன்னு நினைச்சேன்.

உன்னை எப்படி எல்லாம் வெச்சுக்கனும்னு நினைச்சேனோ அதுக்கு மாறா நடக்குது, இனி உன்னை யாரும் எதுவும் சொல்ல மாட்டாங்க.

கொஞ்ச நாள் இங்க இருக்கலாம், அதுக்குள்ள நம்ம காட்டுக்குள்ளையே ஒரு வீட்டைக் கட்டி விடுகிறேன். நாம ரெண்டு பேரும் அங்க போயிறலாம், எனக்கு நீ மட்டும் தாண்டி வேணும்'' என்று தன் மனதிலிருப்பதைக் கொட்டிக் கொண்டிருந்தான்.

''எதுக்கு உன்னை உங்க அம்மா அப்பாட்ட இருந்து பிரிச்சு கூட்டிட்டுப் போயிட்டேன்னு இந்த ஊரே என்னைப் பேசருக்கா, நான் எங்கயும் வரமாட்டேன்.

உன்னால இன்னும் என்னென்ன அனுபவிக்கப் போறேனோ'' என்று ஆத்திரத்துடன் கத்தி விட்டு கட்டிலில் போய் சுருண்டு படுத்துக் கொண்டாள்.

அவளுக்கு எப்படி ஆறுதல் சொல்வது என்று தெரியாமல் விழி பிதுங்கி நின்றான்.

பிரபாவின் இந்தப் பேச்சைக் கேட்டு அவனுடைய அம்மா அப்பா இடிந்து போனார்கள், ராதிகாவும் உமாவுமே பயந்து போனார்கள்.

அதுவரை பேசாமல் ஒதுங்கி இருந்த மூர்த்தி, ''மாமா நான் சொல்றேன்னு தப்பா எடுத்துக்காதீங்க, நீங்க உங்க பொண்ணு பையன் ரெண்டு பேரையுமே சரியா வளர்களை, இவ்வளவு நாள் வீட்டு விஷயம் வெளிய போகக் கூடாதுன்னு பொறுமையா இருந்தேன்.

அதுக்கு தண்டனையாகத்தான் என் பொண்ணும் உங்க பொண்ணு மாதிரியே வளர்ந்து இன்னைக்குப் புருஷனை எதிர்த்து நிற்கிறாள்.

பாவம் பாரதி அவ பிரண்டு கோகுலுக்கு ஏதோ பிரச்சனைன்னு வந்து இவகிட்ட சொல்லி அழுதிருப்பான் போல இருக்கு, அதுக்குப் பாரதி ஆறுதல் சொல்லி அவன் கண்ணீரைத் துடைத்து விட்டிருக்காள்.

இதுல என்ன தப்பு இருக்குன்னு உங்க பொண்ணும் பேத்தியும் அவளை அந்தப் பேச்சு பேசினாங்க, நீங்க தான் பெரிய மனுஷனாச்சே என்னாச்சு ஏதாச்சுன்னு விசாரிக்க மாட்டீங்களா? வந்ததும் சண்டை போடனுமா?

என் மாப்பிள்ளையும் கோபித்துக் கொண்டு போய்விட்டார். உங்க பொண்ணையும் பேத்தியையும் கொஞ்ச நாளைக்கு உங்க வீட்டிலேயே வெச்சுக்குங்க'' என்று சொல்லி விட்டுப் போய்விட்டார்.

லஷ்மியும் சிவமணியும் நிலைகுலைந்து போனார்கள், நான் எப்பவும் பொறுமையா யோசித்து முடிவெடுப்பேனே, எனக்கு என்னாச்சு உமாவை வீட்டுக்கு வரக்கூடாதுன்னு சொன்னான்னு சொன்னது என் அறிவை மறைச்சிருச்சா?

இப்ப என் மகனே என்னை வெறுத்து ஒதுக்கும் படி நடந்துகிட்டேனே, இந்த வீட்டுப் பெண்களின் குணம் தெருஞ்சும் ஏமாந்துட்டேனே என்று நொந்து போனார்.

''இப்ப எல்லாருக்கும் சந்தோஷமா உங்கிட்ட எத்தனை முறை சொல்லியிருப்பேன், உமா பேச்சைக் கேட்டு நம்ம பையன் வாழ்க்கையக் கெடுத்துறாதேன்னு இன்னைக்கு நானும் ஏமாந்துட்டேனே.

இந்த வயசுல மாப்பிள்ளை விட்டுட்டுப் போறார்னா இவ அங்க என்ன வாழ்ந்திருப்பான்னு நினைக்கற லஷ்மி'' என்றார்.

அவள் கண்ணீரைத் துடைத்துக் கொண்டு, ''அவ வாழ்க்கை அவ எப்படியோ பார்த்துக்கட்டும் எனக்கு பிரபா வாழ்க்கை தான் முக்கியம்,

அவங்க ரெண்டு பேரும் இன்னும் சேர்ந்து வாழலை போல இருக்கே, இவன் வேற பத்து வருஷமா காதலிக்கறேன்னு சொல்றான் எனக்குப் பயமா இருக்குங்க.

ஏன் அவளுக்கு நம்ம பையனைப் பிடிக்கலை அவன் அழகா இல்லையா? நமக்குத் தான் சொத்து இல்லையா? இந்த வீட்டில் ராணி மாதிரி வாழலாமே" என்றாள் அப்பாவியாக.

சிவமணிக்கு என்ன பதில் சொல்வது என்று தெரிய வில்லை அமைதியாக இருந்தார்.

உமா பயத்துடனும் தயக்கத்துடனும், "அம்மா" என்று ஏதோ சொல்ல வாயைத் திறந்தாள்.

அவ்வளவு தான் லஷ்மி கட்டுக்கடங்காத கோபத்துடன், "உன் பேச்சை நம்பி தானே நாங்க பேசினோம் எதுக்கு இப்படி பொய் சொல்லி அழுது ஆர்ப்பாட்டம் பண்ணி எங்களை யோசிக்க கூட விடாம பண்ணிட்டியே!!

இவ்வளவு நாளா உன்னையும் ராதிகாவையும் பார்த்துகிட்டு என் பையனை நினைக்காம விட்டுட்டேன். உனக்கும் வயசாகிருச்சு உன் பொண்ணு வாழ்க்கையப் பாரு அவளை மனோஜ் கூடச் சேர்த்து வைக்கும் வழியப் பாரு.

நீயும் மாப்பிள்ளைகிட்ட பேசி உன் வீட்டுக்குக் கிளம்பு. இனிமேல் மாப்பிள்ளையோடு வந்தாள் வா இல்லைன்னால் வராதே அப்படி வந்தாலும் ரெண்டு நாளில் போயிரனும், இது பிரபா வீடு மட்டும் தான் கிளம்புங்க இதுக்கு மேல எங்கிட்டப் பேசினால் நான் கோபத்துல எதாவது சொல்லிருவேன்" என்றாள்.

"பாட்டி அம்மா தப்பே பண்ணி இருந்தாலும் அவங்க உங்க பொண்ணு தானே வேற யார்கிட்டையோ பேசற மாதிரி பேசறீங்க தாத்தா நீங்க எதுவும் பேசாம இருக்கீங்க" என்றாள் கவலை தோய்ந்த முகத்துடன்.

"நீ படுச்ச பொண்ணு தானே உங்க அம்மா தான் புத்தி இல்லாம நடந்துக்கிறாள்ன்னா சொல்லித் திருத்த மாட்டியா? நான் பிரபாவுக்கு உன்னைப் பெண் கேட்டப்ப எப்படி பேசினாள்.

அது மட்டுமில்லாம உனக்கும் அவசரமா கல்யாணத்தை வெச்சுட்டாள். நான் பிரபா மனசில் என்ன இருக்குன்னு தெருஞ்சுக்காம அப்படிப் பண்ணிட்டேன்.

அவ பொண்ணுன்னு வரும் போது தம்பிய விட பொண்ணு தான் முக்கியமா தெருஞ்சா. இதை நான் இன்னவரை உங்க பாட்டிகிட்டக் கூடச் சொல்லலை இப்படி எல்லாத்துலையும் சுயநலமா இருக்கும் போது நானும் அப்படி இருந்தால் தப்பில்லை.

பொண்ணுக்குக் கல்யாணம் பண்ணிக் கொடுத்தால் கடமை முடுஞ்சுதுன்னு நினைக்கிற காலத்துல, நான் இவ்வளவு நாள் நிறக்கச் சீர் செய்துட்டேன் இனி உங்க வாழ்க்கையப் பார்த்துக்குங்க.

நான் என் பையன் வாழ்க்கையப் பார்க்கனும்" என்றார்.

"என்னங்க சொல்றீங்க பொண்ணு கேட்டீங்களா? கொடுக்கமாட்டேன்னு சொல்லிட்டாளா? இதை ஏன் எங்கிட்டச் சொல்லலை நான் எவ்வளவு நாள் வேதனைப் பட்டேன் தெரியுமா?

போதும்ங்க நம்ம பொண்ணு நமக்கு எப்படி வாழனும்னு சொல்லித்தர அளவுக்கு நாம வாழ்ந்திருக்கோம்ன்னு நினைக்கும் போது எனக்கே வெக்கமா இருக்குங்க" என்றாள் லஷ்மி நொந்து போன குரலில் கணவனைப் பார்த்து.

உமாவால் வாயே திறக்க முடியவில்லை, ராதிகாவும் அதற்கு மேல் அம்மாவுக்குச் சாதகமாக எதுவும் பேசாமல், அவளுக்குச் சைகை மூலம் இப்ப எதுவும் பேசாதே என்றாள்.

லஷ்மியும் சிவமணியும் மகளை விட்டுவிட்டு மகனிடமும் மருமகளிடமும் எப்படி பேசி சமாதானப் படுத்துவது என்று புலம்பிக் கொண்டிருந்தார்கள்.

உமாவும் ராதிகாவும் சத்தமில்லாமல் அறைக்குள் சென்றுவிட்டார்கள், "அம்மா நல்ல வேளை நான் சொன்னதைப் புருஞ்சுகிட்டு பேசாம இருந்த எங்க பேசிருவியோன்னு பயந்துட்டேன்" என்றாள்.

"ஏன் பேச வேண்டாம்ன்னு சொன்ன எதையாவது பேசி நான் சரி பண்ணியிருப்பேன்" என்றாள் உமா.

"அப்படி பண்ண முடியாது பாட்டியும் தாத்தாவும் ரொம்ப உணர்ச்சி வசப்பட்ட நிலையில் இருக்காங்க. இப்ப நாம எது பேசினாலும் நமக்கு ஆப்போசிட்டாகத் தான் போய் முடியும், நாம ஊருக்குப் போகலாம் கொஞ்ச நாள் கழித்து வந்து பார்த்துக்கலாம்" என்றாள்

"உங்க அப்பா தான் வர வேண்டாம்ன்னு சொல்லிட்டுப் போயிட்டாரே எப்படி போறது" என்று முகத்தைச் சுழித்தாள் உமா.

"அவர் சொன்னால் நாம போகாம இருக்க முடியுமா? அது நம்ம வீடு அம்மா நம்மளை யாரும் எதுவும் சொல்ல முடியாது அப்பாவா இருந்தால் கூட" என்று சொல்லி அம்மா மனசைக் கலைத்து ஊருக்கு அழைத்துச் சென்றாள்.

அடுத்த நாள் காலையிலேயே பிரபா சிஸ்டம் ஒன்றை வாங்கி வந்து அவனுடைய அறையில் செட் பண்ணிக் கொண்டிருந்தான்.

பாரதி சமையல் வேலை செய்து கொண்டிருந்தாள் லஷ்மி காய் கட்பண்ணும் சாக்கில் மருமகளிடம் பேச்சுக் கொடுத்துப் பார்த்தார்.

அவளோ கேட்ட கேள்விக்கு மட்டும் பதில் சொல்லி விட்டு அவள் வேலையைப் பார்க்க ஆரம்பித்தாள்.

மேற்கொண்டு என்ன பேசுவது என்று தெரியவில்லை அவளிடம் மன்னிப்புக் கேட்க கவுரவம் தடுத்தது.

வேலையை முடித்து விட்டு பாரதி தன் அறைக்குச் செல்லும் போது பிரபா எல்லாம் செட் பண்ணியிருந்தான் அவளைப் பார்த்ததும், "பாரு எல்லாம் ரெடி பண்ணிட்டேன் இன்னையிலிருந்து வேலையை ஆரம்பிக்கறையா?" என்று கேட்-டான்.

"என்னென்ன வேலை இருக்கும் எப்படி செய்யரதுன்னு ஒரு முறை சொல்லித் தரயா?" என்று கேட்டாள்.

"பெரிசா எதுவும் இல்லை இவ்வளவு நாள் மில்லு கணக்கு பவர்லூம் தறிக் கணக்குக் காட்டுக் கணக்கு எல்லாம் அவசரத்துக்கு நோட்ல எழுதிருவேன்.

ரொம்ப நாளாவே எல்லாத்தையும் கம்பியூட்டரில் ஏத்த வேண்டும்ன்னு நினைச்சுகிட்டு இருந்தேன். இப்ப நீ அதை எல்லாம் பார்த்துக்க கொஞ்சம் கொஞ்சமா மத்தத் தொழில் கணக்கையும் இதில் ஏத்திரலாம்.

இதெல்லாம் வேலைக்கு வர கணக்கு. என் பொண்டாட்டியா காலையில் பதினொரு மணிக்கும், சாயந்திரம் நாலு மணிக்கும் காட்டுல வேலை செய்யும் ஆளுங்களுக்கு டீ வெச்சு கொண்டு போய் கொடுத்துரு. இது தான் உன் வேலை டீ போட சிரமமா இருந்தால் சொல்லிரு கடையில வாங்கி கொடுத்துக்கறேன்" என்றான்.

"இதுக்கு முன்ன எப்படி கொடுத்த யார் போட்டுக் கொடுத்தாங்க" என்று கேட்-டாள்.

"இதுக்கு முன்னையும் கடையில தான் வாங்கி கொடுத்துட்டு வேலை எப்படி செய்யறாங்கன்னு பர்ர்த்துட்டு மில்லுக்கு போவேன், எந்த வேலையா இருந்தாலும் அப்படியே போட்டுட்டு டீ வாங்கி கொடுக்க வருவேன்.

இப்ப நீ இருக்கியே டீ போட்டு கொடுத்துட்டு எப்படி வேலை செய்யறாங்கன்னு பார்த்துக்கோ, நான் வர வேண்டியதில்லை அதான்" என்று இழுத்தான் என்ன சொல்வாளோ என்று அவளையே பார்த்துக் கொண்டிருந்தான்.

"சரி நானே பார்த்துக்கறேன் உங்கிட்ட சம்பளம் வாங்கறேனே இதைக் கூடச் செய்ய மாட்டேனா?" என்றாள் பட்டும் படாமலும்.

"சம்பளத்துக்காக மட்டும் தான் வேலை செய்யறையா எனக்கு உதவியா இருக்கும்ன்னு எதுவும் செய்ய மாட்டியா?" என்றான் ஆழ்ந்த குரலில்.

"உனக்கு உதவியா வேலை செய்யனும்னால் புரோக்கர் வேலை தான் பண்-ணனும். அதைப் பண்றளவுக்கு நான் நல்லவ இல்லை" என்று சொல்லி விட்டு கம்பியூட்டர் முன்பு போய் அமர்ந்தாள்.

அவளையே வெறித்துப் பார்த்துக் கொண்டிருந்தவன், "நான் தான் தப்பு பண்-ணிட்டேன் நீ அதை சொல்லிக் காட்டிக்கிட்டே இருக்கனுமா? மன்னிச்சு ஏத்துக்க

கூடாதா?

அதான் உங்கிட்ட இந்த மாதிரி ஒரு தவறை வாழ்நாள் முழுவதும் செய்யமாடேன்னு சத்தியம் பண்ணிக் கொடுத்திருக்கேனே!! இன்னும் உனக்கு என் மீது நம்பிக்கை வரலையா?

உனக்கு நம்பிக்கை வரக்கு நான் என்ன செய்யனும் சொல்லு செய்யறேன், காலம் முழுக்க நீ என்னை எதிரியாகவே பார்த்துகிட்டு இருக்க முடியாது.

நாமளும் எல்லார் மாதிரியும் வாழனும் நமக்கே நமக்குன்னு இரண்டு குழந்தையாவது வேணும்" என்று கனவில் மிதந்து கொண்டே அவன் சொல்ல.

"கொஞ்சம் கனவு காணுறதை விட்டுட்டு இதை எப்படி பண்ணனும்னு சொல்றயா?" என்றாள் எரிச்சலுடன்.

"ஏண்டி எவ்வளவு ஆசையா சொல்றேன் ஒரு பேச்சுக்காகவாவது சரின்னு சொன்னால் குறைந்தா போயிடுவ" என்று சொல்லிவிட்டு, தான் கொண்டு வந்திருந்த கணக்கு நோட்டை எடுத்துக் கொண்டு போய் கம்பியூட்டர் முன்பு அமர்ந்தான்.

பாரதி அவன் பேசியது காதிலேயே விழாத மாதிரி அவன் கொண்டு வந்திருந்த கணக்கு நோட்டுக்களை ஆராய்ச்சி செய்து கொண்டிருந்தாள்.

அவளை அழுத்தமாகப் பார்த்தவன், ஒரு நோட்டை எடுத்து அதிலிருக்கும் கணக்கை கம்பியூட்டரில் ஏட் பண்ணிக் கொண்டே, "வானதிக்கு எந்த காலேஜ்ல சீட் கிடைச்சிருக்கு" என்று கேட்டான்.

"சென்னையில கிடைச்சிருக்கு அதான் யோசனையா இருக்கு இதுவரை வெளியில எங்கயும் தங்கியது இல்லை இப்ப எப்படி அவளை மட்டும் தனியா அனுப்பறது" என்றாள் கவலையுடன்.

"நீ எந்தக் காலத்துல இருக்க காலேஜில் சீட் கிடைக்கறதே பெரிய விஷயம் இதுல உங்களுக்கு பக்கத்திலயே வேணுமா? நாளைக்கு முதல் வேலையா அதைப் பாரு.

உன் அக்கவுண்டு நம்பர் கொடு பணம் அனுப்பி விடறேன்" என்றான்.

"உன் பணம் ஒன்னும் எனக்கு வேண்டாம் என் தங்கச்சியப் படிக்க வைக்க எனக்குத் தெரியும்" என்றாள் வீம்பாக.

"உனக்கு அந்தத் திறமை இருக்கு இல்லைன்னு யார் சொன்னா? நீ தான் எங்கிட்ட வேலைக்கு வரயே அதான் முன் பணம் கொடுத்து விடறேன் உன் சம்பளத்தில் மாசம் கொஞ்சமா பிடிச்சுக்கறேன்" என்றான்.

அவளுக்கு காலேஜ்ஜில் சேர்க்க பணம் தேவைப்பட்டதால் சரி என்று ஒத்துக் கொண்டாள்.

"நீங்க ரெண்டு பேரும் தனியாகப் போக வேண்டாம் நானும் கூட வரேன்" என்றான்.

அதை மறுக்க முடியவில்லை அவளுக்கும் சென்னை புதுசு தான் யாரை அழைச்சுட்டுப் போறது என்று தவித்துக் கொண்டிருந்தவளுக்கு அவன் கூட வரென்னு சொன்னது பெரும் ஆறுதலாக இருந்தது.

அதோடு அந்தப் பேச்சு முடிந்து விட அவன் கணக்குகளை எப்படி கம்பியூட்டரில் ஏட் பண்ணுவது என்று சொல்லிக் கொடுத்தான்.

அவளும் தன் சந்தேகத்தை எல்லாம் கேட்டுக் கொண்டிருந்தாள் அப்போது வந்த லஷ்மி, "ரெண்டு பேரும் சாப்பிட வராம என்ன பண்றீங்க சாப்பிட்டு வந்து வேலையைப் பாருங்க" என்று சொல்லி விட்டு மகன் முகத்தையே பார்த்துக் கொண்டிருந்தார்.

அவன் அதைக் கண்டு கொல்லாமல் மனைவிக்குக் கணக்கைச் சொல்லிக் கொண்டிருக்க, "அத்தை கேக்கறாங்க பதில் சொல்லு உன்னைத் தான் பார்த்துகிட்டு இருக்காங்க" எனறாள்.

அவன் எந்த பதிலும் சொல்லாமல் இருக்கவே பாரதியே, "நீங்க போங்க அத்தை வரோம்" என்றாள்.

"சீக்கிரம் வாங்க" என்று சொல்லி விட்டு கண்ணீரை முந்தானையில் துடைத்துக் கொண்டு சென்றார் அவனின் தாய். "பார் உன்னால தான் அழுதுகிட்டு போறாங்க உன்னால யாரையும் சந்தோஷமாகவே வெச்சுக்க முடியாதா?" என்றாள் கடுப்புடன் சத்தமாகவே.

"நீயும் தானடி பேசாம இருந்த அதுக்குள்ள என்னைச் சொல்ல வந்துட்ட" என்றான்.

"ஆமாம் ஆனால் இப்ப அவங்க முகத்தைப் பார்த்தால் பாவமா இருக்கு அதான் பேசினேன் உன்னை மாதிரி இல்லை நான்" என்றாள் அவனைக் குற்றம் சொல்லும் நோக்கில்.

"நான் இப்படித் தான் இருப்பேன் நீ இதைப் பார்க்கறையா?" என்றான் எரிச்சலுடன்.

"எனக்கு பசிக்குது" என்றாள்.

அவளை முறைத்தவன், "போய் சாப்பிட்டு சீக்கிரமா வா" என்றான்.

"நீயும் வா சாப்பிட்டு வந்து இதைப் பார்ப்போம் எப்படியும் உனக்குச் சாப்பாடு போட ஒரு முறை கீழே போகனும், ஒரு நாளைக்கு எத்தனை தடவை தான் படியேறனுமோ" என்று அலுத்துக் கொண்டாள்.

அவளை அழுத்தமாகப் பார்த்தவன், "சரி வா" என்று சொல்லி விட்டு முன்னே சென்றான்.

வரவேற்பறையில் அமர்ந்திருந்த சிவமணி மகனைப் பார்த்ததும், "பிரபா" என்று அழைக்க, அவன் அப்படியே வெளியே சென்று விட்டான். "சாப்பிட்டு போ பிரபா" என்று தாயின் குரல் அவன் பின்னே ஒலித்தது.

"அதுக்குள்ள உங்களை யாரு அவங்கிட்டப் பேசச் சொன்னது பாருங்க சாப்பிடாமலே போய்விட்டான்" என்று வேதனைப் பட்டவள், "பாரதி நீ போய் கூப்பிடு நீ கூப்பிட்டாள் கண்டிப்பா வருவான்" என்றாள்.

சிவமணியும் கவலையுடனே, "போய் கூப்பிடு மா" என்றார்.

அந்த தாய் தகப்பனின் தவிப்பு அவளுக்குள் என்னமோ செய்ய, "நான் போய் பார்கறேன் நீங்கக் கவலைப் படாதீங்க அத்தை" என்று சொல்லிவிட்டு வேகமாக வெளியே சென்றாள்.

7

அத்தியாயம் 7

வெளியில் சென்று கணவனைத் தேடிப் பார்த்து விட்டு அதே வேகத்தில் உள்ளே வந்து, "அத்தை வெளியில அவனைக் காணாம்" ஏன்று சொல்லி விட்டு நாக்கை கடித்துக் கொண்டவள், "மாமாவைக் காணாம்" என்றாள்.

அதை எல்லாம் கண்டு கொள்ளும் நிலையில் அவர்கள் இல்லை, "அவன் வடக்கால காட்டுக்குத் தான் போயிருப்பான் அங்க தான் குடிசை போட்டு வெச்சிருக்கான்.

வீட்டுல இருக்கற நேரமெல்லாம் அங்க தான் பழியா கிடப்பான், இப்பவும் அங்க தான் போயிருப்பான் போய் கூட்டி வா மா" என்றார் சிவமணி.

"சரிங்க மாமா" என்று சொல்லி விட்டு வடக்கால காட்டிற்குச் சென்றாள். அங்கே தான் விட்டத்தைப் பார்த்துக் கொண்டு படுத்திருந்தான் பிரபா.

அங்கே எல்லாத்தையும் பதட்டப்பட வெச்சுட்டு இங்க வந்து எவ்வளவு ஜாலியா படுத்திருக்கான் என்று பொருமிக் கொண்டே அவன் அருகில் சென்றாள்.

அந்த குடிசைக்குள் சென்றதும் அவளுக்கு அது பிடித்து விட்டது, "அழகா இருக்கே இந்த வழியாகப் போகும் போது வெளியில இருந்து பார்த்திருக்கேன், இப்ப தான் உள்ள வந்து பாக்கறேன்" என்றவள் அதிலிருக்கும் ஜன்னலில் போய் நின்று பார்த்தாள்.

அதில் இவங்க அம்மா மட்டும் தனியா காட்டில் புல்லு புடுங்குவதைப் பார்த்தவள், "ஐ இங்கிருந்து பார்த்தால் எங்க அம்மா தெரியறாங்க" என்றாள்.

அவன் அதற்கு எந்த ரியாக்சனும் கொடுக்காமல் படுத்திருக்கவும் அவன் அருகில் சென்று, "நான் சொன்னது உன் காதில் விழலையா?" என்று கேட்டு விட்டுச் சுற்றும் முற்றும் பார்த்தாள்.

"என்ன வேணும் சொல்லு இங்க எதுவும் இருக்காது இந்த கயிற்றுக் கட்டிலும் வயலில் வேலை செய்யும் பொருளும் தான் இருக்கும்" என்றான்.

"எங்க உட்காறதுன்னு பார்த்தேன் எதுவுமே இல்லை சேறாவது வாங்கிப் போட்-டிருக்கலாம்ல" என்று குறைபட்டாள்.

"இங்க உட்கார் என்று தள்ளிப் படுத்தவன் என் பக்கத்துல உட்கார்ந்தால் நான் ஒன்னும் உன் மேல் பாய மாட்டேன்" என்றான் எரிச்சலுடன்.

தயக்கமாக இருந்தாலும் அவன் கட்டிலிலேயே போய் அமர்ந்தாள். அவள் சட்டென்று அமர்ந்ததும் அதுவும் அவனோடு பட்டும் படாமலும் அமர்ந்திருந்ததில் அவன் இதயம் தாறுமாறாகத் துடித்துக் கொண்டிருந்தது.

அப்படி எந்த உணர்வும் இல்லாதவள் மறுபடியும் அதிசயத்தைப் பார்த்தவள் போல, "இந்தச் ஜன்னலிலிருந்து பார்த்தால் எப்படி எங்க காடு மட்டும் தெரியுது" என்று கேட்டாள்.

"உங்க காடு மட்டும் தெரியற மாதிரி கட்டினால் உங்க காடு தான் தெரியும்" என்றான் இடக்காக.

அவள் புரியாமல் குழப்பம் நிறைந்த முகத்துடன் அவனைப் பார்க்க, அவன் மனைவியின் நெருக்கத்தில் தன்னை மறந்திருந்தான்.

அவனிடம் எந்தப் பதிலும் வராததால் அவன் காலில் அடித்தாள்.

திடுக்கிட்டவன், "அவளிடம் என்னடி" என்று கேட்டான்.

அவள் அவனை முறைத்துக் கொண்டிருக்க, "எதுக்கு இந்தப் பார்வை உனக்கு இங்கிருந்து பார்த்தால் எப்படி உங்க காடு தெரியுதுன்னு தெரியனுமா? அது நான் தான் உன்னைப் பார்ப்பதற்காகவே இந்தக் குடிசையக் கட்டினேன்" என்று சொல்லி விட்டு அவளைப் பார்த்தான்.

கோபத்துடன் அவனைப் பார்த்தவள், "உன்னோட பொறுக்கித் தனத்தை எங்-கிட்டயும் காட்டியிருக்கியா?" என்றாள்.

"ஏய் பொறுக்கி அது இதுன்ன பல்லை தட்டிருவேன் நீயும் மத்தவங்களும் ஒன்னா உன்னை எப்பவும் என் பொண்டாட்டியாத்தான் பார்த்தேன், உன்னோட நினைப்ப தூக்கி குப்பையில போடு" என்றான் பிரபா.

"ஒரு வயசுப் பொண்ண அவ அனுமதி இல்லாம பார்க்கறதே தப்பு இதுல பொண்டாட்டியா தான் பார்த்தாராமே எனக்கு வாயில நல்லா வந்துரும்" என்று சொல்லி விட்டு கட்டிலிலிருந்து எழுந்தாள்..

அவள் கையைப் பிடித்து உட்கார வைத்தவன், "எதுக்கு அவசரமா எந்திரிக்கற எங்க போகப் போற கொஞ்ச நேரம் இப்படியே உட்காரு பேசிட்டு இருக்கலாம்" என்றான்.

"முதல்ல என் கைய விடு என்னைத் தொட்ட அப்பறம் பாரு" என்று அவனை மிரட்டியவள், "நீயே உன்னோட குடிசைல கனவு கண்டுகிட்டு படுத்திரு நான் எங்க அம்மாவைப் பார்த்துட்டு வரேன்" என்று சொல்லி விட்டுச் சென்றவள் கையைப் பிடித்து இழுத்து அமர வைத்தான்..

"எதுக்கு இப்ப என்னை இந்த இழுப்பு இழுக்கற பாரு கை எப்படி வலிக்குது" என்று அவன் இழுத்த இடத்தை மற்றொரு கையால் நீவி விட்டுக் கொண்டாள்..

"லேசா தாண்டி பிடிச்சேன் அதுக்கே வலிக்கிதுங்கறையே உன்னை வெச்சு நான் குடும்பம் நடத்தி புள்ள பெத்த மாதிரி தான்" என்று சலித்துக் கொண்டான்..

கோபத்துடன் எழுந்தவள், "உன்கிட்டப் போய் பேச வந்தேன் பார் என் புத்திய" என்று நெற்றியில் தட்டிக் கொண்டவள், நான் வீட்டுக்குப் போறேன் அத்தையும் மாமாவும் நீ சாப்பிட வரலைன்னு வருத்தப்படறாங்க அவங்ககிட்ட என்ன சொல்லட்டும்"

"இருடி நானும் வரேன் அத்தையப் பார்த்துட்டு போகலாம் அன்னைக்கு வீட்டுக்கு வந்துட்டு போனவங்க, நானும் அவங்களைப் பார்க்கச் சங்கடப்பட்டுகிட்டுப் போய் பார்க்கவே இல்லை.. பாவம் வருத்தப்பட்டிருப்பாங்கள்ள" என்று சொல்லிக் கொண்டு தன் வயலை ஒட்டி இருந்த மாமியார் வயலில் இறங்கி நடந்தான்..

அவளும் அவன் பின்னே சென்றாள்..

களை எடுத்துக் கொண்டிருந்த சந்திரா மருமகனையும் மகளையும் பார்த்து விட்டு, "என்ன ரெண்டு பேரும் வயலுக்கு வந்திருக்கீங்க எதாவது வேலை இருக்கா? ஆளுங்க யாரும் இல்லையே!! என்று என்று சுற்றிலும் பார்வையை ஓட்டியபடி கேட்டார்..

"அத்தை ஆளுங்க மேற்கால இருக்கற கரும்பு தோட்டத்துல இன்னைக்கு தோகை உருச்சிட்டு இருக்காங்க.. நாங்க ரெண்டு பேரும் சும்மா வந்தோம் உங்க வேலை எல்லாம முடுஞ்சுதா வீட்டுக்குப் போகலாமா?" என்று கேட்டான்..

"இன்னும் கொஞ்சம் இருக்கு பிரபா நான் மறுபடியும் வந்து பார்த்துக்கறேன் வாங்க ரெண்டு பேரும்" என்று சொல்லி விட்டு முன்னால் நடந்தார்..

"அம்மா இந்த புல்லக் கட்டிட்டுப் போகலாம் இல்லனா நீ மறுபடியும் இதுக்கு ஒரு முறை வரனும்" என்றாள்..

"அதென்ன ஒரு எட்டு வந்துட்டுப் போனால் போகுது நீ வா" என்று மகளின் கையை பற்றி இழுத்துக் கொண்டே வீட்டிற்குச் சென்றாள்..

வீட்டிற்குச் சென்றதும் வானதி, "அக்கா" என்று ஓடி வர, அவளை அணைத்துக் கொண்டவள், "என்னடி பண்ணிட்டு இருந்த இங்க தனியா இருக்கறக்கு எங்க வீட்டுக்கு வரலாம்ல" என்றாள் தங்கையிடம்..

அதே நேரம் சந்திரா மருமகனுக்குத் தண்ணீர் கொடுத்து விட்டு மகள் அருகில் வந்தவள், "தண்ணீ குடிக்கறையா? பாரதி" என்றாள்..

"எனக்கு எதுவும் வேண்டாம் மா" என்றவள் தங்கையிடம் திரும்பிப் பேசலானாள்..

பிரபா தான், "அத்தை என்ன சமைச்சிருக்கீங்க" என்று கேட்டான்..

மருமகன் சாப்பிடப் போகிறான் என்ற சந்தோஷத்தில், "கொஞ்சம் இரு இதோ வரேன் பிரபா" என்று அவசரமாக சமையலறைக்குள் புகுந்து கொண்டு உருட்ட ஆரம்பித்தாள்..

பாரதி அவசரமாக கணவனிடம் வந்தவள், "நம்ம வீட்ல சமைச்சு வெச்சிருக்கு அதை யார் சாப்பிடுவா? நீ சாப்பிடாம வந்ததால அத்தையும் மாமாவும் ரொம்ப வருத்தப்பட்டுட்டு இருந்தாங்க வா அங்க போய் சாப்பிடலாம்" என்றாள்..

"அத்தை இங்க பாருங்க உங்க பொண்ணு நம்ம வீட்ல போய் சாப்பிடலாம் இங்க சாப்பிட வேண்டாம்ன்னு சொல்றா" என்றான்..

அடப்பாவி என்பது போல் இவள் பார்த்துக் கொண்டிருக்கும் போதே வெளியில் வந்த சந்திரா, "என்ன பாரதி பிரபா நம்ம வீட்டை மதிச்சு சாப்பிடறேன்னு சொல்-றான், நீ வேண்டாம்ங்கற கல்யாணம் ஆனதிலிருந்து நீ ரொம்ப தான் மாறிட்ட" என்றார் வருத்ததுடன்..

"நீ வேற ஏம்மா அங்க சமைச்சு வெச்ச சாப்பாடெல்லாம் வீணாப் போயி-ரும்ன்னு சொன்னேன், நீ வேணா உன் மருமகனுக்குச் சோறாக்கி போட்டு ஊட்டி விட்டு அனுப்பு நான் கிளம்பறேன்.. என் மாமியாரும் மாமனாரும் இன்னும் காணாம்ன்னு கவலையோட பார்த்துட்டு இருப்பாங்க" என்றாள்..

"அத்தை அவ போகட்டும் நீங்க எனக்குச் சாப்பாடு போடுங்க நான் சாப்பிட்-டுத் தான் போவேன்" என்று சட்டமாக சம்மணம் போட்டு அமர்ந்து கொண்டான்..

அவனை முறைத்து விட்டு, "அம்மா நான் கிளம்பறேன் நீ உன் மருமகனுக்கு வடை பாயாசத்தோட விருந்து போட்டு அனுப்பு" என்று சொல்லி விட்டுச் செல்ல..

"நீயும் சாப்பிட்டு போடி" என்ற அவளின் தாயின் குரலைக் காதில் போட்டுக் கொள்ளாமல் அவள் வீட்டை நோக்கிச் சென்றாள்..

‘அத்தையிடமும் மாமாவிடமும் என்ன சொல்வது வயசான காலத்துல அவங்க வேற கண்ணைக் கசக்கிட்டு இருக்காங்க’ என்று யோசனையுடனே சென்றாள்..

வீட்டிற்குள் நுழைந்த மருமகளைப் பார்த்ததும் எழுந்து வந்து, "வந்துட்டானா?" என்று அவள் பின்னே வெளியில் பார்வையைச் செலுத்தினார் லஷ்மி..

மகனைக் காணாமல் அவர் முகம் தொங்கிப் போக, "அத்தை அவர் எங்க வீட்ல போய் உட்கார்ந்துகிட்டு அங்கயே சாப்பிடுவேன்னு சொல்லி வரமாட்டேன்னு சொல்லிட்டார்.. வாங்க நாம சாப்பிடுவோம் எனக்கும் பசிக்குது" என்றாள் மாமி-யாரிடம்..

இதைக் கேட்டதும் அவர் முகம் சடுதியில் ஏமாற்றத்தைப் பிரதிபலிக்க, இவர்-களின் சம்பாசனையைக் கேட்டுக் கொண்டிருந்த சிவமணி, "அதான் பாரதியே சொல்றாளே அவன் அங்க சாப்பிடறான்னு, மருமகள் நமக்காக இங்க வந்திருக்கா வா நாம அவளோடு சாப்பிடுவோம் அவன் எப்படியோ சாப்பிட்டால் சரி" என்-றார்..

கணவன் பேசிய பிறகு தான் லஷ்மிக்கு அது உரைத்தது.. இவளும் அவங்க வீட்ல சாப்பிடாம வயசான காலத்துல நாங்க காத்துட்டு இருப்போம்ன்னு இங்க வந்தாளே இவ மனசை புருஞ்சுக்காம போயிட்டேனே என்று மேலும் வருந்தியவர், "அம்மாடி உனக்காவது இந்த வயசானவங்களோட பாசம் தெருஞ்சுதே" என்று சொல்லி மூச்சை ஆழ இழுத்து விட்டவரை, "வாங்க சாப்பிடலாம்" என்று அழைத்துச் சென்றாள்..

அவர்கள் இருவருக்கும் போட்டுக் கொடுத்து விட்டு அவளும் போட்டுக் கொண்டு அமர்ந்து கொண்டாள்.. சாப்பிட்டுக் கொண்டே அவர்களையும் கவனித்-துக் கொண்டவள், அவர்களிடம் பேச்சு கொடுத்துக் கொண்டே சாப்பிட்டு முடித்-தாள்..

பின் அதை எல்லாம் எடுத்துப் போய் பாத்திரம் சுத்தம் செய்யும் இடத்தில் போட்டு விட்டு வந்து, சாப்பிட்ட இடத்தைச் சுத்தம் செய்தவள் பாத்திரங்களையும் சுத்தம் செய்து விட்டு, "அத்தை ரூம்ல கொஞ்சம் வேலை இருக்கு முடுச்சுட்டு வந்து சமைக்கறேன்" என்று சொல்லி விட்டு தன் அறைக்குச் சென்றாள்

அறையில் போய் கம்பயூட்டரை ஆன் பண்ணியவள் கணக்கு நோட்டை எடுத்து வைத்துக் கொண்டு, கணவன் சொல்லிக் கொடுத்தது போலவே செய்து கொண்டிருந்தாள்.. அவள் வேலயப் பார்க்கட்டும் வாங்க நாம போய் பிரபா என்ன பண்றான்னு பார்ப்போம்..

பிரபா மாமியார் அவசரமாக சமைத்துப் பரிமாறியதை ருசித்துக் கொண்டே, "அத்தை நாளைக்கு காலையில வானதிய காலேஜில் சேர்க்க கூட்டிட்டுப் போறோம்..

வானதிக்கு சென்னை காலேஜ்ல சீட் கிடைச்சிருக்குன்னு பாரதி சொன்னாள்.. அந்த காலேஜ்ல எல்லாம் சீட் கிடைப்பதே பெரிய விஷயம் வானதிக்கு கிடைச்-சிருக்கு அத்தை அவ படிக்கட்டும்" என்றான்..

"என்ன பிரபா நீயும் புரியாம பேசற அவ்வளவு தூரம் பொட்டப் புள்ளைய அனுப்பனுமா? நானே இன்னும் ரெண்டு வருஷம் போனா இவளையும் ஒரு இடத்துல கல்யாணம் பண்ணிக் கொடுத்துட்டு நிம்மதியா கண்ணை மூடலாம்ன்னு பாக்கறேன்" என்றார் ஆதங்கத்துடன்..

தாயின் பேச்சைக் கேட்டு வானதி தவிப்புடன் அத்தானைப் பார்க்க, அவனோ நான் பார்த்துக்கறேன என்பது போல் கண்களால் சைகை செய்தான்..

"அத்தை வானதியப் பத்தி நீங்க கவலைப்படாதீங்க அவ என் பொறுப்பு.. ஏற்-கனவே பாரதிக்கு படிக்கலைங்கற வருத்தம் இருக்கு, அவளைக் கல்யாணம் பண்-ணனுங்கற ஆசையில நானும் படிப்ப பத்தி கண்டுக்காம விட்டுடேன் அதனால அவ நம்ம ரெண்டு பேர் மேலையும் கோபத்துல இருக்கா..

இப்ப சூழ்நிலை அப்படி இல்லை.. வானதி எவ்வளவு படிக்கறதுனாலும் படிக்கட்டும், அவ படிச்சு முடுச்சதும் நானே நல்ல இடத்துல கல்யாணத்தைப் பண்ணி வைக்கிறேன்.. உங்க வீட்டுக்கு ஆம்பளைத் துணையா நான் இருக்கும் போது நீங்க ஏன் பயப்படறீங்க..

இப்ப இது என் வீடுன்னு நினைச்சு தானே உரிமையா எனக்குச் சாப்பாடு போடுங்கன்னு கேட்கிறேன்.. அப்போ இது என் வீடு தானே நான் செய்யறதை நீங்க தடுக்க முடியாது மாமியாரே எந்த கவலையும் இல்லாம நிம்மதியா இருங்க எல்லாத்தையும் நான் பார்த்துப்பேன்" என்றான்..

நெகிழ்ந்து போன சந்திரா, "பிரபா" என்றார் நா தழுதழுக்க..

"அத்தை எதுக்கு இப்படி உணர்ச்சிவசப்படறீங்க உட்காருங்க" என்று உட்காரவைத்தவன் "இந்தாங்க குடிங்க" என்று கொடுத்தான்..

வாங்கி குடித்து விட்டு தயக்கத்துடன், "இவ சென்னைக்குப் படிக்க போனா அங்கயே தங்க வேண்டி இருக்குமே அதுக்கு நிறையச் செலவாகும் பிரபா" என்றார்..அவரின் குரலே நலிந்து ஒலித்தது..

"என் தங்கச்சிக்கு நான் செலவு பண்றேன் நீங்க அதைப் பத்தி பேசாதிங்க.. வானதி நாளைக்குப் பத்து மணிக்குத் தயாராகி நம்ம வீட்டுக்கு வந்துரு நாம அங்கிருந்து போகலாம்" என்றான்..

அவள் முகம் கொள்ளாப் புன்னகையுடன், "சரிங்க அத்தான்" என்றாள்...

அப்போது அவள் முகத்தைப் பார்த்த சந்திராவிற்கும் ஏனோ மனசே நிறைந்து போனது..

பிரபா சாப்பிட்டு முடித்து விட்டு அவர்களிடம் சொல்லி விட்டு தன் வீட்டிற்கு வந்து சேர்ந்தான்..

கம்யூட்டரில் கணக்குளைப் பார்த்துக் கொண்டிருந்த பாரதி கணவனைத் திரும்பிப் பார்த்து விட்டு, "என்ன மாமியார் வீட்டில் விருந்தாடி முடுச்சாச்சா? அதுக்குள்ளையே வந்துட்ட நான் எப்படியும் நீ வர ரெண்டு நாள் ஆகும்ன்னு நினைச்சேனே" என்றாள் கேலியாகப் பார்த்தபடி..

"நானும் ரெண்டு நாள் இருந்துட்டு வரலாம்ன்னு தான் பார்த்தேன், நானில்லாம என பொண்டாட்டிக்கு தூக்கமே வராது, பகல்ல என்கிட்ட காட்ட முடியாத கோபத்தை எல்லாம் இரவு தூங்கும் போது உதைச்சு தீர்த்துக்குவா.. அவ ஏமாந்து போயிறக் கூடாதுன்னு தான் வந்தேன்" என்றான் அவளை வம்பிழுக்கும் நோக்கில்..

அதிர்ச்சியுடன் அவனை நோக்கியவள், "நானா உன்னை உதைச்சேன் பொய் சொல்லாத எனக்கு அந்தப் பழக்கமெல்லாம் இல்லை" என்றாள்..

"உனக்கு அந்தப் பழக்கமில்லைன்னு நீ சொல்லக் கூடாது உன் பககத்துல படுத்திருக்கற நான் தான் சொல்லனும்" என்று புருவத்தை உயர்த்தி கண்ணைச்

சிமிட்டி அவன் கேட்ட விதத்தில் அவளுக்கும் கோபம் வர, "ரெண்டு உதையோ-டவா விட்டேன்" என்றாள்..

"ஏன் ரொம்ப வருத்தமா இருக்கா?" என்று கேட்டபடி சிஸ்டத்தின் முன்பு வந்து அமர்ந்தவன், அவள் செய்திருக்கும் வேலையைப் பார்த்து விட்டு, பரவா-யில்லையே ஒரு முறை சொல்லிக் கொடுத்ததும் கப்புனு புடுச்சுகிட்டா என்று எண்ணிக் கொண்டான்..

"பாரு" என்றவன் யோசனையுடன், "பாருன்னு கூப்பிடறதை விட ரதின்னு கூப்பிட்டால் எப்படி இருக்கும்" என்றான்..

"சகிக்கலை" என்றாள் முகத்தைத் திருப்பிக் கொண்டு..

"அப்படியா ரதிமா இனிமேல் நான் இப்படித் தான் கூப்பிடுவேன் ரதிமா" என்று அவளை வம்பிழுத்துப் பேச வைத்துக் கொண்டிருந்தான்..

அவனை முறைத்தவள், "எப்படியோ கூப்பிடு இப்ப ஆளை விடு எனக்கு வேலை இருக்கு.. நான் ஒன்னும் உன்னை மாதிரி முதலாளி இல்லை" என்றாள் எரிச்சலுடன்..

நான் முதலாளின்னா நீ எனக்கு முதலாளி இதை எப்ப தான் புருஞ்சுப்பியோ என்று நினைத்துக் கொண்டவன், "பார்த்தால் அப்படித் தெரியலை நீ தான் முத-லாளி மாதிரியும் நான் தொழிலாளி மாதிரியும் இருக்கு.. என்னம்மா என்னை அதட்டி உருட்டி மிரட்டுற" என்று பயந்தவன் போல நடித்தான்..

"நான் மிரட்டி நீ பயப்பட்டுட்ட போடா டேய் உன்னைப் பத்தி எனக்கு நல்-லாவே தெரியும்.. உன் படத்தை என்கிட்ட ஓட்டாம வேற எங்காவது போய் ஓட்டு" என்று சொல்லி விட்டு எழுந்தாள்..

"என்னது டேயா?" என்று விழித்தான்..

அவன் அப்படி விழிப்பதைப் பார்த்தவளுக்குச் சிரிப்பு வர மீண்டும் அதே இடத்தில் அமர்ந்து வேலை செய்வது போல் பாவலா பண்ணிக் கொண்டிருந்தாள்..

அவளின் சிரிப்பைப் பார்த்து விட்டுப் பார்க்காதவன் போலவே, "ரதிமா வான-திட்டயும் அத்தையிட்டயும் பேசிட்டேன் நாளைக்கு காலையில வானதி பத்து மணிக்கு வந்துருவா நீயும் ரெடியா இரு" என்றான்..

வியப்பாக பார்த்தவள், "எங்க அம்மா சம்மதிச்சுட்டாங்களா? எப்படி? நான் காலையில நேரத்துல போய் பேசி சம்மதம் வாங்கனும்னு நினைச்சுகிட்டு இருந்-தேன் பரவாயில்லையே நீயே பேசிட்ட" என்று சந்தோஷப்பட்டாள்..

அவள் முகத்தையே பார்த்துக் கொண்டிருந்தவன், இந்த சந்தோஷத்தை உன் முகத்தில் பார்க்கத்தான் இதை எல்லாம் செய்யறேன்.. அது மட்டுமில்லாம உங்க அம்மா என்னை நம்பி தன் பொண்ணையே கொடுத்திருக்காங்க.. அவர்களைக் கஷ்டப்பட விடாம பார்த்துக்க வேண்டியதும் என் கடமை என்று மனதில் நினைத்-துக் கொண்டான்..

8

அத்தியாயம் 8

அதிகாலையிலேயே எழுந்து வீட்டு வேலைகளை முடித்து விட்டு தயாராகவே நேரம் சரியாக இருந்தது பாரதிக்கு...

பிரபா மில்லுக்குச் சென்று விட்டு ஒன்பதரை மணி வாக்கில் தான் வந்தான்... வந்ததும் குளித்து விட்டு மனைவி கொடுத்த உணவை உண்டு விட்டுத் தயாராவ-தற்குள் வானதியும் வந்து சேர்ந்தாள்.

பிரபாகரன் கார் சாவியை எடுத்துக் கொண்டு முன்னாடி சென்று விட, பாரதி வானதியையும் அழைத்துக் கொண்டு தன் மாமானார் மாமியாரின் அறைக்குச் சென்றவள், "அத்தை மதியத்துக்கும் சேர்த்து சாதம் வெச்சுட்டேன்.. நீங்க மாமா-வுக்குப் போட்டுக் கொடுத்துட்டுச் சாப்பிடுங்க நான் வந்து மத்த வேலைகளைப் பார்த்துக்கறேன்" என்றாள்.

"சரிமா பார்த்துப் போயிட்டு வாங்க" என்று சொல்லி விட்டு வாசல் வரை வந்து தன் மகனையே பார்த்துக் கொண்டு நின்றாள்.

பாரதி வானதியுடன் பின்சீட்டில் ஏறிக் கொண்டவள், "அத்தை பார்த்துட்டு இருக்காங்க போய்ட்டு வரேன்னு சொன்னால் உன் தலைக்கு மேல இருக்கிற கிரீ-டம் கலண்டு விழுந்துருமா?" என்று சொல்லி முறைத்துக் கொண்டு நின்றாள்.

அவள் பேச்சைக் கண்டு கொள்ளாமல், "வானதி எல்லாம் எடுத்து வெச்சுட்-டியா?" என்று தன் மச்சினிச்சியைப் பார்த்துக் கேட்டான்.

"எல்லாம் எடுத்து வெச்சுட்டேன் அத்தான்" என்றாள் உற்சாகமாக, அவளுக்கு சென்னையில் போய் படிப்பதில் அவ்வளவு ஆனந்தம்.

அதைத் தன் அக்காளிடம் சொல்லிச் சந்தோஷப்பட்டுக் கொண்டே வந்தாள்.

பிரபா மிதமான வேகத்துடனே காரைச் செலுத்திக் கொண்டு கல்லூரிக்கு வந்து சேர்ந்தான்.

வானதியை அழைத்துச் சென்று கல்லூரியில் சேர்த்தும் வேலை ஹாஸ்டல் என்று எல்லாமே அவனே பார்த்துப் பார்த்து செய்தான்.

அவன் ஒவ்வொரு முறையும் பணத்தைத் தண்ணீராக செலவழிக்கும் போது, பாரதிக்கு மட்டும் இதை எல்லாம் நாம எப்படி திருப்பி செலுத்துவோம் என்ற கவலை தான் மேலோங்கி இருந்தது.

பிரபா கல்லூரியில் வேலையை முடித்து விட்டு அடுத்து ஒரு வாரத்தில் கொண்டு வந்து விடுவதாகச் சொல்லி விட்டு, அவர்கள் இருவரையும் அழைத்துக் கொண்டு வெளியில் வரும் போது இருவருமே மலைப்புடன் பார்த்துக் கொண்டி-ருந்தார்கள்.

பாரதி தங்கை முன் பணக்கணக்கை பேச வேண்டாம் என்று அமைதியாக இருக்க வானதி, "அத்தான் இப்பவே இவ்வளவு பணம் ஆகுதே படிப்பு முடியும் போது இன்னும் எவ்வளவு செலவாகும்" என்றாள் கவலையுடன்.

"அந்தக் கவலை உனக்கெதுக்கு படிக்கற வேலைய மட்டும் நீ பார். நானும் உங்க அக்காவும் இருக்கும் போது பணத்தைப் பத்தி நீ ஏன் கவலைப்படற" என்-றான்.

"அதில்லை அத்தான் அதுக்காக இவ்வளவு செலவு பண்ணனுமா?" என்ற-வளை ஒரு பார்வையில் அடக்கி விட்டு காரில் ஏறிக் கொண்டான் பிரபாகரன்.

இருவரும் காரில் ஏறிக் கொள்ளக் காரை ஒரு பெரிய ஜவுளிக்கடை முன்பு கொண்டு போய் நிறுத்தினான்.

இங்க எதுக்கு வந்திருக்கோம் என்பது போல் கணவனைப் பார்க்க, அவனோ இங்க எதுவும் பேச வேண்டாம் என்பது போலச் சாடை செய்து விட்டு வானதி-யையும் பாரதியையும் அழைத்துக் கொண்டு கடைக்குள் நுழைந்தவன், "உனக்கு என்ன உடை வேணுமோ பார்த்து எடுத்துக்கோ வானதி" என்றான்.

"ஐயோ அத்தான் எனக்கு எதுவும் வேண்டாம்" என்றாள் பதற்றத்துடன்.

"இந்த காலேஜ்ல படிக்க வரும் போது அதுக்குத் தகுந்த உடைஉடுத்திட்டு வரனும்.. இல்லைனா நீ மட்டும் தனியா தெரிவ, ரேக்கிங் பண்ணவும் வாய்ப்பு இருக்கு" என்றவன், "பாரதி அவளுக்குத் தேவையான துணி எடு இதோ வரேன்" என்று சொல்லி விட்டு அவன் சென்று விட்டான்.

இவன் மேலும் நம்ம தலையில் சுமை ஏத்தி விடறானே!! இப்ப எதுக்குத் துணி? என்கிட்ட இருக்கறதையும் சேர்த்து அவளுக்கே கொடுத்தால் அதுவே அவளுக்குப் போதுமே என்று மனதில் அவனை வறுத்தெடுத்துக் கொண்டிருந்-தவள், வானதி திருதிருவென்று விழித்துக் கொண்டு நிற்பதைப் பார்த்து விட்டு அவளை அழைத்துக் கொண்டு சுடிதார் இருக்கும் இடத்திற்குச் சென்றாள்.

கொஞ்ச நேரத்துலையே வந்துவிட்ட பிரபா, "என்ன இன்னுமா எடுத்துட்டு இருக்கீங்க எடுத்ததை காட்டுங்க பார்க்கலாம்" என்று கேட்டான்.

பாரதி எடுத்திருந்த இரண்டு செட் உடையைக் காட்டவும் அவளை முறைத்த-வன், "ரெண்டு பேரும் போய் அங்க உட்காருங்க" என்று சொல்லி அனுப்பினான்.

"நானும் இருக்கேனே" என்று பாரதி தயங்கித் தயங்கி சொன்னாள்.

"முதல்ல நீ கிளம்பு" என்று அவளை விரட்டி விட்டு நல்ல விலையுயர்ந்த சுடிதாராக எடுத்துப் போடச் சொன்னான் அங்கிருந்த பெண்ணிடம்.

அவர்கள் எடுத்துப் போட்டதும் இருபத்து ஐந்து செட் சுடிதார் வானதிக்கு எடுத்தவன், தன் மனைவிக்கும் தனியாக கொஞ்சம் எடுத்து விட்டு எல்லாம் பேக் பண்ணச் சொல்லி வாங்கிக் கொண்டு போய் காரில் வைத்து விட்டு, அவர்கள் இருக்கும் இடத்திற்கு வந்தான்.

அவர்கள் இருவரும் வேடிக்கை பார்த்துக் கொண்டிருக்க, இவன் அருகில் சென்றதும் "எடுத்தாச்சா எங்க துணி?" என்று கேட்டாள் பாரதி.

"காரில் வெச்சுட்டேன்டி வா" என்று உள்ளாடை இருக்கும் இடத்திற்கு அழைத்துச் சென்றவன் பாரதிக்கு மட்டும் கேட்கும் குரலில், "உன் கஞ்சத்தனத்தை அவளிடம் காட்டாதே ஹாஸ்டலில் போய் தங்கிப் படிக்கும் பெண், எல்லாரும் விதவிதமா துணி போட்டுட்டு வருவாங்க இவ மட்டும் இப்படிப் போட்டா நல்லா இருக்காது இவளுக்குத் தாழ்வு மனப்பான்மை வந்துரும்.

நாம ரெண்டு பேரும் காலம் முழுவதும் சேர்ந்து தான் வாழப் போறோம். உன் கடனை நீ எப்ப வேணாலும் கழிச்சுக்கலாம் அவளுக்குக் கொஞ்சம் தாராளமா-கவே எடுத்துக் கொடுடி" என்றான்.

அவன் பேச்சில் அவளுக்குமே வெக்கமாய் போனது. என் தங்கச்சிக்கு எடுக்க நான் இவ்வளவு யோசிக்கறேன் அவன் சொல்ற மாதிரி இனி எப்பவும் அவனிடம் வேலை செய்யத் தானே போறேன்.

அதில் கழித்துக் கொள்ளலாம் என்று எண்ணிக் கொண்டே, "வாடி நாம போய் எடுத்துட்டு வருவோம்" என்று தங்கையை அழைத்துக் கொண்டு சென்றவள் அரு-கில் சென்று, "உன் சைஸ் சொல்லிட்டு போடி" என்றான்.

அதிர்ந்து போய் அவனை முறைத்தாள்.

"ஏய் என் பொண்டாட்டிக்கு நானும் கொஞ்சம் எடுக்கனும்டி சொல்லிட்டுப் போ. இல்லை நானே கண்டபடி எடுத்துட்டு வந்துருவேன் அதுக்கும் நீதான் பணம் கொடுக்கனும்" என்றான்.

அதற்கு மேல் அவனிடம் வம்பு வளர்த்துக் கொண்டிருக்க பிடிக்காமல், அவனிடம் அளவுகளைச் சொல்லி விட்டுச் சென்றவளைக் குறும்பு புன்னகையுடன் பார்த்துக் கொண்டிருந்தான்.

பின் அவனும் உள்ளே சென்று மறுபக்கம் போய் அவன் மனைவிக்குத் தேவையானதை எடுத்து அதற்கு பில் போட்டு வாங்கிக் கொண்டவன், பாரதியிடம் ஒரு கார்டை கொடுத்து விட்டு, "இதன் பாஸ்வேட் உன்னோட பிறந்த வருஷம்

தான்" என்று அவள் காதில் ஓதி விட்டுச் சென்றவனை அதிர்ச்சி பொங்கப் பார்த்துக் கொண்டிருந்தாள்.

வெளியில் வந்தவன் ஹாஸ்டலுக்கு கொண்டு போக என்ன தேவையோ எல்லாம் வாங்கிக் கொண்டு போய் காரில் வைத்து விட்டு வரவும், அவர்கள் இருவரும் சிரித்துப் பேசிக் கொண்டே வெளியில் வரவும் சரியாக இருந்தது.

"மேக்கப் செட் மட்டும் தான் பாக்கி போய் அதை வாங்கிட்டு வறீங்களா?" என்று கேட்டவனிடம் தயக்கத்துடன், "நான் அத்தைக்கும் எங்க அம்மாவுக்கும் புடவை எடுத்துகட்டுமா?" என்று கேட்டாள் அவன் மனைவி.

"இதுக்கு ஏண்டி இவ்வளவு தயக்கம் போய் யாருக்கு என்ன எடுக்கத் தோனுதோ எடுத்துட்டு வா" என்றதும் அவளுக்குள்ளே மகழ்ச்சி ஊற்றெடுத்தது.

உடனே வானதியை அழைத்துக் கொண்டு சென்றவள், மாமியாருக்கு இரண்டு புடவை எடுத்துக் கொண்டவள், தன் அம்மாவுக்கு விசேசங்களுக்கு உடுத்தற மாதிரி ஒரு ஏழெட்டு புடவை எடுத்தாள்.

அதற்குத் தேவையானதையும் எடுத்துக் கொண்டவள், வீட்டில் உடுத்தவும் சில புடவைகளை எடுத்துக் கொண்டு கார்டில் பணத்தைக் கொடுத்து விட்டு, நாலைந்து பைகளை தூக்கிக் கொண்டு வந்தவளிடம் ஓடி வந்து வாங்கிக் கொண்டான் பிரபா.

அவன் அப்படி அக்கரையாகச் செய்தது அவளுக்கு மனதை நெகிழச் செய்ய அவனிடம் கொடுத்து விட்டு அமைதியாகவே வந்தாள்.

அவன் தான் மச்சினிச்சியிடம் வம்பளந்து கொண்டே அவர்கள் இருவரையும் ஹோட்டலுக்கு அழைத்துச் சென்றான்.

இருவரையும் என்ன வேண்டும் என்று கேட்டு ஆர்டர் செய்தான். உணவு வந்ததும் மூன்று பேரும் உண்டு முடித்து விட்டு அடுத்த வேலையைப் பார்க்கச் சென்றார்கள்.

பின் ஒரு டெய்லர் ஷாப்பில் கொண்டு போய் இரண்டு பேரையும் விட்டவன், அந்த பெண்ணிடம் அளவெடுக்கச் சொன்னான்.

"என்னைய எதுக்குடா எடுக்கறாங்க" என்று திட்டிக் கொண்டே வந்தவளிடம் சிரித்துக் கொண்டே, "காரில் போய் உட்காருங்க துணிய கொடுத்துட்டு வரேன்" என்று சொல்லி விட்டு அவன் பேக் பேக்காக தூக்கிச் செல்வதைப் பார்த்து விட்டு, என்ன இத்தனை எடுத்திருக்கான் என்ற அதிர்ச்சியுடன் அமர்ந்திருந்தாள்.

அவனே கடைப் பெண்ணிடம் இருவருக்குமான உடையைப் பிரித்துக் கொடுத்துத் தைக்கச் சொல்லி விட்டு, ஐந்து நாளில் வேண்டும் என்று சொல்லி விட்டு காருக்கு வந்தவனிடம், "எதுக்கு அவ்வளவு துணி எடுத்திருக்க" என்றாள் அவன் மனைவி.

"வேணும்டி காலேஜ் போனால் எவ்வளவு துணி இருந்தாலும் போடறதையே போடற மாதிரி தான் இருக்கும். இதுல இவகிட்ட இருக்கற குறைவான துணி

எல்லாம் எவ்வளவு நாளைக்குத் தாங்கும் ரதிமா" என்று கடிந்து கொண்டான்.

அதற்கு மேல் தங்கை இருந்ததால் அவளும் எதுவும் பேசவில்லை. அன்றைய பொழுது அங்கேயே சென்றிருந்தது, வீடு வரும் போது இரவாகி விட நேரா மாமியார் வீட்டுக்குச் சென்றான்.

வானதியும் பாரதியும் அவளுடைய அம்மாவிற்கு வாங்கியிருந்த உடையை எடுத்துக் கொண்டு வீட்டிற்குள் சென்றார்கள்.. அவர்கள் பின்னே பிரபாவும் சென்றவன், "அத்தை நல்ல ஸ்ராங்கா ஒரு காஃபி" என்று சொல்லி விட்டு அங்கிருந்து கட்டிலில் படுத்துக் கொண்டான்.

சந்திரா ஓடிப் போய் மருமகனுக்குக் காபி கலக்கி எடுத்து வந்து கொடுத்து விட்டு, "இதென்னடி துணி எல்லாம் எடுத்து வந்திருக்கீங்க காலேஜ்ல சேரத் தானே போனீங்க" என்றாள்.

"காலேஜ்ல சேர்ந்தா மட்டும் போதுமா ஹாஸ்டல்ல தங்கத் தேவையானதை எல்லாம் வாங்க வேண்டாமா? வானதிக்கு வாங்கினது எல்லாம் தைக்க குடுத்தாச்சு இது உனக்குத் தான்" என்றாள் பாரதி.

அதிர்ந்து போனவள், "என்ன எனக்கா? எனக்கு எதுக்கு இப்ப இதெல்லாம் எடுத்து வந்தீங்க" என்று கோபத்துடன் கேட்டார்.

அதில் வானதியும் பாரதியும் பயத்துடன் பார்த்துக் கொண்டிருந்தார்கள்.

"அத்தை உங்களுக்குப் புடவை எடுத்தது நான், பேர் வாங்கிக்கறது உங்க பொண்ணுங்களா? எல்லாம் என்னோட செலக்சன் எப்படி இருக்குன்னு பார்த்து சொல்லுங்க" என்றான்.

"எதுக்கு பிரபா இப்பத் தேவையில்லாத செலவு வானதிக்கு காலேஜ் சேர்த்தறதே எனக்கு விருப்பமில்லை, இதுல எத்தனை செலவு தான் நீ பண்ணுவ" என்றாள் ஆதங்கத்துடன்.

பிரபா எழுந்து போய் மாமியார் இரு தோளிலும் கை வைத்துப் பிடித்துக் கொண்டவன், "அத்தை முதல்ல நீங்க இருந்தது வேற, இப்ப இந்த பிரபாவின் மாமியாரா கெத்தா இருக்க வேண்டாமா?

வானதியும் நீங்களும் இனிமேல் நான் எடுத்துக் கொடுக்கும் உடைய தான் போடனும்.. நம்ம ஊர் பொங்கல் வருது சும்மா கட்டிகிட்டு கெத்தா நிக்கனும் சொல்லிட்டேன்" என்றவன் மனைவியிடம் திரும்பி, "அந்த கார்ட்ட குடுடி" என்று வாங்கி மாமியாரிடம் கொடுத்தான்.

"அத்தை இதுல பணம் போட்டிருக்கேன் வானதிட்ட கேட்டு எப்படி எடுக்கனும்னு பார்த்துக்குங்க.. இதை நீங்களே வெச்சுக்குங்க உங்க தேவைக்குப் போட்டு வெச்சிருக்கேன்.. மாசம் மாசம் உங்க அக்கௌண்டுக்கு மாத்திவிட்ருவேன் என்ன செலவா இருந்தாலும் தாராளமா எடுத்து பணணுங்க" என்றான்.

"இதெல்லாம் எதுக்கு பிரபா நான் தான் உனக்கு செய்யனும் நீ எனக்குச் செய்யற" என்றார் கண்கலங்க,

அதைக் கண்டு கொள்ளாமல் வானதியிடம் வந்து "நாளைக்கு ரெடியா இரு பேங்க் போய் உனக்கு ஒரு அக்கௌண்ட் ஓபன் பண்ணிக்கலாம்" என்றான்.

"சரிங்க அத்தான்" என்றாள் வானதி.

பாரதியோ தன் கணவன் தன் அம்மாவிடம் காட்டிய பாசத்தில் நெகிழ்ந்து போய் பேச்சு வராமல் அமைதியாகிப் போனாள்.

சந்திராவும் மருமகனின் பாசத்தில் அதற்கு மேல் எதுவும் பேசத் தோன்றாமல் "நான் சமைக்கிறேன் சாப்பிட்டு போறீங்களா?" என்றாள்.

"நாங்க சாப்பிட்டுப் போனால் என் மாமனாரையும் மாமியாரையும் கூடையில போட்டு மூடி வெச்சரவா?" என்றாள் பாரதி.

"நீ செய்தாலும் செய்வேடி. நான் வேணா அவங்களுக்கும் சேர்த்து சமைக்கவா?" என்று கேட்டார் சந்திரா.

"வேண்டாம் அம்மா. நான் அங்கயே போய் சமைச்சுக்கறேன். டிஃபன் தான் செய்யனும் எவ்வளவு நேரமாகிரப் போகுது.

நாங்களும் காலையில கிளம்பினவங்க இன்னும் காணாம்ன்னு பார்த்துட்டு இருப்பாங்க. நாங்க கிளம்பறோம் நாளைக்கு வரேன் இந்த புடவை பிளவுஸ் எல்லாம் கொண்டு போய் தைக்க கொடுத்து விட்டு வரலாம்" என்று சொல்லி விட்டு கணவனைப் பார்த்து "போகலாமா?" என்றாள்.

"அத்தை நான் கிளம்பறேன்" என்று சொல்லி விட்டு இருவரும் அங்கிருந்து கிளம்பி வீடு வந்து சேரும் போது வீட்டில் ஒரே சத்தம் காதை அடைத்தது. இருவரும் ஒருவரை ஒருவர் பார்த்துக் கொண்டார்கள்.

"எங்க வீடு தானா இது? என்ன இவ்வளவு சத்தம் யார் வந்திருக்கா?"என்று கேட்டுக் கொண்டே பிரபா உள்ளே செல்ல அவன் பின்னேயே பாரதியும் சென்றாள்.

அங்கே கோகுல் மிதுன் அஸ்வின் உதயன் மகேந்திரன் அனைவரும் சிவமணியிடம் அமர்ந்து அரட்டை அடித்துக் கொண்டிருந்தார்கள்.

அவர்களைப் பார்த்ததும் சந்தோஷத்துடன் ஓடியவள், "நீங்க எல்லாம் எப்படா வந்தீங்க? எனக்கு ஒரு போன் பண்ணி இருக்கலாம்ல" என்றாள்.

"உன்னைப் பார்த்து எவ்வளவு நாளாச்சு. நீ வேற குடும்ப இஸ்திரி ஆயிட்ட அதனால உன்னைக் கூப்பிட முடியுமா? அதான் நாங்களே எல்லாரும் வந்துட்டோம்" என்றான் அஸ்வின்.

"ஆமா எங்க ரெண்டு ஆள் குறையுதே?"என்றாள்.

"யமுனாவும் நர்மதாவும் டிபன் செய்யறாங்க" என்றான் கோகுல்.

"என்னது அவங்க சமைக்கறாங்களா?இருங்க வரேன்" என்று உள்ளே சென்றவள் திரும்பி கணவனைப் பார்த்து, "அவங்க கூடவே உட்கார்ந்து பேசிட்டு இருங்க" என்று சொல்லி விட்டுச் சென்றாள்.

நீ சொல்லாட்டி எனக்கு இது கூடவா தெரியாது என்று மனதில நொடிந்து கொண்டவன், "அப்பறம் எல்லாரும் உங்க தோழிய விட்டு இவ்வளவு நாள் இருந்ததே அதிகம் தான்.

நானே நெனைச்சேன் எப்ப நான் பார்த்தாலும் யாரோ ரெண்டு பேர் பேசிட்டே இருப்பீங்களே. கல்யாணம் ஆனதும் ஃபிரண்ட் கட்டாகிட்டாங்களான்னு" என்று கிண்டலாக சொல்லிக் கொண்டே அவர்கள் முன் அமர்ந்தான்.

"ப்ரோ கனவுளையும் அந்த மாதிரி நினைச்சிராதீங்க. நாங்க எப்பவும் பிரிய மாட்டோம் கூடவே இருந்து உங்களுக்கு இம்சை கொடுப்போம்" என்று சொல்லி விட்டு தப்பாக நினைத்துக் கொள்வாரோ என்று தயக்கத்துடன் பார்த்தான் உதயன்.

பிரபா சிரித்துக் கொண்டே "அதான பார்த்தேன்" என்றான்.

அப்போது தான் எல்லாருக்கும் நிம்மதியாக இருந்தது பிரபாவிடம் சகஜமாக பேச ஆரம்பித்தார்கள்.

சமையலறையில் லஷ்மியின் துணையோடு சமைச்சு முடித்திருந்தார்கள் யமுனாவும் நர்மதாவும்.

"உங்களுக்கு எதுக்குடி சிரமம் நானே வந்து சமைச்சிருப்பேனே" என்றாள் பாரதி.

"இதிலென்னடி நாங்களும் வந்து கொஞ்ச நேரம் பேசிட்டு இருந்தோம். சும்மா தான இருக்கோம் நாங்க சமைச்சு வெச்சுட்டால் வந்ததும் கொஞ்சம் ரிலாக்ஸாக எங்கக் கூட உட்கார்ந்து பேசுவியே அதான் அத்தையக் கேட்டு சமைச்சோம்" என்றார்கள்..

மாமியாரிடம் "அத்தை காலேஜ்ல சேர்த்துட்டு துணி கொஞ்சம் எடுத்தோம் அதான் லேட்டாயிருச்சு. இந்தாங்க இதுல உங்களுக்குப் புடவை இருக்கு" என்று ஒரு கவரைக் கொடுத்தாள்.

"எனக்கு எடுத்துட்டு வந்திருக்கியா?" என்று ஆசை பொங்க அதைப் பார்த்துக் கொண்டிருந்தார்.

இது வரை பிரபாவை கூட்டிப் போய் அவர் மட்டுமே புடவை எடுத்து வருவார். அவருடைய மகளும் அவளுக்கு மட்டும் எடுத்து அடுக்குவாளே தவிர அம்மாவுக்கு என்று ஒரு நாள் ஒரு புடவை எடுத்து வந்து தந்ததில்லை.

இங்கிருந்து வாரிப்போக மட்டுமே பார்ப்பாள் அப்படி இருக்கும் போது மருமகள் வாங்கி கொடுத்தது அவருக்குச் சந்தோஷமாக இருக்காதா?

உடனே அதை எடுத்துப் போய் கணவனிடம் காட்டினாள். "இங்க பாருங்க எனக்கு பாரதி புடவை எடுத்து வந்திருக்கா" என்று சின்னக் குழந்தை போலக்

குதூகலமாகச் சொல்லி அவர் கையில் கொடுத்தாள்.

அதை வாங்கிப் பார்த்தவர் "என்னமா இந்த மாமானாருக்கு எதுவும் வாங்கிட்டு வரலையா?" என்று கேட்டவர் "புடவை நல்லாருக்கு லஷ்மி உன் மகனும் நீயும் போய் எடுக்கறதை விட இது அருமையா இருக்கு" என்று சொல்லிச் சிலாகித்-தார்.

"மாமா உங்களுக்கு என்ன எடுக்கனும் எப்படி எடுக்கனும்னு எனக்குத் தெரி-யாதே. அடுத்த முறை உங்களுக்கும் எடுத்து வரேன்" என்றாள்..

பிரபா தாயின் சந்தோஷத்தையும் தகப்பன் மருமகளிடம் எனக்கு எடுக்க-லையா? என்று சிறு குழந்தை போலக் கேட்டதையும் அதிசயம் போலப் பார்த்துக் கொண்டிருந்தான்.

"டிபன் ரெடி பண்ணிட்டாங்க. வாங்க எல்லாரும் சாப்பிட்டு அப்பறமா பேச-லாம்" என்று அனைவரையும் அழைத்துப் போனாள் பாரதி.

அனைவரும் சாப்பிட்டு முடித்து விட்டு வெளிவராண்டாவில் வந்து அமர்ந்து கொண்டார்கள், கணவனையும் தன்னுடனே அமர்த்திக் கொண்டாள் பாரதி.

"பாரதி வானதிய காலேஜ்ல சேர்த்தாச்சா?" என்று கேட்டான் கோகுல்.

"அந்த வேலை எல்லாம் முடுஞ்சுது டா. டேய் அஸ்வின் உன் வேலை என்-னாச்சு" என்றுகேட்டு விட்டு அவனைப் பார்க்க,

"எப்படியும் இந்த வாரத்துல தெருஞ்சிடும் .நீ வேலைக்கு போறேன்னு சொல்-லிட்டு இருப்பியே எதாவது டிரைப் பண்ணுனியா?" என்றான்

"இல்லடா எனக்கு இங்க வீட்டு வேலையே சரியா இருக்கும். இவர் மில்லுக்-குப் போயிட்டா நைட் தான் வருவார். இங்க வயலுக்கு வேலை செய்ய வரவங்-களுக்குக் காபி டீ வெச்சு குடுக்கனும். அவங்க வேலை செய்யறதைப் பார்க்கனு அதனால வேலைக்கு எல்லாம் போகலைடா" என்றாள்.

"நானும் நெனைச்சேன்டி பிரபா அண்ணா தான் ஊருக்கே வேலை தராங்க. இவ போய் எங்க வேலை செய்யப் போறான்னு" என்றாள் யமுனா.

"கரெட்டா சொன்ன யமுனா என் பொண்டாட்டி வேற ஒரு இடத்துல வேலை பார்த்தா அப்பறம் இங்க இருக்கற வேலை எல்லாம் யார் பார்க்கறது" என்றான் பிரபா.

"அப்போ உன் வீட்டு வேலை பார்க்க தான் என்னைக் கல்யாணம் பண்ணிட்டு வந்தயா?" என்றாள் பாரதி முறைத்துக் கொண்டே.

"அப்படி சொல்வேனா தங்கம். உன்னை ஆசைப்பட்டுத் தாண்டி கல்யாணம் பண்ணிட்டேன்" என்று கிடைத்த வாய்ப்பில் தன் காதலை அழுத்திச் சொன்னான்.

அவளுக்கோ வெக்கத்தில ஏண்டா கேட்டோம் என்பது போல் ஆனது அதை விட பசங்க எல்லாரும் "ஹோ" என்று கத்தவும் இன்னும் சங்கடமாகிப் போனாள்.

அவள் கையை ஆதரவாகப் பிடித்தவன் "நீங்க பிரெண்ட்ஸ் எல்லாம் பேசிட்டு இருங்க. எனக்கு கொஞ்சம் வேலை இருக்கு" என்று சொல்லி அவர்களுக்குத் தனிமை கொடுத்து விட்டுச் சென்றான்.

பாரதியின் மனது கணவனைத் தன் அருகிலேயே இருத்திக் கொள்ளத் தான் ஆசைப்பட்டது.

ஆனால் அவளுடைய நண்பர்கள் அனைவரும் அவன் சென்றதும், அதுவரை இருந்த தயக்கம் போய் பழைய படி அரட்டை அடிக்க ஆரம்பித்தார்கள்.

9

அத்தியாயம் 9

பாரதி தன் நண்பர்களுடன் பேசி முடித்து விட்டு அறைக்கு வரும் போது, பிரபா போனில் எதையோ பார்த்துக் கொண்டு படுத்திருந்தான்.

"என்ன உங்க மீட்டிங் அதுக்குள்ளையே முடுஞ்சிருச்சா? பரவாயில்லையே இவ்வளவு சீக்கிரமா வந்துட்ட" என்றான்.

அவன் கிண்டலாக கேட்கிறானா? இல்லை நிஜமான அக்கரையோடா கேக்கிறானா? என்பதை அவன் முகத்தைப் பார்த்துக் கண்டு பிடிக்க முடியாமல், "அதுகிடக்கட்டும் நீ ஏன் அவசரமா வந்துட்ட. இங்க வந்து சும்மா தானே போனைப் பார்த்துட்டு இருக்க. இதுக்கு எங்க கூட இன்னும் கொஞ்ச நேரம் இருந்திருக்கலாமே" என்று கேட்டாள்.

"நான் இருந்தா உன் பிரண்ட்ஸ் உன்கிட்ட சகஜமா பேசமாட்டாங்கடி. அதுமட்டுமில்லாம கோகுலுக்கு ஏதோ பிரச்சனைன்னு சொன்ன அதைப் பத்தி எதாவது பேசுவீங்களோன்னு நினைத்துத் தான் வந்துட்டேன்" என்றான்.

மனைவி கேட்ட விதத்திலேயே நான் அவ கூட இருக்கனும்னு ஆசைப்பட்டிருக்கா என்பதைப் புரிந்து கொள்ள முடிந்தது.. அதில் அவனுக்குள் மகிழ்ச்சி கரைபுரண்டது.

"அந்தப் பிரச்சனையப் பத்தி யார்கிட்டயும் பேச முடியாது அதை நினைச்சு நானே கவலையில இருக்கேன். எங்க நட்பு இப்படியே தொடருமான்னு சந்தேகமா இருக்கு" என்றாள் வேதனையுடன்.

"ஏண்டி என்னாச்சு?" என்று கேட்டுக் கொண்டே எழுந்து அமர்ந்தான்.

இவன்கிட்டச் சொல்லலாமா? சொன்னால் எதாவது வழி சொல்வானா? பொண்ணுங்க விஷயத்தைத் தவிர இவனை எந்த விதத்திலும் குறை சொல்ல முடியலை நல்லவனா தான் இருக்கான்.

எங்க குடும்பத்துக்கே ஒரு ஆண் சப்போர்ட் கிடைச்ச மாதிரி இருந்துச்சு. எங்க அம்மாட்ட அவன் காட்ற பாசம் எனக்கு ரொம்ப பிடிச்சிருக்கு.

எல்லா விதத்திலும் ஈசியா முடிவெடுப்பான். சொல்லிப் பார்க்கலாம் என்று நினைத்தவள், "இரு ஒரு குளியல் போட்டுட்டு வந்து சொல்றேன்" என்று சொல்லி விட்டு மாற்று உடையுடன் குளியல் அறைக்குள் புகுந்து கொண்டாள்.

"இது என் மனைவி தானா? அவளால என்கிட்ட இவ்வளவு சகஜமா கூடப் பேச முடியுதா" என்ற சந்தேகத்துடன் அவள் செல்வதையே பார்த்துக் கொண்டிருந்தான்.

இவள் இப்படியே இதமாக பேசினாள் எவ்வளவு சந்தோஷமாக இருக்கும் என்று கனவு கண்டு கொண்டிருக்கும் போதே கட்டிலில் வந்து அவன் பக்கத்தில் அமர்ந்தாள்.

எப்படி ஆரம்பிப்பது என்று தெரியாமல் தயங்கிக் கொண்டிருந்தவளிடம் "பாரு எதா இருந்தாலும் தயங்காம சொல்லு. என் பொண்டாட்டி சொன்னதை வெளியில சொல்லும் கீழ்தரமானவன் இல்லை நான்" என்றான்.

"சே சே நான் அப்படிநினைக்களை இதைச் சொன்னால் நீ என் பிரண்டை தவறா நினைச்சுக்குவியோன்னு தான் யோசிக்கிறேன்" என்றவள், "கோகுல் ரொம்ப நல்ல பையன் நாங்க ஸ்கூல் படிக்கும் போது இருந்து நெருக்கமான பிரண்டு இதெல்லாம் உனக்கு தெரியுமான்னு தெரியலை" என்று சொல்லி விட்டுத் தயங்கினாள்..

"தெரியும் உன்னைப் பத்தி எல்லா விஷயமும் எனக்குத் தெரியும். அதில் கோகுலும் நீயும் ஒன்னா படித்தது மாங்காய் திருடி தின்னதிலிருந்து தெரியும்" என்று ஆழ்ந்த குரலில் சொன்னான்.

கண்களை அகலமாகத் திறந்து, "என்ன அதெல்லாம் உனக்கு எப்படி தெரியும். நானும் கோகுலும் யாருக்கும் தெரியாமல் தான் போய் பறித்து வந்து மற்ற பிரண்ட்ஸ்களுக்கும் தருவோம்" என்றவள், "அப்ப இருந்து என் பின்னாடி சுத்துனியா?" என்று கேட்டாள்.

"அதுக்குப் பேரு சுத்தறது இல்லடி காதல். இது கூட தெரியாம நீ மத்தவங்களுக்கு நாட்டாம பண்ற உன்னைச் சுத்தி ஒரு கூட்டம் வேற" என்றான்.

"உன் காதல பத்திரமா வெச்சிரு இப்ப நான் சொல்றதக் கேளு" என்றவள், "இந்த கோகுல் பையனுக்கு நம்ம கல்யாணத்துல இருந்து யமுனா மேல காதல் வந்திருக்கும் போல இருக்கு" என்று சொல்லி விட்டு அவனைப் பார்த்தாள்.

அவனோ அதிர்ந்து போய "ஏய் அவ என்ன ஜாதி இவனுக்கு ஏன் புத்தி இப்படி போகுது. நம்ம ஜாதியிலையே ஒரு பொண்ணு இவனுக்கு கிடைக்களையா?" என்று கண்டபடி திட்ட ஆரம்பித்து விட்டான்.

பயந்து போன பாரதி "நீயும் தான் ரொம்ப வருஷமா என்னை காதலிக்கற அது தப்பில்லையா?" என்று கேட்டாள்.

"அதுவும் இதுவும் ஒன்னாடி நீ என் ஜாதி தானே" என்றான்.

"அப்போ நான் வேற ஜாதியா இருந்தால் உனக்கு என் மேல காதல் வந்திருக்காது. என்னைய லவ் பண்ணியிருக்க மாட்ட அப்படித் தானே" என்றாள் கோபத்துடன்.

அடியே அவன் லவ் பண்ணியதே பாவம்ன்னு நினைச்ச நீயா இப்படி எல்லாம் பேசற என்ற மனசாட்சியைத் தட்டி தூங்க வைத்து விட்டு அவனை முறைத்துக் கொண்டு நின்றாள்.

திடுக்கிட்ட பிரபா எதுவும் பேச முடியாமல் அமைதியானான். அவனுக்குள்ளையும் இவ வேற ஜாதிப் பெண்ணாக இருந்தால் எனக்கு இவ மேல காதல் வந்திருக்குமா என்று யோசித்துக் கொண்டிருந்தான்.

அவனை அப்படி யோசிக்க வைத்த மகராசி போர்வையைப் போர்த்திக் கொண்டு, "எனக்குத் தூக்கம் வருது" என்று படுத்து விட்டாள்.

அவனோ அதே யோசனையில் வெகு நேரம் சிலை மாதிரி அமர்ந்திருந்தவன் அப்படியே படுத்து விட்டான்.

காலையில் கண் விழிக்கும் போது பாரதி அருகில் இல்லை அவனுக்கு இரவு பேசியது எல்லாம் ஞாபகம் வந்து தலை கணக்கச் செய்தது.

இந்த பிரச்சனையில தன் மனைவி மாட்டிக் கொள்வாளோ ஊருல ஜாதிப் பிரச்சனை இதுவரை வந்ததில்லை. எல்லாரும் ஒத்துமையா இருக்காங்க இந்த கோகுல் காதல்னால என்னவெல்லாம் வரப் போகுதோ" என்று நினைத்துக் கொண்டு குளியல் அறைக்குள் சென்று முகம் கழுவிக் கொண்டு கீழே சென்றான்.

சமையல் செய்து கொண்டிருந்த மனைவியிடம் "காபி கொடுடி" என்றான்.

காபியை கலக்கிக் கொண்டு வந்து வெடுக்கென்று அவன் முன் வைத்து விட்டுச் சென்றாள்.

"என்னடி இன்னும் உன் கோபம் தீரலையா?" என்றான்.

"நீ தான் உன்னை காதலிக்கல உன் ஜாதியத் தான் காதலிச்சேன்னு அழுத்தம் திருத்தமாச் சொல்லிட்ட அப்பறம் நான் எதுக்கு உன்னிடம் பேச வேண்டும்" என்றாள் முகத்தை உர் என்று வைத்துக் கொண்டு.

"சரிடி நீ எந்த ஜாதியா இருந்திருந்தாலும் நான் உன்னை காதலிச்சிருப்பேன். இப்ப எனக்கு உன் மேல் இருக்கும் காதல் கொஞ்சம் கூட குறைஞ்சிருக்காது போதுமா?" என்று சொல்லி விட்டு காபி எடுத்து அருந்தினான்.

அடுப்பை அணைத்து விட்டு சந்தோஷத்துடன் அவன் முன் வந்து நின்றவள், "அப்ப கோகுல் காதலிச்ச யமுனாவ அவனுக்குக் கல்யாணம் பண்ணி வைக்க முடியுமா?" என்று கேட்டாள்.

இவ எப்படியும் இந்த ஊர்காரங்க முன்னாடி என்னை அடிவாங்க வைக்காம ஓயமாட்டாள் என்று மனதில் நினைத்துக் கொண்டு, "எடுத்ததும் முடிவெடுக்க முடியாதுடி கொஞ்சம் பொறு என்ன பண்ணலம்னு பார்க்கலாம்" என்றான்.

அவளோ அவனிடம் சொல்லியாச்சு அவன் பார்த்துப்பான் என்ற தைரியம் வர, "அப்ப நான் கோகுலிடம் அவன் காதலை யமுனாகிட்ட சொல்லச் சொல்லட்டுமா?" என்று கேட்டாள்.

வியப்புடன் அவளை நோக்கியவன், "கோகுல் மட்டும் தான் காதலிக்கிறானா? இன்னும் யமுனாவிடம் சொல்லவில்லையா?" என்று கேட்டான்.

"இன்னும் சொல்லலை நான் தான் சொல்ல வேண்டாம்னு சொல்லி வெச்சேன். இப்ப என் பிரண்டுக்கு நல்ல மாப்பிள்ளை கிடைக்கும் போது அதை விடச் சந்தோஷம் வேற என்ன இருக்கு. பாவம் யமுனாவும் கஷ்டத்துலையே வளர்ந்தவ.

கோகுல் அவளை நல்லா பார்த்துப்பான். அவளும் சந்தோஷமா இருப்பா" என்றாள்.

அவர்களின் நட்பை நினைத்து பொறாமை பட்டவன். "கோகுல என்னை வந்து பார்க்கச் சொல்றியா? இப்போதைக்கு யமுனாகிட்டச் சொல்ல வேண்டாம். இது ரெண்டு பேர் காதல் பிரச்சனை மட்டும் இல்லை. ஒரு ஊரோட பிரச்சனை பார்க்கலாம்" என்று சொல்லிப் பெருமூச்சு விட்டான்.

"இன்னைக்கே வரச் சொல்றேன்" என்றவள் பயத்துடன் அவன் கைகளைப் பிடித்துக் கொண்டு, "கோகுலைத் திட்டமாட்டியே?" என்று கேட்டாள்.

அவள் கரம் தன் கரத்தின் மேல் இருப்பதையே வெறித்துக் கொண்டிருந்தவன், இவளுடைய நட்பு கிடைக்க அவனுங்க கொடுத்து வெச்சிருக்கனும் என்று நினைத்துக் கொண்டவன், "எதுவும் சொல்ல மாட்டேன் சும்மா பேசிட்டு இருக்கலாம்னு தான்" என்றான்.

"அப்ப சரி" என்று போனை எடுக்க தன் அறைக்கு ஓடினாள்.

போகும் அவளையே பார்த்துக் கொண்டிருந்தவன் சமையலறையை விட்டு வெளியில் வர சிவமணி அங்கே நின்றிருந்தார்.

"பிரபா காபி குடுச்சுட்டியா?" என்று கேட்கவும் நேருக்கு நேர் நின்று கேட்டவரிடம் தவிர்க்க முடியாமல், "ம்" என்று ஒற்றை பதிலைச் சொல்லி விட்டுச் சென்றான்.

சிவமணிக்கு தன் மகனின் இந்த ஒற்றைப் பதிலே இப்போதைக்குப் போதுமானதாக இருக்க, சென்று தன் இடத்தில் அமர்ந்து செய்தித்தாளைப் பார்த்தார்.

காதல் பெரிதா? பிள்ளைப் பாசம் பெரிதா? என்று ஒரு பட்டி மன்றம் நடத்தினாள் நிச்சயம் நடுவரால் பதில் சொல்ல முடியாது. இரண்டு பாசமும் ஒன்றை ஒன்று சளைத்தது அல்ல.

அன்று மாலை ஐந்து மணிக்குத் தயக்கத்துடனே வந்து சேர்ந்தான் கோகுல்.

"வா கோகுல்" என்று அங்கிருந்த தன் அறைக்கு அவனை அழைத்துச் சென்றவன், அவனை உட்காரச் சொல்லி விட்டு அவனும் உட்கார்ந்து கொண்டான்.

"அண்ணா வரச் சொன்னீங்களாம் பாரதி சொன்னாள்" என்று மென்று விழுங்கினான்.

சுத்தி வளைக்காமல் நேரடியாகவே கேக்கறேன் "நீ யமுனாவை விரும்பறையா?" என்று கேட்டு விட்டு அவனின் முக அதிர்வைக் கவனித்துக் கொண்டிருந்தான்.

அதிர்ந்து போனவன் "அண்ணா அது வந்து" என்று அவன் உளறிக் கொட்ட,

"கோகுல் இதை எனக்கு பாரதி தான் சொன்னாள். இப்பச் சொல்லு" என்றான்.

அவனுக்கு இன்னும் அதிர்ச்சியாக தலையைக் குனிந்து கொண்டு "ஆமாம் அண்ணா" என்றான்.

"இதனால எவ்வளவு பிரச்சனையைச் சந்திக்க வேண்டி இருக்கும் தெரியுமா? அப்ப எல்லாம் எதிர்த்து தலை நிமிர்ந்து நிக்கனும் இப்படி உன் காதலைச் சொல்லவே தலை குனிந்தால் எப்படி?

இதை ஊர் பிரச்சனை ஆக்காம உன் வீட்டில் உங்க அப்பா அம்மா சம்மதம் வாங்க வேண்டியது உன் பொறுப்பு.

இதைத் தொட்டு ஊருக்குள்ள யாரும் உங்களை ஒரு வார்த்தை சொல்லாம, ஊரோட இருந்து உங்களைத் தள்ளி வைக்காம நான் பார்த்துக்கறேன்" என்றான்.

"அண்ணா அம்மா அப்பா சம்மதிக்க வாய்ப்பே இல்லை. நீங்க தான எதாவது பண்ணி எங்களைச் சேர்த்து வைக்கனும் அண்ணா" என்று எழுந்து அவன் கையைப் பிடித்துக் கொண்டான்.

பிரபாவிற்கு என்ன பதில் சொல்வது என்றே புரியவில்லை. இவன் காதலை வீட்டோடு பார்த்துக் கொண்டால் ஊர் மக்களிடம் பேசி இதைப் பெரிதாகாமல் பார்த்துக்கலாம் என்று பார்த்தால், இவன் வீட்லயே பெரிய பிரச்சனை பண்ணுவாங்க போல இருக்கு.

பின்ன பண்ணாமயா இருக்கப் போறாங்க. நாமளா இருந்தால் சும்மா இருப்போமா.

ஆனால் இந்த காதல் படுத்தும் பாடு இருக்கே ஒரு மனுசனோட நிம்மதி மொத்தமா போகனும்னா காதலிச்சாலே போதும் என்று அவன் மனதில் தோன்றிய எண்ணங்களுக்குத் தடை போட்டவன், "சரி யோசிச்சு என்ன பண்ணலாம்ன்னு பார்க்கலாம்.

அது வரை வெளியே தெரியாம பார்த்துக்கோ, வா வீட்டுக்குப் போகலாம்" என்று சொல்லி விட்டு எழுந்து கொண்டான்.

"அண்ணா நான் இப்படியே எங்க வீட்டுக்கு போறேன் நாளைக்கு வந்து பாரதிய பாக்கறேன்னு சொல்லுங்க" என்று சொல்லி விட்டு அவன் கிளம்ப பிரபாவும் தன் காரை எடுத்துக் கொண்டு வீட்டை நோக்கிப் புறப்பட்டான்.

பிரபாகரன் வீட்டிற்கு வரும் போது வீட்டில் அவனுடைய அக்கா உமா, அக்கா பெண், மாமா அனைவரும் வந்து இவனுக்காகக் காத்துக் கொண்டிருந்தார்கள்.

இவன் உள்ளே சென்றவன் மாமாவை மட்டும், "எப்ப வந்தீங்க மாமா?" என்று கேட்டு விட்டுத் தன் அறைக்குச் சென்றவனை, "பிரபா உன்னைத் தான் பார்க்க வந்திருக்கோம். உன்கிட்ட பேசனும்" என்றாள் உமா.

அவன் அதைக் காதில் கூட வாங்கிக் கொள்ளாமல் தன் அறைக்குச் சென்று விட்டான்.

"அம்மா பாருங்க அவன் என் கூடப் பேச மாட்டேங்கறான், நான் ஒரு பிரச்சனைன்னு வந்தால் இவன் இப்படி முகத்தை திருப்பிட்டுப் போனால் நான் என் பொண்ணைக் கூட்டிகிட்டு ஆறு குலம்ன்னு போக வேண்டியது தான்" என்றாள் கோபத்துடன்..

"இங்க பார் உமா அவன் உன்கிட்ட பேசினால் கேட்டு உன் பிரச்சனையச் சரி பண்ணிக்கப் பார்.. இல்லைனா நீ உன் பொண்ணக் கூட்டிகிட்டு ஆத்துக்குப் போவியோ குலத்துக்குப் போவியோ அது எனக்குத் தெரியாது.. உன்னால தான் இன்னும் என் பையன் என்கிட்ட முகம் கொடுத்துப் பேசறதில்லை..

பொம்பளைனா கொஞ்சமாவது பொறுப்பு வேணும், தேவையில்லாம இங்க வந்து டேராப் போட்டு உன் இஷ்டத்துக்கு ஆடுன, இப்ப தேவையான போது உன் தம்பி கிட்ட உன்னால ஒரு வார்த்தை பேச முடியுதா?" என்று கோபத்துடன் சத்தம் போடவும் உமா விக்கித்து நின்றாள்..

அவளால் மறுவார்த்தை பேச முடியவில்லை.. என் அம்மா நானும் என் பொண்ணு செத்தாலும் கவலை இல்லைன்னு சொன்னதை ஜீரணித்துக் கொள்ள முடியவில்லை.

அப்பாடியே சோபாவில் பொத்தென்று அமர்ந்துவிட்டாள். ராதிகா வேறு ஒரு பக்கம் அழுது கொண்டிருந்தாள்.

மகளும் பேத்தியும் அழுவதைச் சகித்துக் கொள்ள முடியாத லஷ்மி சமையல் அறையிலிருந்த தன் மருமகளை அழைத்தார்..

"என்னங்க அத்தை" என்று வந்து நின்றவளிடம், "ராதிகா புருஷனுக்கு என்னமோ பிரச்சனையாம் நீ கொஞ்சம் பிரபாட்ட சொல்லி என்னன்னு பாக்கச் சொல்றியா?" என்றார்.

"நானா? அத்தை அவர் திட்டினால்?" என்று பயத்துடன் கேட்டாள்.

"நீ கொஞ்சம் பக்குவமா சொல்லுமா. என்ன பண்ணித் தொலையறது பெத்துட்டேனே மனசும் கேட்க மாட்டேங்குது. உங்க மாமா பார் ஒதுங்கிட்டார் அவரை

மாதிரி என்னால இருக்க முடியலையே" என்று அங்கலாய்த்தார்.

"நீங்க கவலைப் படாதீங்க அத்தை பேசிப் பாக்கறேன்" என்று சொல்லி விட்டுத் தன் அறைக்குச் சென்றாள்.

பிரபா அப்போது தான் குளித்து விட்டுத் தலை துவட்டியபடி வந்தவன், "எங்கடி போன வந்ததும் பார்த்தால் ஆளைக் காணாம்?" என்றான்.

"சமைச்சுகிட்டு இருந்தேன் காபி குடிக்கறையா? எடுத்துட்டு வரட்டுமா?" என்று கேட்டாள்.

"எடுத்துட்டு வாடி. எனக்கும் குடித்தால் தேவலைன்னு நினைக்கிறேன்" என்று சொல்லி விட்டுக் கண்ணாடி முன் போய் நின்றான்.

பாரதி போய் அவனுக்காக டீ போட்டு எடுத்துக் கொண்டு வந்து அவனிடம் கொடுக்கவும், அதை வாங்கிக் கொண்டவன், "நீ குடுச்சுட்டியா?" என்று கேட்டான்.

"ம் வேலை செய்யறவங்களுக்கு வெச்சு கொண்டு போகும் போதே குடுச்சுட்டேன்" என்று சொன்னவள் தயக்கத்துடன் "உமா அக்கா வந்திருக்காங்க பார்த்தியா?" என்றாள்.

"பார்த்துட்டுத் தானே வரேன்"

"அவங்க ஏதோ பிரச்சனையில் வந்திருப்பாங்க போலிருக்கு என்னன்னு கேட்டுப் பார்?" என்றவளை அதிசயம் போலப் பார்த்தவன், "ஏண்டி உன்னை அன்னைக்கு அப்படிப் பேசிட்டு போனா..

பேசிக் கொண்டிருந்தவனைத் தடுத்தவள், "பிரபா அது எல்லார் வீட்டிலேயும் இருக்கற பிரச்சனை தான். நமக்குள்ள இன்னைக்குச் சண்டை போட்டுக்குவோம் நாளைக்கு வந்து பாரதின்னு என்கிட்ட பேசினால் நானும் உமா அக்கான்னு பேச ஆரம்பிச்சுருவேன். இது வீடு சண்டை போடற இடம் இல்லை, நீயா நானான்னு பார்க்க.

ஆனா அந்த அக்காவுக்கு வேற ஏதோ பிரச்சனைன்னு வந்திருக்காங்க நீ போய் அதை என்னன்னு கேட்டு சரி பண்ணு".. என்று சொல்லி விட்டுக் காபி கப்பை எடுக்க வந்தவள் கையை பிடித்து இழுத்து தன் கை வளைவிற்குள் கொண்டு வந்தான்.

அவள் அதிர்ந்து போய் விழிக்க அவள் காதில், "உன்னை புருஞ்சுக்கவே முடியலைடி. தினமும் புதுசு புதுசாத் தெரியற மத்தவங்க செய்யும் தவறை மன்னிச்ச மாதிரி. உன் புருஷன் அறியாமல் செய்த இந்த தவறையும் மன்னிக்கக் கூடாதா?" என்றான்.

அவன் இதழ் அவள் காது மடலில் உரசி அவள் இதயத்தைப் படபடக்கச் செய்ய உடலெல்லாம் நர்த்தனமாடியது. கால்கள் இரண்டும் துவண்டு போக அப்படியே கீழே சரிந்தாள்.

அவனோ அவள்தன் கையிலிருந்து வழுக்கிக் கொண்டு போவதைப் பார்த்தவன், "பாரு என்னாச்சுடீ?" என்று அவனும் அப்படியே கீழே சரிந்தான்.

அவள் கண்ணத்தை தட்டி "பாரதி என்னாச்சு?" என்று படபடத்தவனிடம் வெக்கத்துடன் "ஒன்னுமில்லை" என்றாள்.

அவளுக்கு வேணா காரணம் தெரியாமல் இருக்கலாம். ஆனால் அவனுக்குத் தெரியுமே பல பெண்களை கையாண்டவனுக்கு ஒரு பெண் முதல் முதலாக ஒரு ஆணின் கரம் படும் போது எப்படி உணர்வாள் என்று அறியாதவனா? மெல்லப் புன்னகைத்துக் கொண்டான்.

அவளை அதிலிருந்து விடுவிக்கும் பொருட்டு, "வாடி போய் என்ன பிரச்சனைன்னு பார்த்துட்டு வருவோம்" என்று அழைத்தான்.

அவளோ அதிலிருந்து எளிதில் வெளியே வரமுடியாமல் கொஞ்ச நேரம் அமைதியாக இருந்தவள். பின் அவனைப் பார்த்து முறைத்து விட்டு, "இனிமேல் இப்படி கிட்டே வந்து என்னைத் தொட்டுப் பேசாதே" என்றாள்.

"ஏய் தொட்டுப் பேசறது ஒரு குத்தமாடி. உங்க நண்பர்களுக்குள்ள தொட்டுப் பேசிக்க மாட்டீங்களா? அது போலத் தானே இதுவும்" என்றான்.

"அதுவும் இதுவும் ஒன்னாடா?" என்று சண்டைக்கு வருபவள் போலக் கேட்க்கவும் ,

ஓ என் தொடுகையைப் புரிந்து கொண்டாளா? என்று அவன் மனம் குதுகலித்தது.

இதற்கு மேல் பேச்சை வளர்த்தால் எங்கே சண்டை வந்து விடுமோ என்று பயந்தவன், "ஏதோ உன் நாத்தனாருக்கு பிரச்சனைன்னு சொன்னியே வாடி போய்ப் பார்க்கலாம்" என்று சொல்லி விட்டுச் சென்றான்.

பரவாயில்லையே நான் சொல்லிக் கூடக் கேட்கிறானே என்று நினைத்துக் கொண்டவள் அவனோடு சென்றாள்.

இவளின் கடைக்கண் பார்வைக்கு இவள் கணவன் எதையும் செய்யச் சித்தமாக இருக்கிறான் என்பதை அறியாத அப்பாவியாக இருந்தாள்.

10

அத்தியாயம் 10

மனைவியோடு கீழே சென்ற பிரபா போய் அங்கிருந்த சோபாவில் அமர்ந்து கொண்டவன், "என்ன பிரச்சனைன்னு கேட்டு சொல்லுடி" என்றான் மனைவியைப் பார்த்து.

தன் அம்மா அப்பா சொல்லிக் கேட்காதவன் தான் சொல்லிக் கேட்காத தம்பி பாரதி போய் அழைத்ததும் வந்ததைப் பார்த்து பொறாமை கொண்டாள் உமா.

அப்போ இவனுக்கு இவன் பொண்டாட்டியைத் தவிர யாருமே முக்கியமில்லை. அவள் சொன்னாள் எல்லாம் செய்வானா? என்று நினைத்தவளுக்கு, தான் தம்பியை தவறவிட்டது எவ்வளவு பெரிய தவறு என்று புரிந்து கொண்டாள்.

"ஏண்டி மசமசன்னு நிக்கற. அதான் என்ன பிரச்சனைன்னு கேக்கறானே போய் சொல்லு" என்றார் லஷ்மி.

"அம்மா அவன் என்கிட்ட கேட்கலையே அவன் பொண்டாட்டிகிட்ட தானே கேட்கிறான்" என்றவளை,

முறைத்த லஷ்மி, "நீ திருந்தவே மாட்டியா? இப்ப அவன் இறங்கி வந்ததே அவளுக்காகத் தான், இதுவே வேற பொண்ணா இருந்தால் நீ பண்ணி வெச்சுட்டு போனதுக்குப் புருஷனைப் போகக் கூடாதுன்னு பிடிச்சு வெச்சிருப்பா. இவளா இருக்கங்கப் போய் அவன்கிட்ட பேசி கூட்டி வந்திருக்கா..

இப்படியே நீ பேசிட்டு திருஞ்ச பிறந்த இடத்து உறவையும் இழந்துருவன்னு நினைக்கறேன்" என்று சொல்லி விட்டு பேத்தியையும் மருமகனையும் பார்த்து "நீங்க ரெண்டு பேரும் போய் சொல்லுங்க" என்றார்.

மூர்த்தி மனைவியைப் பார்த்துப் பெரு மூச்சு விட்டவர், இந்த நேரத்தில் கூட குறை கண்டுபிடிக்கத் தான் பார்க்கிறாளே தவிர தன் பொண்ணோட வாழ்க்கை இப்படி இருக்குன்னு கவலைப்படறாளா? என்று நொந்துபோனவர் தன் மச்சினன் அருகில் சென்று அமர்ந்தார்.

"பிரபா மனோஜ் மாப்பிள்ளை வேலையை விட்டுட்டு அவரோட நண்பர்க-ளோட சேர்ந்து தொழில் பண்ணி இருப்பார் போல இருக்கு.

அதுக்கு அவங்களோட சேர்ந்து நிறையப் பக்கம் பணம் கடனா வாங்கி இருக்-காங்க. அவனுக உசாரா இவரை பத்திரத்தில் கையெழுத்துப் போட வெச்சு வாங்கி இருக்காங்க.

இந்த மனுசனும் சூதுவாது தெரியாம நம்பி கையெழுத்துப் போட்டுக் கொடுத்-திருக்கார்.

இப்ப தொழில் நஷ்டமா போயிருச்சுன்னு சொல்லி அவனுகளும் அப்படியே கலண்டுக்கிட்டாங்க, கடன்காரங்க எல்லாம் இவர் மேல கேஸ் போட்டுடாங்க.

போலீஸ் வீடு தேடி வந்து மாப்பிள்ளையக் கூட்டிட்டுப் போய் விசாரிக்கறங்கற பேர்ல உள்ள வெச்சிருக்காங்க" என்று கலக்கத்துடனே சொன்னார்.

"மனோஜ் நல்ல வேலையில் தானே இருந்தான் இவனை யார் சொந்த தொழில் பண்ணச் சொன்னது. அப்படியே பண்ணினாலும் தனியா பண்ண வேண்-டியது தானே எதுக்குக் கூட்டுச் சேந்தானாம்.

பொம்பளைங்க வீட்ல வெட்டியா இருந்தா போதாது அப்பப்போ புருஷன் என்ன பண்றான் ஏது பண்றான்னு பார்க்கனும். தேவையான நேரத்துல கண்டிக்க-வும் செய்யனும்.

இங்க எங்க அதெல்லாம் எதிர்பார்க்க முடியும் அடுத்த வீட்டுல எப்படிக் குழப்-பத்தை உண்டு பண்ணலாம்ன்னு தானே புத்தி போகுது" என்று சொல்லி ஒரு குட்டு வைக்கவும் தவறவில்லை.

ராதிகா வாய் திறக்க முடியாமல் கண்ணில் கண்ணீர் பெருக்கெடுத்து ஓட நின்று கொண்டிருந்தாள்.

அக்காள் மகளை அந்த கோலத்தில் பார்க்க அவனுக்குக் கஷ்டமாக இருக்க "அத்தான் எவ்வளவு கடன் இருக்கு" என்று கேட்டான்.

"அதைக் கேட்டால் தான் பிரபா எனக்கு தலையே சுத்துது. கிட்டதட்ட ஒரு கோடி ரூபாய் சொல்றாங்க. பத்து இருபதா இருந்தால் எப்படியாவது பிரட்டிக் கொடுக்கலாம் இவ்வளவு பணத்துக்கு எங்க போறது?" என்றார் கவலையுடன்.

பிரபாவுக்குமே ஒரு கோடி என்றதும் அதிர்ச்சியாகத் தான் இருந்தது. "அத்-தான் நீங்க மனோஜ் கூடச் சேர்ந்து தொழில் செய்தவர்களைப் பார்த்துப் பேசினீங்-களா?" என்று கேட்டான்.

"இல்லை பிரபா அவங்க யாருன்னே தெரியலை. இவளைக் கேட்டாளும் பாத்-திருக்கேன் ஆனா அவங்க வீடெல்லாம் தெரியாதுன்னு சொல்றா" என்றார்..

"நாளைக்கு காலையில நாம போய் மனோஜைப் பார்த்துப் பேசிட்டு அப்படியே போய் அவனுகளையும் பார்த்துட்டு வருவோம்..

பிரச்சனைய ஸ்டேசன் வரை கொண்டு வந்துட்டாங்க. கோர்ட்டுக்கு போய் வக்கீல் வெச்சு பேசிக்கலாம். வட்டி எல்லாம் தரமுடியாது அசல் தரதே கஷ்-டம்ன்னு சொல்லிப் பார்க்கலாம் கடைசியா எவ்வளவுக்கு ஒத்துக்கறாங்களோ அவ்வளவு கொடுத்துத் தான் ஆகனும்" என்றான்..

"அவ்வளவு பணம் என்கிட்ட இல்லையே பிரபா" என்று தவிப்புடன் சொன்ன அந்த தகப்பனின் பேச்சில் கலங்கித் தான் போனான்.

"அதை நான் பார்த்துக்கறேன் நீங்க கவலைப்படாதீங்க அத்தான்" என்றான் ஆதரவாக..

"நீ பணம் கொடுத்தாள் பாரதி எதாவது சொல்லப் போறா. உங்களுக்குள்ள பிரச்சனை வந்திருப் போகுது" என்று தயக்கத்துடன் சொன்னார் மூர்த்தி..

"என் பொண்டாட்டிக்கு அந்த மாதிரி எண்ணமெல்லாம் சுட்டுப் போட்டாலும் வராது. இப்பக் கூட அவ வந்து என்னைச் சத்தம் போட்டுத் தான் இங்க கூட்டி வந்தாள்" என்று தன் அக்காவை அடிக் கண்ணால் பார்த்துக் கொண்டே சொன்-னான்.

"இந்த வீட்டுக்கு நல்ல மருமகள் கிடைச்சிருக்கு. பிரபா நீங்க ரெண்டு பேரும் எப்பவும் சந்தோஷமா இருக்கனும்" என்றார் மனதார.

உமாவும் தன் தம்பி கேட்டதும் அவ்வளவு பணத்தை தரேன்னு சொன்னதும் அதைப் கேட்டுக் கொண்டிருந்த அவன் மனைவி எதுவும் சொல்லாமல் முகத்தில் கூட கடுகளவு மாற்றமில்லாமல் நின்றதையும் பார்த்து வெக்கித்துப் போனாள்.

ஆனால் ஏனோ அவளுக்குள் ஒரு தயக்கம் தம்பியிடம் பேசத் துணிவில்லாமல் அமைதியே உருவாக நின்றாள்.

ராதிகா தான் கதறி அழுதாள். ஆனால் அவளுக்கும் மனசில் சொல்ல முடி-யாத துயரம் அழுத்த அழுவதைத் தவிர வேறு எதுவும் செய்ய முடியவில்லை.

என் பொண்ணுக்கு இவனோட வாழக் கொடுத்து வைக்கலையே என்றும். எனக்கு இந்த மாமனைக் கல்யாணம் பண்ணக் கொடுத்து வைக்கலையே என்று அம்மாவும் பொண்ணும் ஒரே மாதிரி நினைத்தார்கள்.

சிவமணியும் லஷ்மியும் தன் மகனின் இந்த முடிவில் நெகிழ்ந்து போய் பேச வார்த்தை வராமல் அமர்ந்திருந்தார்கள்.

பாரதி மட்டும் "நீங்க பேசிட்டு இருங்க எனக்குக் கொஞ்சம் வேலை இருக்கு" என்று சொல்லி விட்டு சமையலறைக்குச் சென்றவள், மீதி வேலைகளையும் பார்த்து விட்டு அனைவரையும் சாப்பிட அழைத்தால்.

இருக்கும் சூழ்நிலையில் சாப்பிடப் பிடிக்கவில்லை என்றாலும், வேண்டாம் என்று சொல்லி யாரும் யாருடைய மனதையும் சங்கடப்படுத்த விரும்பாமல், பேருக்குக் கொஞ்சம் கொறித்து விட்டு அமைதியாக அவரவர் அறைக்குச் சென்று விட்டார்கள்.

பாரதி எல்லாம் எடுத்து ஒழுங்குபடுத்தி விட்டு சுத்தம் பண்ணி வைக்க வேண்டியதைச் சுத்தம் பண்ணி விட்டு, அறைக்கு வரும் போது பிரபா கட்டிலில் படுத்து பின் தலைக்கு இரு கைகளையும் கொடுத்து விட்டத்தைப் பார்த்தபடி படுத்திருந்தான்.

அவன் மனதில் ஆயிரம் யோசனைகள் முட்டி மோதிக் கொண்டிருந்தன மனைவியைப் பார்த்ததும் எழுந்து அமர்ந்தான்.

இவளும் அருகில் போய் அமர்ந்தவள் "கோகுல் வந்து உன்னைப் பார்த்தானா? நீ என்ன சொன்ன. ரெண்டு பேரும் என்ன பேசுனீங்க" என்று அடுக்கடுக்காய் கேள்விகளை அடுக்கினாள்.

"உன்னோட பிரண்டு வாழைப்பழத்தைத் தோள் உரிச்சு கொடுத்தா தான் சாப்பிடுவானாம்" என்றான் ஏற்ற இறக்கத்தோடு.

"என்ன சொல்ற எனக்கு ஒன்னும் புரியலையே?" என்றாள்.

ஆழ்ந்த மூச்சை இழுத்து விட்டு தன்னை கொஞ்சம் ஆசுவாசப்படுத்திக் கொண்டவன், "கோகுல்கிட்ட நீ உங்க வீட்டு ஆளுங்ககிட்ட பேசிக்க ஊர்காரங்களை நான் சமாளிச்சுக்கறேன்னு சொன்னேன்.

அவனால அதைக் கூடப் பேசி சமாளிக்க முடியாதாம் இவனுக்கெல்லாம் எதுக்குக் காதல் கத்தரிக்காய்" என்றான் கடுப்புடன்.

பாரதிக்கும் கவலையாக இருந்தது "அப்போ அவங்க காதல் நாம சேர்த்து வைக்க முடியாதா?" என்று கேட்டாள் வருத்தத்துடன்,

அவளை முறைத்துப் பார்த்தவன் "முதல்ல யமுனா கோகுலை காதலிக்கறாளான்னு தெருஞ்சுக்கோ. மத்ததெல்லாம் அப்பறம் பார்க்கலாம்" என்று சொல்லி விட்டு பழைய பாணியிலேயே பின் தலைக்கு கை கொடுத்துப் படுத்துக் கொண்டான்.

"கோகுலுக்கு என்ன குறைச்சல் எவ்வளவு நல்ல பையன். அவனைக் கல்யாணம் பண்ணிக்க யமுனாவிற்கு கசக்குதா?" என்றாள்.

பட்டென்று எழுந்து அமர்ந்தவன் தன் மனைவியையே விடாமல் பார்த்துக் கொண்டிருந்தான்.

அவன் பார்வையில் கூச்சம் வர, "எதுக்கு என்னை இப்படி விழுங்கற போலப் பார்க்கிற" என்று கேட்டுச் சிலுப்பிக் கொண்டு நின்றாள்.

"என் கூட இவ்வளவு நாள் இரவு பகல்ன்னு கூடவே இருந்திருக்க என் மேல எதாவது தவறைப் பார்த்தியா?" என்று ஆழ்ந்த குரலில் கேட்டான்.

இல்ல என்பது போல் தலையாட்டினாள்.

"நீ கேட்ட கேள்விய உனக்கே திருப்பி கேக்கறேன். நான் உனக்கு எந்த விதத்தில் பொருத்தமில்லாமல் போயிட்டேன்" என்று கேட்டான்.

அவளோ பதில் சொல்ல முடியாமல் திணறியவள், "நீ தான் பல பெண்களை" என்று மேலே சொல்ல முடியாமல் நாணம் தடுக்க தலை குனிந்து கொண்டாள்.

"அதையே சொல்லாதடி. வெறும் உடல் இச்சைக்காகப் போனது, அதுவும் நானா யாரையும் இதுவரை தேடிப் போகலை. என்னைத் தேடி வரவங்களை யூஸ் பண்ணிக்கிட்டேன் தப்பு தான் முறைக்காதே.

ஆனால் பத்து வருஷத்துக்கு மேல உன் ஒருத்தியைத் தான் இந்த மனசுல சுமந்துகிட்டிருக்கேன். என் காதல் எந்த வித்ததில குறைச்சலாப் போச்சு உடலைப் பல பேரிடம் பகிர்ந்திருக்கலாம். ஆனால் மனசுல உன் ஒருத்தியத் தவிர இந்த ஜென்மத்துல வேற ஒருத்திய நினைச்சுக் கூடப் பார்க்க மாட்டேன்டி.

அது உனக்கே உனக்கானதுடீ. நாளைக்கு நமக்கு குழந்தைங்க பிறந்தாலும் உனக்கு அடுத்தபடி தான் குழந்தைங்க.. எனக்கு எப்பவும் நீ மட்டும் தான் வேணும். உனக்கு அடுத்தது தான் மத்ததெல்லாம் தவம் மாதிரி உன்னை காத-லிச்சேனேடி நீ ஏண்டி என்னை புருஞ்சுக்கலை.

நாள் தவறாமல் ஏதோ ஒரு இடத்திலிருந்து உன்னை பார்த்திருவேன்டி. அப்-படி உருகி உருகி காதலிச்ச என் காதல் உனக்கு ஏண்டி புரியாம போச்சு.

உலக அழகியே வந்தாலும் உன்னை நினைச்ச மனசுல யாரையும் நினைக்க மாட்டேன். நீ ஏண்டி நான் செய்த அந்த தவறையே பிடுச்சுட்டு தொங்கற. என்-னைக் கொஞ்சம் புருஞ்சுக்க கூடாதா" என்று ஆதங்கத்துடன் கேட்டான்.

அவளால் பதிலே சொல்ல முடியவில்லை அப்படியே ஆணி அடித்தது போல் அசையாமல் அமர்ந்திருந்தாள். இதை விட எனக்கு வேற என்ன வேண்டும் என்-னையே உருகி உருகிக் காதலிக்கும் கணவன் கிடைக்க கொடுத்து வெச்சிருக்-கனும். இவன் இந்த ஒரு தப்பையும் செய்யாம இருந்திருக்கலாமே என்று அவள் மனசு ஏங்கியது

அதை விட அவனால் காதலிக்கப்படும் அந்த சுகம் அவள் இதயத்தில் இறங்கி சம்மணமிட்டு அமர்ந்து கொள்ள அந்த சுகத்தைக் கண் மூடி அணு அணுவாய் அனுபவித்தாள்.

அவளின் முகம் காட்டும் வித்தைகளைக் கூர்ந்து கவனித்துக் கொண்டிருந்தான் பிரபா.

கொஞ்ச நேரம் தனக்குள்ளையே அமுங்கிக் கிடந்தவள், கண் விழிக்கும் போது கணவன் தன்னையே பார்த்துக் கொண்டிருப்பதைப் பார்த்து விட்டு "எனக்குத் தூக்-கம் வருது" என்று சொல்லி விட்டு கட்டிலின் ஓரத்தில் படுத்துக் கொண்டாள்.

அவளையே பார்த்துக் கொண்டிருந்தவனுக்குத் துக்கம் தொண்டையை அடைக்க, மனதில் பராங்கள்ளை வைத்து அழுத்தியது போல் ஒரு உணர்வைத் தர, அவனுக்குள் மூச்சு விடவே சிரமமாக இருப்பது போல் உணர்ந்தவன் எழுந்து பால்கனிக்குச் சென்றான்.

என்ன எந்த சத்தமும் வரலை என்று லேசாக போர்வையை விலக்கிப் பார்த்தவள், பக்கத்தில் கணவனைக் காணாமல் தலையைத் தூக்கி சுற்றிலும் பார்வையை ஓட்டியவள் பால்கனியில் அவன் நின்றிருந்ததைப் பார்த்து விட்டு எழுந்து அமர்ந்தாள்.

கொஞ்ச நேரம் யோசனையுடன் இருந்தவள் எழுந்து அவனிடம் சென்றாள்.

பக்கத்தில் ஓசை கேட்டும் திரும்பிக் கூடப் பார்க்காமல் அப்படியே நின்றான்.

அவன் தன்னைக் கவனிக்கிறானா என்று பார்த்தவள் அவனிடம் எந்த மாற்றமும் தெரியாததால் அவளே, "பிரபா இங்க என்ன பண்ற வந்து தூங்கு வா" என்றாள்.

பிரபா என்று எத்தனையோ பேர் அவனை அழைத்தாலும் காதல் மனைவி அழைத்த போது அவனுக்குள் என்னவோ செய்தது.

திரும்பி அவளைப் பார்த்தவன், "என்னால தூங்க முடியலைடி. மனசுல உன்னைச் சுமந்துகிட்டு எதிரில் நீ என்னை நிராகரிக்கிறதை என்னால ஜிரணிக்க முடியலைடி, அப்படியே பையித்தியம் பிடிச்ச மாதிரி இருக்குடி" என்று இறுகிய குரலில் கூறினான்.

அவளும் அவன் பக்கத்தில் நின்றாளே தவிர வாயே திறக்கவில்லை.

கொஞ்ச நேரம் பார்த்தவன், "நீ போய் தூங்குடி எனக்குத் தூக்கம் வந்தால் வந்து தூங்கிக்கறேன்" என்றான்.

"இல்லை நீ வந்தால் தான் போவேன்" என்று பிடிவாதமாக நின்றாள்.

அதற்கு மேல் மனைவியை அங்கே காக்க வைக்க விரும்பாதவன், "வா" என்று சொல்லி விட்டு உள்ளே சென்றான்.

பாரதி பால்கனி கதவை அடைத்து விட்டு வந்து கட்டிலின் ஓரத்தில் அவன் படுத்திருப்பதைப் பார்த்து விட்டு, மறு ஓரத்தில் அவள் படுத்துக் கொண்டாள்..

இது வரை இல்லாத வகையில் இன்று கணவனின் வலி நிறைந்த முகம் அவளை ரொம்பவே பாதித்தது..

தூக்கம் வராமல் கல்யாணம் நடந்த நாளிலிருந்து இன்று வரை எப்படி நடந்து கொண்டான். அவனைக் குற்றம் சாட்டும்படி எதாவது நடந்திருக்கா என்று ஒவ்வொன்றாக யோசித்துப் பார்த்துக் கொண்டிருந்தாள்..

தன் நாத்தனாரும் அவருடைய மகளும் தன்னை குற்றம் சொல்லும் போது கூட, அவன் தனக்கு ஆதரவாக இருந்ததும், எல்லாரும் கோகுலிடம் பேசும் போது சந்தேகப் படக் கணவன் மட்டும் எந்த சந்தேகமும் படவில்லை.

அவ்வளவு சண்டையில் நான் எந்த நம்பிக்கையில் கோகுலை என் படுக்கையறை வரை அழைத்து வந்தேன்.

பிரபா படுக்கையறைக்கு அழைத்து வந்தால் திட்டுவானோ என்ற நினைவு கூட எனக்கு வரலையே.

என்னோட அந்த நம்பிக்கையை அவனும் காப்பாற்றினானே எங்க இருவரையும் அறைக்குள் பேசச் சொல்லி விட்டு எங்களுக்குத் தனிமை கொடுத்து வெளியில் சென்றானே.

என் மேல் எவ்வளவு நம்பிக்கை என்று ஒவ்வொனறாக நினைத்துப் பார்த்து தன் கணவனின் நடவடிக்கையில் புலங்காகிதம் அடைகிறாள்.

அன்று இரவு கணவனின் நினைவுகளிலேயே உறங்கியும் விட்டாள்.

11

அத்தியாயம் 11

காலையில் அவசரமாகத் தயாராகி வந்தவன், அவனுக்காகக் காத்துக் கொண்டிருந்த அத்தானைப் பார்த்து விட்டு "வாங்க போகலாம்" என்று முன்னாடி சென்றான்.

அப்போது அவன் மனைவி காபியோடு வந்து "இதை குடுச்சிட்டு போ இந்தா" என்று கொடுத்தாள்.

பாவம் விடிய விடியத் தூக்கம் வராமல், அவன் அவதிப்பட்டதுக்கு ஏதோ தன்னால் முடிந்த ஆறுதலாக அவன் வயிற்றை நிரப்பப் பார்த்தாள்.

அவள் கொண்டு வந்த காபியை வாங்கி அருந்தியவன், அவள் முகத்தில் தனக்குச் சாதகமாக எதாவது உணர்ச்சி தென்படுகிறதா என்று அலசி ஆராய்ந்து கொண்டிருந்தான்.

தன் முகத்தையே விழுங்குவது போல் பார்த்துக் கொண்டிருந்த கணவனின் பார்வையை உணர்ந்து லேசாக முகம் சிவந்து போனவள், அந்த இடத்தில் நிற்க முடியாமல் தவித்துக் கொண்டிருந்தாள்.அவன் குடித்து விட்டுக் கொடுத்த கப்பை வாங்கிக் கொண்டு வேகமாகச் சமையலறைக்குள் சென்று புகுந்து கொண்டாள்.

அவளுக்கு மேல் மூச்சு கீழ் மூச்சு வாங்கியது. "அவனுக்குக் காபி கொடுத்திருக்கவே கூடாது கண்ணைப் பாரு" என்று திட்டிக் கொண்டே படபடத்த இதயத்தில் கையை வைத்து அழுத்திக் கொண்டாள்.

மனைவி ஓடிய வேகத்தைப் பார்த்து மெல்லிய புன்னகை கீற்று அவன் உதட்டில் தோன்றி மறைந்தது.

அப்போது தான் ஞாபகம் வந்தவனாக அவனுடைய அத்தானைப் பார்க்க அவர் ஏற்கனவே வெளியில் சென்றிருந்தார்.

காருக்குச் சென்றவன் அவரை அழைத்துக் கொண்டு சில வீடுகளுக்குப் போய் வந்தான். அங்குச் சுற்றி இங்கே சுற்றி மனோஜைப் பார்க்க பர்மிஷன் வாங்கிக்

கொண்டவன், அத்தானோடு சென்று சிறையில் அவனைப் பார்த்தான்.

இவனைப் பார்த்ததும் மனோஜ் தலைகுனிந்து கொண்டான். அவன் கையை ஆறுதலாகப் பிடித்த பிரபா அவன் முகத்தில் தாடியோடு பத்து வயது கூடுதலாகக் காட்டியது.

பாவம் எவ்வளவு நாளா இதை நினைத்து மனவுளைச்சலில் இருந்தானோ என்று நினைத்துக் கொண்டான்.

மூர்த்தி கண் கலங்கக் குரல் தளுதளுக்க "மாப்பிள்ளை" என்று அழைத்ததும் மனோஜ் உடைந்தே போனான்.

"அத்தான் நீங்கக் கொஞ்சம் வெளியில் இருங்க" என்று விரட்டிய பிரபா அவனை ஆறுதலாக அணைத்துக் கொண்டான்.

"மனோஜ் கவலைப்படாதே. எல்லாம் நான் பார்த்துக்கறேன் உன்னோட நண்பர்கள் இருவரின் வீட்டு அட்ரஸ், அவனுகளைப் பத்தி கொஞ்சம் எனக்கு விளக்கமா சொல்லு. அப்படியே கடன் கொடுத்தவங்களைப் பத்தியும் சொல்லு" என்று கேட்டுக் கொண்டான்.

"என்ன அண்ணா சொல்றது. ரொம்ப நல்லவனுகளா தான் இருந்தாங்க. பணத்தாசை யாரை விட்டது, தொழில் என் பேர்ல இருந்ததால் கடனும் என் பேரில் வாங்கினதை நான் தவறாக நினைக்கலை.

ஆனால் தொழில் நல்ல முறையாகத் தான் லாபம் ஈட்டி கொடுத்தது. எப்படி நஷ்டமாச்சு பணமெல்லாம் எங்க போச்சு என்று எனக்கு இது வரை எதுவுமே புரியலை.

நல்ல லாபம் வந்ததால சீக்கிரமா கடனை அடச்சிறலாம்ன்னு நினைச்சுகிட்டு இருக்கும் போது, என்ன நடந்துச்சு எதனால இங்க வந்து உட்கார்ந்திருக்கேன் என்று எதுவுமே புரியலை.

ஏற்கனவே ராதிகாவும் உங்க அக்காவும் என்னை மதிக்க மாட்டாங்க. மாமா மட்டும் தான் என் மேல பாசமா இருப்பார்.

இப்ப நான் இந்த நிலைமையில் இருக்கும் போது அவங்க எப்படி என்னிடம் நடந்து கொள்வாங்கன்னே தெரியலை.

வெளியில வரவே விருப்பமில்லை. இங்கயே இருந்துரலாம் போல இருக்கு. நண்பர்களை நம்பி இப்ப என் வாழ்க்கை தான் போச்சு, வெளியில் வந்து இனி உங்க அக்கா பொண்ணோட வாழ்ற வாழ்க்கைய நினைச்சால் இப்பவே கண்ணைக் கட்டுது.

எத்தனை குத்தல் பேச்சைக் கேட்க வேண்டி இருக்குமோ" என்று எதை எதையோ பைத்தியக்காரன் போலப் பேசிக் கொண்டிருந்தான். இடை இடையே அழுகவும் செய்தான்.

அவன் பேசியதில் முகம் இறுகிப் போய் "இனிமேல் நீ எதுக்கும் கவலைப்படாம இரு. சீக்கிரமே உன்னை வெளியில் கொண்டு போய் விடுகிறேன்.

இனி என் அக்காளோ அவள் மகளோ உன்னை ஒரு வார்த்தை பேசமாட்டாங்க சரியா? நான் கிளம்பறேன் நேரமாச்சு பத்திரமா இரு" என்று மேலும் ஆறுதல் வார்த்தைகள் சொல்லி விட்டு அங்கிருந்து வந்தவன், அத்தானை அழைத்துக் கொண்டு நேராகச் சென்ற இடம் கடன் கொடுத்தவர்களின் பைனான்ஸ் அலுவலகம் தான்.

அவர்களிடம் பேசி "பணம் ஒரே செக்கா தரேன் ஆனால் கேஷை வாபஸ் வாங்கனும்" என்று கேட்டுக் கொண்டான்.

அவர்களும் பணம் வந்தால் போதும் என்று அனைவருமே ஒத்துக் கொண்டார்கள் "சரி இன்னும் இரண்டு நாளில் பணத்தோடு வருகிறேன்" என்று சொல்லி விட்டு வீடு வந்து சேர மாலை ஆகி இருந்தது.

வீட்டுக்கு வந்ததும் மூர்த்தி பாரதியிடம் பிரபாவிற்கு "சாப்பிட எதாவது கொடுமா. காலையில் நீ கொடுத்த காபி தான் இன்னும் எதுவும் சாப்பிடலை" என்றார்.

உடனே பாரதி "நீங்க சாப்டீங்களா அண்ணா? உங்களைப் பார்த்தாலும் சாப்பிட்ட மாதிரி தெரியலை இருங்க உங்களுக்கும் தோசை வார்த்து எடுத்து வரேன்" என்று சொன்னாள்.

"இல்லம்மா எனக்குப் பசியே இல்லை. நீ அவனுக்குக் கொடு" என்று சொல்லி விட்டு வெளியே சென்றார்.

பாவம் மனுசன் எப்படி ஓய்ஞ்சு போய்ட்டார் என்று நினைத்துக் கொண்டவள், அவசரமாகச் சட்னி செய்து தோசை ஊற்றி இருவருக்குமே எடுத்துக் கொண்டு வெளியில் வரும் போது, பிரபா ராதிகாவை அடி பின்னிக் கொண்டிருந்தான்.

தடுக்க வந்த உமாவிற்கும் இரண்டு கொடுத்தான். பாரதி அதிர்ந்து போய் தட்டை வைத்து விட்டு அவசரமாக ஓடிப் போய் அவனைப் பிடித்து இழுத்து "ஏண்டா நீ மனுஷனா எதுக்கு பொண்ணுங்க மேல கை வைக்கிற. எதா இருந்தாலும் வாய்ல பேசமாட்டியா?" என்றாள்.

"ஏய் ஒழுங்கா போயிருடி இருக்கற கோவத்துல உன்னையும் சேர்த்து அடுச்சிருவேன். புருஷங்க அடுச்சாத் தானே போர்க் கொடி தூக்கிட்டுப் பிறந்த வீட்டுக்கு வராங்க. அதான் நானே அடுச்சேன்" என்றான் கோவத்துடன்.

மூர்த்தி அதே இடத்தில் அமர்ந்திருந்தவர் வாயே திறக்க வில்லை. பாரதி தான் "அண்ணா நீங்களாவது சொல்லுங்க" என்று கெஞ்ச அவன் கையில் அகப்பட்ட இரு பெண்களும் அதிர்ச்சி விலக்காமல் அவனையே பார்த்துக் கொண்டிருந்தார்கள்.

அவனுடைய அம்மாவும் அப்பாவும் கலங்கிப் போய் பார்த்தார்களே தவிர யாருமே தடுக்க வரலை.

மாமனாரிடம் போய் "நீங்களாவது சொல்லுங்க மாமா" என்று சொல்ல அவன் "இது வரை இப்படி நடந்து கொண்டதில்லை இப்ப நடந்துக்கரானா காரணம் இருக்கும்" என்று சொல்லி விட்டார்.

யாரையும் நம்பி பிரயோஜனம் இல்லை என்று அவளே சென்று அவன் விடாமல் அவர்களைப் பிடித்திருந்த கையை கடித்து வைத்தாள், அவனோ அலறிக் கொண்டு, "என்னடி பண்ற" என்றான் கையை உதறிய படி.

உடனே அவர்கள் இருவரையும் தன் பின்னால் நிறுத்திக் கொண்டு, "என்னை அடுச்சாலும் பரவாயில்லை என் முன்னால யாரையும் அடிக்க விடமாட்டேன்" என்று நின்றாள்.

அவளையே வெறித்துப் பார்த்து விட்டு, "சே" என்றவன் அங்கிருந்த பிளாஸ்டிக் சேரை தூக்கி வீசினான். அது அவன் கோபத்திற்கு ஈடு கொடுக்க முடியாமல் சுக்கல் சுக்கலானது.

அதிலும் கோபம் தனியாதவன் கையைச் சுவரில் அடிக்க, பாரதி போய் அவன் கையைப் பிடித்துக் கொண்டாள்.

"பீளீஸ் எனக்குப் பயமா இருக்கு கோபப் படாதே" என்று மெல்லி நடுக்கத்துடன் சொன்னாள். முதன் முதலாக அவன் கோபத்தைப் பார்த்த அந்தப் பேதைப் பெண்.

அவள் விழிகள் பயத்தில் படபடக்க அவள் கை நடுக்கத்துடன் அவன் கையைப் பற்றி இருந்தது. அவனுக்குமே இதுவரை உக்கிரமாகப் பார்த்த தன் மனைவியை இப்படி நடுக்கத்துடன் கண்ணில் நீர் நிறைந்திருக்கப் பார்த்தவன், தன்னையுமறியாமல் அவளை இழுத்து அணைத்துக் கொண்டான்.

"பயப்படாதடி ஒன்னுமில்லை" என்று அவளுக்கு ஆறுதல் சொல்லி முதுகை வருடிக் கொடுக்கவும், ஏனோ அவளுக்கும் அவனிடம் இருந்து விலகத் தோன்றவில்லை.

அவனின் பார்வை தன் அக்காளையும் அக்காள் மகளையும் பார்வையிட, இருவரும் இன்னும் அதிர்ச்சி விலகாமல் அழுது கொண்டே இருந்தார்கள்.

இது வரை யாரிடம் இப்படி அடிவாங்கியிராத இருவரும் என்ன நடந்துச்சு என்பதைக் கிரகிக்கவே கொஞ்ச நேரமானது.

உமா பொங்கிய கோபத்துடன் தம்பியைப் பார்க்க, அவன் மனைவியை அணைத்துக் கொண்டிருந்ததில் இன்னும் கொதித்துப் போனாள்.

மெல்ல எழுந்த ராதிகா, "அம்மா மாமா ஏன் அடுச்சாங்க" என்று அழுது கொண்டே கேட்டாள்.

இப்பொழுது தன் கணவனையும் முறைத்துக் கொண்டிருந்த உமாவைப் பார்த்தவன், மனைவியை விலக்கி அழைத்து வந்து சோபாவில் அமர்த்தியவன், "இங்க வந்து ரெண்டு பேரும் உட்காருங்க" என்றான்.

கோபத்தில், "உனக்கு நான் அக்கா அந்த மரியாதை இருந்திருந்தால் இப்படி கை நீட்டி இருப்பியா? உனக்கு எவ்வளவு தைரியம் இருந்தால் என்னையும் என் பொண்ணையும் அடுச்சிருப்பே" என்று அகங்காரமாகக் கேட்டாள் உமா.

"ஒழுங்கா வாய மூடிட்டு ரெண்டு பேரும் வந்து உட்காருங்க, இல்லை உங்க ரெண்டு பேரையும் நடுத்தெருவில நிறுத்திட்டு அத்தானையும் மனோஜையும் நான் பார்த்துக்க வேண்டி வரும். ரெண்டு பேரும் பொம்பளைங்களா? பிசாசுங்க" என்று சொல்லி விட்டு அதே சோபாவில் தொப்பென்று விழுந்தான்.

"யாரைப் பார்த்து பிசாசுன்னு சொல்ற" என்று ஆக்ரோஷமாக அடிக்க வந்த அக்காவை அப்படியே பிடித்துக் கொண்டவன், "அக்கா என் பொறுமையைச் சோதிக்காதே அக்காவா இருந்தாலும் தப்பு செஞ்சா கொன்னே போட்ருவேன் ஜாக்கிரதை. என்ன நினைச்சுக்கிட்டு இருக்க நீ கெட்டதுமில்லாம ராதிகாவையும் கெடுத்து வெச்சிருக்க.

மனோஜ் ஜெயில்ல இருக்கறதை நினைச்சுக் கூடப் பயப்படலை, வீட்டுக்கு வந்தால் நீங்க ரெண்டு பேரும் எப்படி பேசுவீங்களோன்னு நினைச்சு அழறான். ஒரு ஆம்பளைய இப்படியா ரெண்டு பேரும் சித்திரவதை பண்ணி வெச்சிருப்பீங்க.

தன் தாயையும் தகப்பனையும் பார்த்து, "நம்ம வீட்டு மாப்பிள்ளை இங்க வரதை விட எனக்கு ஜெயிலே பரவாயில்லைன்னு சொல்லி வரமாட்டேங்கறார், நல்லா பொண்ணைப் பெத்து வளரத்தி இருக்கீங்க.

இந்த அடிய அத்தான் கொடுத்திருக்கனும் அவர் எங்கே அதை எல்லாம் செய்யப் போறார். அப்படிச் செய்திருந்தால் நீங்க ரெண்டு பேரும் உருப்பட்டிருப்பீங்களே" என்றான் கோபத்துடன்.

அவன் பேச்சில் உமாவும் ராதிகாவும் விக்கித்து நின்றார்கள்.

"நீங்க ரெண்டு பேரும் ஒழுங்கா மரியாதையா குடும்பம் நடத்தர மாதிரி இருந்தால் நடத்துங்க. இல்லையா ரெண்டு பேரும் வீட்டை விட்டு வெளியே போங்க, பத்து பைசா கிடைக்காது என் ஆயுசுக்கும் அத்தானுக்கும் மனோஜுக்கும் என்ன தேவையோ அதை செய்துக்கிறேன்.

அப்படியே உன் பொண்ணு கிட்ட டைவர்ஸ் பேப்பர்ல கையெழுத்து வாங்கிக் கொடு.

நான் மனோஜுக்கு வேற பொண்ணப் பார்த்துக் கல்யாணம் பண்ணி வைக்கிறேன்" என்றான்.

இதை எல்லாம் கேட்ட அவனுடைய அப்பா நெஞ்சைப் பிடித்துக் கொண்டு விழ, மூர்த்தியும் பிரபாவும் பதட்டத்துடன் அவரை நோக்கி ஓடினார்கள்.

லஷ்மி கணவனைப் இப்படிப் பார்த்ததும் இடிந்து போய் அப்படியே நிற்க, பாரதி ஓடி வந்து அவரை ஆதரவாகப் பற்றிக் கொண்டாள்.

பிரபா அப்பாவைத் தூக்கிக் கொண்டு போய் காரில் கிடத்த, உமாவும் ராதிகாவும் அழுது கொண்டே அவர்கள் பின்னால் ஓடினார்கள்.

இருவருக்குமே சிவமணி நெஞ்சைப் பிடித்துக் கொண்டு விழுந்ததில் ஆடிப் போனார்கள். அதுவும் ராதிகா பயத்துடன், "அம்மா தாத்தாவுக்கு எதுவும் ஆகிராதே" என்று கேட்டு விட்டு அழுகையைத் தொடர்ந்தாள்.

மூர்த்தியும் காரில் வந்து ஏரிக் கொள்ள, உமா காரின் பக்கத்தில் நின்று தம்பியைப் பயத்துடன் பார்த்துக் கொண்டிருந்தாள்.

அவனோ எதுவும் சொல்லாமலே அத்தானை மட்டும் அழைத்துக் கொண்டு படபடப்புடன் மருத்துமனைக்கு விரைந்தான்.

போகும் வழி எல்லாம், "அப்பா உங்களுக்கு ஒன்னுமில்லை பயப்படாதீங்க தைரியமா இருங்க நான் இருக்கேன்" என்று அவன் பாட்டுக்கு எதை எதையோ சொல்லிக் கொண்டு காரை செலுத்தியவன் கண்ணில் கண்ணீர் வழிந்தது.

அப்பாவை எப்படியாவது காப்பாற்றிக் கொடு கடவுளே என்று தெய்வத்திடம் முறையிட்டுக் கொண்டே சென்றான்.

வீட்டிலோ மாமியாரை இருக்கையில் அமர்த்தி விட்டு வெளியில் வந்த பாரதி, உமாவும் ராதிகாவும் அழுது கொண்டு தனியாக நிற்பதைப் பார்த்து, "நீங்க ரெண்டு பேரும் போகலையா?" என்று கேட்டாள்.

"பிரபா எங்களை விட்டுட்டு போய்டான் எங்க அப்பாவுக்கு எதுவும் ஆகாதே" என்று பயத்துடன் கேட்டாள் உமா.

நாத்தனாரைப் பார்க்கவே பாவமாக இருந்தது பாரதிக்கு. அனாதரவான நிலையில் இருப்பவளைப் போல எக்கி எக்கி அழுதாள்.

சரி உள்ள வாங்க நாமளும் போகலாம்" என்று சொல்லி அவர்களை அழைத்துக் கொண்டு உள்ளே வந்தவள், தன் போனை எடுத்து அஷ்வினுக்குக் கால் பண்ணி விவரத்தைச் சொல்லி காரை எடுத்துக் கொண்டு வரச் சொன்னாள்.

அடுத்து பத்தாவது நிமிஷம் அவன் காரோடு வர அவளுடைய நட்பு படைகளும் இன்னொரு காரில் வந்து சேர்ந்தார்கள்.

மாமியாரை கைத்தாங்களா அழைத்துக் கொண்டு போய் காரில் அமர வைத்தாள்.

உமாவும் ராதிகாவும் லஷ்மியின் அருகில் அமர்ந்து கொண்டார்கள். இரண்டு காரும் மருத்துவமனையை நோக்கி விரைந்தது.

"எந்த ஹாஸ்பிடல் பாரு" என்று கேட்டான் அஸ்வின்.

"டவுனில் இருக்கற பெரிய ஹாஸ்பிடல் தான் போயிருக்கனும் இரு எதுக்கும் போன் பண்ணிக் கேட்கிறேன்" என்று கணவனுக்கு போன் பண்ணினாள்.

அவன் போனை எடுத்ததும், "எந்த ஹாஸ்பிடல் போயிருக்க" என்று கேட்-டாள்.

ஹாஸ்பிடல் பேரைச் சொன்னவன், "நீ எப்படி வருவ வீட்லையே இரு நானே கொஞ்ச நேரம் கழித்து வந்து கூட்டி வரேன்" என்றான்.

"நீ அங்க பாரு இதை எல்லாம் நான் பார்த்துப்பேன்" என்று சொல்லி விட்டு போனை வைத்து விட்டாள்.

அவள் மனதோ உமாவையும் ராதிகாவையும் நினைத்துத் தான் ரொம்பவும் வருந்தியது. ஒரு பெண்ணை ஆண் எந்த நிலையிலும் கைநீட்டி அடிக்கக் கூடா-துன்னு நினைப்பவள்.

ஆனால் தன் புருஷனே எப்படிப் போட்டு அடிக்கிறான் என்று நினைத்து கோபம் வரத் தான் செய்தது. அதை விட மனோஜ் நிலையைச் சொன்னதும் அவன் செய்ததும் சரி தானே என்று தோன்றியது.

இவங்களுக்கு எல்லாம் என்ன தான் குறை மத்தவங்களை மாதிரி பணம் இல்-லையா? வீடு வாசல் இல்லையா? அத்தனை இருந்தும் ஏன் சந்தோஷமாக வாழ மாட்டேங்கறாங்க.

எதுவுமே இல்லாம கிடைத்ததை வைத்து வாழறவங்க எவ்வளவு சந்தோஷமா இருக்காங்க. இதை எல்லாம் பார்த்து மாமாவுக்கு நெஞ்சு வலி வந்துருச்சே.

அவருக்கு குணமாகிறனும் எப்படி இருக்காரோ என்று நினைத்துக் கொண்டு வந்தவள் தோளைத் தட்டிய அஸ்வின்,

"பாரதி என்னாச்சு அப்ப இருந்து கூப்பிடறேன் உன் காதுல விழலையா? கவலைப் படாதே மாமாவுக்கு எதுவும் ஆகாது" என்று ஆறுதலாகச் சொன்னான்.

அவள் தலையை மட்டும் அசைத்து விட்டு பின்னாடி திரும்பி அவர்கள் மேல் பார்வையைப் பதித்தவள் பின் அமைதியானாள்.

12

அத்தியாயம் 12

அனைவரையும் அழைத்துக் கொண்டு மருத்துவமனைக்குள் நுழைந்தாள் பாரதி.

அவசரசிகிச்சைப் பிரிவின் முன் ஒரு இருக்கையில் தலை கவிழ்ந்து அமர்ந்திருந்த கணவனைப் பார்த்த பாரதிக்கு ஏனோ அழுகையாக வந்தது..

அவனிடம் சென்று, "பிரபா" என்றதும் நிமிர்ந்தவன் அதுவரை அடக்கி வைத்திருந்த ஆத்திரம் பீரிட, மனைவியை இடையோடு கட்டிக் கொண்டு முகத்தை அவள் வயிற்றில் பதித்துக் கொண்டான்..

திடுக்கிட்டுப் போனவள் சுற்றிலும் அடிக் கண்ணால் பார்வையை ஓட்டினாள்.. அனைவரும் சுற்றிலும் அவர்களையே பார்த்துக் கொண்டிருக்க அவளுக்குச் சங்கடமாகவும் வெக்கமாகவும் இருந்தது.. அதை விட அவள் வயிற்றில் அவன் முகம் பதிய அவள் கூச்சத்தில் நெளிந்தாள்..

அவளுடைய வயிற்றில் ஈரம் பதியவே பதறிப் போனவள், அழறானா? என்று நினைத்தவளுக்கு தன் கண்ணிலும் கண்ணீர் வர அவன் தலையை ஆதரவாக வருடிக் கொடுத்தாள்..

மனைவியின் ஸ்பரிசம் அவனுக்கு ஆறுதலாக இருக்க எதிலிருந்தோ தப்பிப்பது போல் இன்னும் அவளுக்குள் புதைந்தான்..

கொஞ்ச நேரம் எதையெதையோ நினைத்துக் கொண்டிருந்தவனுக்கு அப்போது தான் இவள் எப்படி வந்தாள் என்ற ஞாபகமே வந்தது..

நிமிர்ந்து மனைவியைப் பார்த்தவன், "நீ எப்படி வந்த" என்று கேட்டு அங்கே இருந்தவர்களைப் பார்த்ததும் இடிந்து போன நிலையிலிருந்தவனுக்கு தைரியம் வந்தது..

நண்பர்கள்னா இவங்க தான் எப்படி வந்து நிக்கறாங்க பார் என்று நினைத்தவனின் பார்வை, ஓரமாகப் பயத்துடன் நின்ற தன் அக்காளின் மேல் பட அவளை அழைத்தான்..

தம்பி அழைத்ததும் எங்கே திட்டுவானோ என்று பயத்தில் தயங்கித் தயங்கி அவனிடம் வந்தாள்..

அவளை அணைத்துக் கொண்டவன், "அக்கா அழாத" என்று அவள் கண்ணீரைத் துடைத்து விட்டான்..

தம்பியின் அணைப்பும் ஆறுதலும் அவளுக்கு மேலும் அழுகையைக் கொடுக்க, அவன் மார்பிலேயே சாய்ந்து கதறி அழுதாள்.. ராதிகாவும் தன் மாமனிடம் வந்து தஞ்சமடைய அவளையும் அணைத்துக் கொண்டான் ஆறுதலாக.,

பாரதிக்கு அவர்களைப் பார்க்கப் பெறும் நிம்மதியாக இருந்தது.. கணவனின் பாசமான இன்னொரு முகத்தைப் பார்த்தவளுக்கு அதுவரை கலவரத்துடனும் பயத்துடனும் இருந்த மனது அமைதியடைந்தது..

கொஞ்ச நேரத்தில் அவர்களை விடுவித்தவன், "ரெண்டு பேரும் போய் உட்காருங்க அப்பாவுக்கு எதுவும் ஆகாது" என்றவன், "பாரு அம்மா எங்கே தனியா விட்டுட்டு வந்துட்டியா?" என்று கேட்டான்..

"இல்லை இங்க தான் கூட்டி வந்திருக்கேன் அவங்க மாமாவை அப்படிப் பார்த்ததிலிருந்து பேசவே இல்லை. அதான் இங்க கூட்டி வராம ஹாஸ்பிடல் முன்னாடி இருக்காங்க.. யமுனாவும் நர்மதாவும் அத்தை கூட இருக்காங்க" என்றாள்..

இவளைக் கல்யாணம் பண்ணாம இருந்தால் நான் மட்டும் தனித்து இங்கே நின்றிருப்பேன்.. இப்போ எத்தனை பேர் என்னைச் சுற்றி இருக்காங்க என்று மனைவியை நினைத்து பெருமைப் பட்டுக் கொண்டான்..

பணம் இருந்து என்ன பிரயோஜனம் இந்த மாதிரி உறவுகளையும் நட்பையும் சம்பாதிக்கனும் என்று நினைத்து அவன் மனம் ஏங்கியது..

மூர்த்தி போனதும் ஒரு ஓரத்தில் போய் அமர்ந்து கொண்டவர் தான், தன்னால் தன் குடும்பத்தை பார்த்துக்க முடியலை... என் மகளையும் மனைவியையும் அடக்கி வைத்திருந்தாள் மாமனாருக்கு இப்படி ஒரு நிலமை வருமா? என்று தனக்குள்ளையே போட்டுப் புழுங்கிக் கொண்டிருந்தார்..

இவ்வளவு நேரம் பிரபா அருகிலிருந்த உமாவும் ராதிகாவும் சென்றதும், கோகுல், அஸ்வின், உதயன், கவின், மிதுன் அனைவரும் போய் அவனைச் சுற்றிலும் அரணாக நின்று கொண்டார்கள்.. அதைப் பார்த்தவனுக்குப் பெருமையாக இருந்தது..

இவர்கள் படையில் மகேந்திரன் மட்டும் சந்திராவை அழைத்து வர அனுப்பி இருந்தாள் பாரதி..

அனைவரும் ஹாஸ்பிடல் வாசலில் தவம் கிடக்க நேரம் கடந்து கொண்டே இருந்தது.. ஒவ்வொருவருடைய மனதிலும் அவர் பிழைக்க வேண்டும் என்று

ஆயிரம் வேண்டுதல்கள் ஓடியது..

டாக்டர் வந்து ஐசியூவின் முன் இத்தனை பேர் குவிந்திருக்கிறதைப் பார்த்து விட்டு, "எதுக்கு இங்கே இத்தனை பேர் இருக்கீங்க" என்று கடிந்து கொண்டார்..

பிரபா தான், "அப்பாவைப் பார்த்துட்டுப் போயிருவாங்க சார் அப்பா இப்ப எப்படி இருக்காங்க அவங்களுக்கு ஆபத்து ஒன்னுமில்லையே" என்று கேட்டான் பரிதவிப்புடன்..

"அட்டாக் வந்ததும் சரியான நேரத்துக்கு கூட்டிட்டு வந்துட்டீங்க எந்த ஆபத்தும் இல்லை காபாத்திட்டோம்.. நான்கு நாளைக்கு ஹாஸ்பிடல்ல இருக்கட்டும், நீங்க இத்தனை பேர் கூட்டம் கூடாம கிளம்புங்க" என்று சொல்லி விட்டுச் சென்றார்..

அப்போது தான் அனைவருக்கும் நிம்மதியானது.. உமாவும் ராதிகாவும் அழுகையை நிறுத்தினார்கள், மூர்த்தியின் முகமும் கொஞ்சம் தெளிந்திருந்தது.. அப்போது சந்திரா பதட்டத்துடன் வேகமாக வந்தார் அவர் பின்னாடியே மகேந்திரனும் வந்தான்...

பாரதியிடம் வந்து, "சிவமணி அண்ணன் இப்ப எப்படி இருக்கார்? எப்படி அவருக்கு நெஞ்சுவலி வந்துச்சு? யாரு இருந்தீங்க? உடனே கூட்டி வந்துட்டீங்களா? என்று அடுக்கடுக்காய் கேள்விகளைக் கேட்டுக் கொண்டிருந்தாள்..

"அம்மா பொறுமையா கேளு மாமாவுக்கு ஒன்னுமில்லை இப்ப நல்லாருக்கார்ன்னு டாக்டர் சொல்லிவிட்டு போறார்" என்றாள்..

நெஞ்சை நீவிக் கொண்ட சந்திரா, "பயந்துட்டேன்டி நல்லா இருந்த மனுஷனுக்கு எப்படி தான் இப்படி வந்துச்சோ" என்று அங்கலாய்த்துக் கொண்டார்..

மருமகனுக்கு ஆறுதலாக இரண்டொரு வார்த்தை பேசினாள்..

"பிரபா நீ போய் அத்தைகிட்ட பேசறீயா மாமாவுக்குத் தான் சரியாகிருச்சுல்ல அத்தையப் பாரு அவங்க பேசவே இல்லை பயமா இருக்கு" என்றாள் பாரதி

"அவங்க இங்க இருக்க வேண்டாம் பாரு அம்மாவை கூட்டிகிட்டு எல்லாரும் கிளம்புங்க.. நானும் அத்தானும் மட்டும் இருக்கோம் டாக்டர் இன்னொரு முறை சொல்ற மாதிரி வெச்சுக்க கூடாது" என்றான்..

"அத்தை" என்று அவள் இழுத்ததும், "அவங்க அப்பாவ அப்படிப் பார்த்த அதிர்ச்சியில இருப்பாங்க வா நான் பேசறேன்" என்று சொல்லி விட்டு அம்மாவைப் பார்க்கச் சென்றான்..

அம்மாவிடம் போய் மண்டியிட்டு அமர்ந்து, "அம்மா அப்பாவுக்கு ஒன்னுமில்லை டாக்டர் சொல்லிட்டார் வீட்டுக்குக் கூட்டி போயறலாம் பயப்படாதீங்க" என்றான் ஆறுதலாகத் தாயின் கையை தன் கையில் பொத்தி வைத்துக் கொண்டான்..

அவரோ எதுவும் சொல்லாமல் வெறித்துக் கொண்டே இருக்க, "அம்மா அம்மா" என்று கன்னத்தைத் தட்டினான்..

திடுகிட்டலுடன் சுயத்திற்கு வந்தவர், "பிரபா" என்று அவனைக் கட்டிக் கொண்டு கதறி அழுதார்.

அம்மாவைத் தேற்றி பாரதியோடு அனுப்பி வைப்பதற்குள் அவனுக்கு போதும் போதுமென்றானது.

அனைவரும் சென்ற பிறகு மூர்த்தியும் பிரபாவும் மட்டுமே மருத்துவமனையிலிருந்தார்கள்..

போகும் போதே பாரதியின் நண்பர்கள் அனைவரும் பிரபாவிடம், "அண்ணா நீங்க எந்த நிமிஷம் கூப்பிட்டாலும் நாங்க ஓடி வந்திருவோம்.. எதாவது தேவைன்னா எங்களை கூப்பிடுங்க" என்று சொல்லி விட்டுச் சென்றார்கள்..

வீட்டிற்கு வந்ததும் பாரதியின் கையைப் பிடித்துக் கொண்ட உமாவும் ராதிகாவும், "எங்களை மன்னிச்சிரு பாரதி எங்க நேரமோ என்னவோ எல்லாம் தப்பா புருஞ்சுகிட்டு எல்லாருக்கும் கஷ்டத்தை கொடுத்துட்டோம்" என்றார்கள்..

"பரவாயில்லை அக்கா" என்று அவள் பெருந்தன்மையாகச் சொல்லி விட்டாள்..

ராதிகா மட்டும் தயங்கித் தயங்கி முதல் முறையாக, "அத்தை" என்று அழைத்து, "மாமாட்ட சொல்லி மனோஜை எப்படியாவது வெளில கொண்டு வரச் சொல்லுங்க" என்று கண்கலங்கிச் சொன்னாள்..

உமாவும், "பாரதி நீ தம்பிகிட்டப் பேசு மாப்பிள்ளை பாவம் அங்க என்னவெல்லாம் கஷ்டப்படறாரோ சீக்கிரமா வெளியே கொண்டு வரச் சொல்றியா?" என்றாள்..

"சரிங்க அக்கா நான் பேசறேன்" என்றவள், "அத்தை நீங்கப் போய் உங்க ரூம்ல படுத்துக்கறீங்களா?" என்றாள்..

"இல்லை பாரதி எனக்குத் தனியா இருக்கப் பயமா இருக்கு கண்ட நினைவெல்லாம் வந்து மனசை அலைகழிக்குது" என்று அங்கிருந்த சோபாவிலேயே சாய்ந்து கொண்டார்..

"நீங்க ரெண்டு பேரும் போய் படுங்க அக்கா நான் அத்தை கூட அவங்க ரூம்ல படுத்துக்கறேன்" என்று சொன்னவள், மாமியாரை அழைத்துக் கொண்டு அவர் அறைக்குச் சென்று படுத்துக் கொண்டார்கள்..

அப்பவே மணி மூன்றாகி இருந்தது.. அசதியில் வந்து படுத்த லஷ்மி உறங்கி விட பாரதிக்குத் தான் உறக்கமே வரவில்லை..

ஐந்து மணி ஆனதும் போய் சமையல் வேலையாவது பார்க்கலாம், எல்லாம் எப்படி கிடக்குதோ போட்டது போட்டபடி போயாச்சு, என்று நினைத்துக் கொண்டு உறங்கும் மாமியாரை ஒரு பெருமூச்சுடன் பார்த்து விட்டுச் சென்றாள்..

உமா பாத்திரம் சுத்தம் செய்து கொண்டிருப்பதைப் பார்த்தவள், "அக்கா நீங்க தூங்கலையா?" என்று கேட்டாள்..

"எனக்குத் தூக்கமே வரலை பாரதி ஏதோ மனசுக்குள்ள அழுத்திட்டே இருக்குது.. என்னால நிம்மதியா இருக்க முடியலை, எங்க அப்பாவை ஒரு முறையாவது பார்த்துப் பேசனும்" என்று கண்கலங்கினாள்..

"கவலைப்படாதீங்க அக்கா மாமா இன்னும் இரண்டு நாளில் வீட்டுக்கு வந்துருவார்.. நீங்களே கிட்ட இருந்து பார்த்துக்குங்க இருங்க காபி கலக்கி தறேன்" என்று சொன்னவள் இருவருக்கும் காபியைக் கலக்கினாள்..

இருவரும் பேசிக் கொண்டே காபியை அருந்தி விட்டு மற்ற வேலைகளைப் பார்த்தார்கள்..

அப்போது பாரதியின் போன் அழைக்கவும் போய் எடுத்தாள், பிரபா தான் அழைத்திருந்தான்.. "மாமா எப்படி இருக்கார் நீ போய் பார்த்தியா? பேசுனியா?" என்று அவள் கேட்ட கேள்வியில் அவன் முகத்தில் அந்த நிலையிலும் புன்னகை எட்டிப் பார்த்தது..

"நல்லா இருக்காங்கடி நான் தான் போய் பார்த்துட்டு வந்தேன், நீ இப்ப ஹாஸ்பிடல் வரையா? நான் போய் பணம் ரெடி பண்ணனும் மனோஜ் கடன்காரர்களுக்கு நாளைக்குத் தரதாச் சொல்லி இருக்கேன்.. அப்ப தான் அவங்க கேஷை வாபஸ் வாங்குவாங்க" என்றான்..

"நான் இப்பவே கிளம்பி வரேன்" என்று சொல்லிவிட்டு, போனை வைத்தவள் அவசர அவசரமாக மீதி இருந்த வேலைகளைச் செய்து முடித்து விட்டு, குளித்து ரெடியாகி உமாவிடமும் மாமியாரிடமும் சொல்லி விட்டு மருத்துவமனைக்குச் சென்றாள்..

ஓய்ந்து போய் கண்ணை மூடி அமர்ந்திருந்த கணவனைப் பார்த்தவளுக்கு ஏதோ மனதைப் பிசைவது போல் இருந்தது.. தூங்கி இருக்க மாட்டான் நேத்துல இருந்து எத்தனை மனவுழைச்சல் பாவம் என்று நினைத்தவள், பார்வை மூர்த்தி அண்ணனைத் தேடியது..

அவரும் அதே நிலையில் இருக்க முதலில் மூர்த்தியிடம் சென்றவள், "அண்ணா" என்று அழைத்தால்..

கண் விழித்தவன் பாரதியைப் பார்த்ததும் நன்றாக அமர்ந்து கொண்டு, "இப்ப தான் வந்தியா மா" என்றார்..

"ஆமாம் அண்ணா நீங்களும் பிரபாவும் கிளம்புங்க நான் இங்க இருந்து பார்த்துப்பேன்" என்றாள்..

அவரும் எழுந்து வர மனைவியின் குரல் கேட்டு பிரபாவும் எழுந்து வந்தான்.. "ரெண்டு பேரும் வீட்டுக்குப் போய் குளிச்சுட்டு சாப்பிட்டு போங்க" என்றாள்..

"ம்" என்றவன், "நீ சாப்டியா?" என்று கேட்டான்.. அவளும் அதே மாதிரி, "ம்" என்றாள் மேற்கொண்டு இருவரும் எதுவும் பேசிக் கொள்ளவில்லை, ஆனால் விழிகள் இரண்டும் உரசிக் கொண்டிருந்தது..

கொஞ்ச நேரம் அவள் விழிகள் மூலம் தனக்கு சார்ஜ் பண்ணிக் கொண்டவன், "வரேன் பார்த்துக்க" என்று சொல்லி விட்டு அத்தானை அழைத்துக் கொண்டு சென்றான்..

அதன் பிறகு பிரபாவிற்கு நிற்க ஏது நேரம்.. பேங்கல எவ்வளவு எடுக்க முடியுமோ எடுத்துக் கொண்டு வந்து வீட்டில் வைத்து விட்டு, தன் நண்பன் பைனான்ஸில் ஒரு மாதத்தில் திருப்பி தருவதாகச் சொல்லி மீதிப் பணத்தை ரெடி பண்ணினான்..

இந்த வேலை எல்லாம் முடித்து வர இரவு ஏழு மணி ஆகி இருந்தது.. "அத்தான் நீங்க வீட்டில் இருங்க நான் ஹாஸ்பிடல் போறேன்" என்று சொல்லி அவரை விட்டு விட்டு மருத்துவமனைக்கு வந்து சேர்ந்தான்..

அங்கே கோகுல், அஸ்வின், மிதுன், பாரதி நான்கு பேரும் அமர்ந்து அரட்டை அடித்துக் கொண்டிருந்தார்கள்..

கணவனைப் பார்த்ததும், "வேலை முடுஞ்சுதா?" என்று கேட்டாள்..

"ம் இவங்க எல்லாம் எப்ப வந்தாங்க" என்று கேட்டுக் கொண்டே அவர்கள் அருகில் அமர்ந்து கொண்டான்.

"நாங்க சாயந்திரம் தான் மாமாவைப் பார்த்துட்டு போகலாம்ன்னு வந்தோம் அண்ணா.. பாரதி தனியா இருப்பதைப் பார்த்து விட்டு நீங்க வரும் வரை இருக்கலாம்ன்னு இருந்துட்டோம்" என்றான் கோகுல்..

"நல்லதா போச்சு போகும் போது இவளையும் கூட்டகிட்டுப் போங்க, பாரதி நீ கிளம்பு நான் பார்த்துக்கறேன் நாளைக்கு காலைல வந்து என்னை மாத்தி விடு" என்றான்..

"நீ நேத்தும் தூங்கலை இன்னைக்கும் உன்னால எப்படித் தூங்க முடியும் நான் வேணா இருக்கவா?" என்று தயக்கத்துடன் கேட்டாள்..

"சமாளிச்சுப்பேன் நீ போ நீயும் நேத்துத் தூங்கி இருக்க மாட்ட போய் சாப்பிட்டுத் தூங்கு.. இன்னும் ரெண்டு நாள் தானே!!" என்று சொல்லி மனைவியை அவர்களோடு அனுப்பி வைத்தான்..

வீட்டுக்கு வந்தவளுக்குச் சோர்வாக இருக்க, போய் குளியல் போட்டு விட்டு கீழே வரவும் உமாவே அவளுக்கு டிபன் எடுத்து வைத்தாள்..

"அக்கா நீங்க போய் இதெல்லாம் செய்யறீங்க நானே போட்டுப்பேன்" என்று கூச்சத்துடன் சொன்னாள்..

"நீயே காலையிலிருந்து ஹாஸ்பிடல்ல இருந்து ரொம்ப சோர்வா வர நான் வீட்ல தான இருந்தேன் இதைக் கூடச் செய்ய மாட்டேனா?

பாவம் என் தம்பி இன்னைக்கு பைனான்ஸில் போய் கடன் வாங்கி இருக்-கான்.. அவனெல்லாம் இந்த மாதிரி யாரிடமும் கடன் வாங்கியதில்லை.. இதை எல்லாம் நினைக்கும் போது எனக்கு ரொம்ப குற்றவுணர்வா இருக்கு..

என் தம்பி எனக்கு அப்பாவா இருந்து எனக்குச் செய்யறதுமில்லாம என் பொண்ணு குடும்பத்துக்கும் செய்யறான்.. என்று காலையிலிருந்து மனதிலிருந்த அழுத்தை எல்லாம் அவளிடம் கொட்டினாள்..

"அக்கா கூடப் பிறந்தால் ஒருத்தருக்கு ஒருத்தர் உதவித் தான் ஆகனும் இது ஒரு பெரிய விஷயமா பேசிட்டு, நீங்க சாப்டீங்களா? அத்தை, ராதிகா, அண்ணா எல்லாரும் சாப்டாங்களா?" என்று கேட்டு பேச்சைத் திசை திருப்பி விட்டாள்..

"அம்மாவுக்குக் கொண்டு போய் கொடுத்தேன், பாவம் அப்பாவுக்கு இப்படியா-னதும் ரொம்பவே மனசொடிஞ்சு போயிட்டாங்க..

அவரும் ராதிகாவும் சாப்பிட்டுப் போயிட்டாங்க நான் தான் நீ வருவேன்னு பார்த்துட்டு இருந்தேன்.. எல்லாம் என்னால தான்" என்று மறுபடியும் புலம்பியவ-ளைக் கூடவே அமரவைத்துச் சாப்பிட வைத்தாள்..

இருவரும் சாப்பிட்டு முடித்து விட்டு மாமியார் அறைக்குச் சென்றவளை, "நீ உன் அறையில் போய் படுத்துக்கோ பாரதி தூக்கம் கெட்டு கிடக்கற, அம்மா அடிக்கடி எழுந்தால் உனக்குத் தூங்க முடியாது.. நான் அம்மா கூட படுத்துக்க-றேன்" என்றாள் உமா..

"சரிங்க அக்கா" என்று சொல்லி விட்டு தன் அறைக்கு வந்து சேர்ந்தவளுக்கு இரண்டு நாள் அலுப்பு, மருத்துவமனையில் அமர்ந்தே இருந்தது எல்லாம் அடித்-துப் போட்ட மாதிரி இருந்தது..

போய் கட்டிலை ஒழுங்கு படுத்தி விட்டுப் படுக்கையில் விழுந்தவளுக்கு, கணவன் சாப்பிட்டிருப்பானோ என்ற எண்ணம் முதல் முதலாக அவள் மனதைத் தீண்டியது..

போன் பண்ணி கேட்போமா என்று போனை எடுத்தவளுக்குத் தயக்கமாக இருந்தது.. எப்படிக் கேட்கிறது கேட்டால் எதாவது நினைச்சுக்குவானோ..

அவன் மட்டும் தான் மருத்துவமனையில இருக்கான் மாமாவை இன்னைக்கு ஐசியூவில் இருந்து தனி ரூமுக்கு கூட்டி வந்திருவேன்னு சொன்னாங்க.. நான் வரும் வரை கூட்டி வரலை..

அப்படி ரூம் கொடுத்திருந்தால் மாமாவைத் தனியா விட்டுட்டு எப்படிப் போய் சாப்பிடுவான் என்ற குழப்பமே மேலோங்கி இருந்தது..

இதற்கு விடை தெரியாமல் தூக்கம் வராது என்று தெரிந்து கொண்டவள் தயக்-கத்துடனேயே கணவனுக்குக் கால் பண்ணினாள்..

அவன் எடுத்து ஹலோ என்றதும், "மாமாவை ரூமுக்கு கொடுத்துட்டாங்களா?" என்று கேட்டாள்..

"ம் இப்ப தாண்டி கொடுத்தாங்க நல்லாருக்கார் அப்பா கூடத் தான் பேசிட்டு இருந்தேன்" என்றான்..

அவள் அமைதியாகி விட, "இவன் ஹலோ ஹலோ கேக்குதா" என்று சத்தமாக அழைக்கவும் அவள் மெதுவாக, "நீ சாப்டியா?" என்று கேட்டாள்..

அந்த ஒற்றை வார்த்தை இத்தனை அலைச்சலையும் ஒன்னுமில்லாமல் ஆக்கி அவனைப் புத்துணர்வு பெறச் செய்தது..

அவளின் அந்த அக்கரையான முதல் குரல் அவன் மனதில் என்றும் அழியாத ஒரு இடத்தில் போய் தங்கிக் கொண்டது..

அவனும் மென்மையாக, "இன்னும் இல்லடி அப்பா தனியா இருப்பாங்க எப்படி போறதுன்னு யோசிச்சுகிட்டு இருந்தேன், நீ சாப்டியா? என்ன பண்ற?"

"நான் சாப்பிட்டு நம்ம ரூம்ல வந்து படுத்துட்டேன் அதை விடு இப்ப நீ எப்படிப் போய் சாப்பிடுவ, பேசாம நானும் உன் கூடவே இருந்திருக்கலாம்" என்று அவள் சொன்ன வரிகள் அவன் மனதில் கல்வெட்டாய் பதிந்தது..

"உனக்கும் காலையிலிருந்து ஒரே இடத்தில் உட்கார்ந்து இருக்கக் கஷ்டமாகத் தானே இருக்கும்.. நான் நர்ஸ் யாரையாவது கொஞ்ச நேரம் அப்பாவை பார்த்துக்கச் சொல்லிவிட்டுப் போய் சாப்பிட்டுக்கறேன்" என்றான்..

"சரி போய் முதல்ல சாப்பிட்டு வந்து அப்பறமா மாமாட்ட பேசிட்டு இரு நான் காலையில வரேன் போனை வைக்கிறேன்" என்றாள்..

"ஒரு நிமிஷம்டீ" என்றவன் ஆழ்ந்த குரலில், "தேங்க்ஸ்" என்றான்..

"எதுக்கு"

"எல்லாத்துக்கும் இந்த இரண்டு மூன்று நாளா எத்தனையோ மனவுழைச்சலில் இருந்தேன்.. நீ என் கூட இதமாகப் பேசிய இந்த சில நிமிஷம் அதெல்லாம் போக்கடிச்சிருச்சு.. எவ்வளவு சந்தோஷமா இருக்கேன் தெரியுமா?" என்றான் உற்சாகத்துடன்..

"அப்படியா?" என்று மட்டும் கேட்டாள் வேற எதுவும் கேட்கத் தோணலை அவளுக்கு..

"போனை வைக்கவே மனசில்லைடி உன்கிட்ட இப்படியே பேசிட்டு இருந்தாலே போதும் எனக்குச் சோறு தண்ணீ எதுவும் வேண்டாம்" என்று கிறக்கத்துடன் சொன்னவனின் குரல் மாறுதலைப் புரிந்து கொண்டவள், "எனக்குத் தூக்கம் வருது பாய்" என்று சொல்லி அழைப்பைக் கட் பண்ணி விட்டாள்..

அவன் முகத்தில் புன்னகை பூக்க நான் எதாவது ரொமான்ஸா பேசலாம்னு ஆரம்பிச்சாலே இவளுக்கு எப்படித் தான் தூக்கம் வருதோ என்று நினைத்துக் கொண்டான்..

13

அத்தியாயம் 13

காலை ஒன்பது மணிக்கு பாரதி மருத்துவமனைக்கு வந்து சேர்ந்தாள்.. இவள் வரும் போது மாமனார் கட்டிலில் அமர்ந்து இட்லி சாப்பிட்டுக் கொண்டிருந்தார், பிரபா அவருக்கு அருகில் தண்ணியை வைத்துக் கொண்டு நின்றிருந்தான்..

அவரைப் பார்த்ததும், "மாமா எப்படி இருக்கீங்க கொஞ்ச நேரத்துல எங்களை எல்லாம் பயப்படுத்தீட்டிங்களே" என்று கேட்டு நலம் விசாரித்தாள்..

"அவ்வளவு சீக்கிரமா உங்களை விட்டுப் போக மாட்டேன் பேரனோ பேத்தியோ கண்ல பார்த்தால் தான் செத்தாலும் இந்த கட்டை வேகும் மா" என்றார் மெதுவான குரலில் மூச்சிரைக்க..

இவளுக்கோ ஏண்டா கேட்டோம் என்றானது பதில் எதுவும் சொல்லாமல் அமைதியானாள்..

மனைவியின் முகத்தையே பார்த்துக் கொண்டிருந்தவன் அவளுடைய சங்கடத்தைப் புரிந்து கொண்டு, "அப்பா சீக்கிரம் சாப்பிடுங்க நான் போய் பணத்தைக் கொடுத்து மனோஜைக் கூட்டி வரனும்" என்றான்..

"ஆமாம் ஆமாம் சீக்கிரம் போ நம்ம வீட்டு மாப்பிள்ளை இவ்வளவு நாள் ஜெயில்ல இருக்கறது நல்லதில்லை, பணத்துக்கு என்ன பண்ணுன" என்று கேட்டார் நலிந்த குரலில்..

"அதைப் பத்தி உங்களுக்கு என்ன கவலை நீங்க ரெஸ்ட் எடுங்க, பாரதி உங்களை பார்த்துப்பா நான் போயிட்டு வரேன்" என்று சொல்லி விட்டு மனைவியிடமும், "பார்த்துக்க நான் வர எவ்வளவு நேரமாகும்ன்னு தெரியலை" என்று சொல்லி விட்டுச் சென்றான்..

அவன் சென்ற சிறிது நேரத்துளையே அவளுடைய அம்மா சந்திரா வந்து விட இருவரும் சிவமணியைப் பார்த்துக் கொண்டார்கள்..

பிரபா மூர்த்தியோடு சென்று பணத்தைக் கொடுத்து எல்லாருக்கும் செட்டில் பண்ணி விட்டு, கேஷை வாபஸ் வாங்க வெச்சு மனோஜை அழைத்து வர மாலை-யாகி இருந்தது..

"அண்ணா ரொம்ப நன்றி நான் எங்க வீட்டுக்கே போறேன்" என்று விரக்தி-யோடு சொன்னான் மனோஜ்..

இப்போதைக்கு நீ அங்க போக வேண்டாம் நம்ம வீட்டுக்கே வா கொஞ்ச நாள் போகட்டும் அப்பறமா அங்க போகலாம்" என்றான்..

மனோஜுக்கோ நம்ம வீட்ல வந்து பொண்டாட்டி என்ன பேசிட்டாளும் பரவா-யில்லை.. அங்க போய் மாமியாரும் அவளும் எதாவது சொன்னாங்கன்னா எவ்-வளவு அசிங்கமா போயிரும்.. இதை எப்படி இவரிடம் சொல்வேன் என்று நொந்து கொண்டான்..

"நீ எதை நினைச்சு வருத்தப்படறேன்னு தெரியுது மனோஜ் உன்னை அந்த வீட்ல யாரும் ஒரு வார்த்தை தப்பா பேச மாட்டாங்க வா" என்று சொல்லித் தயங்கிக் கொண்டிருந்தவனை இழுத்து வந்து காரில் ஏற்றினான்..

"பிரபா சொல்றது சரி தான் மாப்பிள்ளை உங்களை யாரும் எதுவும் சொல்ல மாட்டாங்க" என்றார் மூர்த்தியும் தன் பங்குக்கு..

ஆனாலும் அவனுக்கு நம்பிக்கையில்லாமல் காரின் பின்சீட்டில் தலையைச் சாய்த்துக் கொண்டு கண்ணை மூடி அமர்ந்து விட்டான்..

அவனுக்கு இந்த பெரிய அடியால் மனதில் ரொம்பவே பலவீனப்பட்டிருந்தான்.. வாழ்க்கையின் அடுத்த கட்டத்தை நினைக்கும் போதே அவனுக்கு இனி எப்படி வாழ முடியும் தற்கொலை தான் பண்ணிக்கனும் என்ற எண்ணம் தான் வந்தது..

வீட்டிற்கு வந்ததும் வாசலில் நிறுத்தி உமா மருமகனுக்கு ஆரத்தி சுற்றி, "உள்ளே போங்க மாப்பிள்ளை" என்று சொன்னதை நம்பமுடியாமல் வியப்புடன் பார்த்துக் கொண்டே உள்ளே சென்றான்..

ராதிகா ஓடி வந்து அவனை அணைத்துக் கொண்டு கதறி அழுதாள்.. நடப்பது அனைத்தையும் நம்ப முடியாமல் தன்னையே ஒரு முறை கிள்ளிப் பார்த்துக் கொண்டு, அவனும் மனைவியை ஆறுதலாக அணைத்துக் கொண்டான்..

மூர்த்தி தான், "ராதிகா மாப்பிள்ளைய ரூமுக்கு கூட்டிப் போய் குளிக்கச் சொல்லு சாப்பிட எதாவது கொடுத்து ரெஸ்ட எடுக்கச் சொல்லுமா" என்றார்..

"சரிங்க அப்பா" என்றவள் தன் மாமனிடம் வந்து கையெடுத்துக் கும்பிட்டு, "நன்றி மாமா" என்றாள்..

"ஏய் என்ன இதெல்லாம் நீ எங்க அக்காவுக்கு பொண்ணுனா எனக்கும் பொண்ணு தான்" என்று சொல்லி அவளை அணைத்துக் கொண்டவன் காதில் மெதுவாக, "மனோஜைப் பத்திரமா பார்த்துக்க அவன் மனசு உடைஞ்சு போய் வந்திருக்கான்... அவனைத் தேற்றி பழையபடி கொண்டு வர பொறுப்பு உன்னோ-

டது..

தொழில் போயிருச்சு வேலையும் போயிருச்சுன்னு கவலைப் படவேண்டாம்.. நான் அவர் தொழிலுக்கு எதாவது பண்ணித் தரேன்.. தைரியப் படுத்தி அவனை இதுல இருந்து மீட்டு வரது உன் பொறுப்பு" என்றான்..

"சரிங்க மாமா" என்று சந்தோஷமாகச் சொன்னவள், கணவனின் கையைப் பிடித்துக் கொண்டு தன் அறைக்கு அழைத்துச் சென்றாள்..

இதை எல்லாம் உமாவும் மூர்த்தியும் கண்ணீருடன் பார்த்துக் கொண்டிருக்க, லஷ்மி தன் மகனைப் பெருமையோடு பார்த்துக் கொண்டிருந்தார்..

"ஹாஸ்பிடல் போகனும் நான் போய் குளிச்சுட்டு வரேன் நீ எனக்குச் சாப்பிட எதாவது பண்ணு பசிக்குது" என்றான்..

"இதோ போறேன்" என்று சந்தோஷத்துடன் சமையலறைக்குச் சென்றாள் உமா..

தன் அறைக்கு வந்தவனுக்கு மேற்கொண்டு நிற்க நேரமில்லாமல் மனைவி தனியாகக் கிடந்து அல்லாடுவாளே என்ற நினை வர, அவசரமாக ஒரு குளியலைப் போட்டு விட்டு வெளியில் வரும் போது அவன் போன் அழைத்தது..

போய் பார்த்தவன் போனை எடுத்து, "கிளம்பிட்டேன்டி அங்க தான் வரேன்" என்றான்..

"போன காரியம் நல்லபடியாக முடிந்ததா?" என்று கேட்டாள்..

"ம் எல்லாம் முடுஞ்சுது மனோஜை நம்ம வீட்டுக்கே கூட்டி வந்துட்டேன், கொஞ்ச நாளைக்கு இங்கயே இருக்கட்டும் அப்பறம் எதாவது தொழில் நாமளே பண்ணிக் கொடுக்கலாம்டி" என்றான்..

"நல்ல யோசனை தான் இனி அவருக்குத் தனியா தொழில் தொடங்க பயம் இருக்கும்.. நீ கொஞ்சம் சப்போர்ட் பண்ணினால் அவருக்குத் தைரியமா இருக்கும்" என்றாள்..

"ஆமாம் சரி அப்பா எப்படி இருக்கார்" என்று கேட்டான்..

"மாமா நல்லா இருக்கார் டாக்டர் நாளைக்கு வீட்டுக்கு போயறலாம்ன்னு சொன்னார்.. நீ இன்னைக்கு வீட்டிலிருந்துக்கோ நல்லா தூங்கி எழுந்து காலையில வீட்டுக்குக் கூட்டிப் போக மட்டும் வந்தால் போதும்" என்றாள்..

"என்ன பேசற உன்னை அங்க தனியா விட்டுட்டு என்னால இங்க நிம்மதியா தூங்க முடியாது.. இன்னைக்கு ஒரு நாள் தானே நானே பார்த்துக்கறேன்" என்றான் கண்டிப்புடன்..

"இல்லடா நீ போனதும் அம்மா வந்துட்டாங்க, இப்ப நாங்க ரெண்டு பேரும் தான் இருக்கோம்.. நைட்டும் நாங்களே இருந்துக்கறோம்" என்றாள் தயக்கத்துடன்..

"அதெல்லாம் ஒன்னும் வேண்டாம் நீ நம்ம ரூம்ல இருந்தீனாத் தான் நான் உன்னைப் பற்றிய பயமில்லாம நிம்மதியா இருக்க முடியும்.. இதே வழி இல்லாம உன்னைப் பொழுதுக்கும் அங்க விட்டு வெச்சிருக்கேன்.. இல்லைனா உன்னை எல்லாம் தனியா விடமாட்டேன் நீ வீட்ல பாதுகாப்பா இருக்கேங்கற நிம்மதில தான் நான் வெளியில சுத்திகிட்டு இருக்கிறேன்..

இன்னைக்கே எத்தனை முறை நீ ஹாஸ்பிடல்ல தனியா என்ன பண்ற-யோன்னு நினைச்சு தவிச்சுகிட்டு இருந்தேன் தெரியுமா?" என்றான்..

"நான் என்ன சின்னக் குழந்தையாடா. தனியா எங்க வேணாலும் போயிட்டு வந்துருவேன்.. நீ என்னடான்னா ஹாஸ்பிடல் ரூம்ல

பாதுகாப்பா இருக்கும் போதே கவலைப்படற இதெல்லாம் ரொம்ப ஓவர்டா" என்று கேலி செய்து சிரித்தாள்..

"நீ எனக்குக் குழந்தை தாண்டி உன்னை எல்லாம் தனியா விடமாட்டேன் போதுமா.. நான் கிளம்பி வரேன் நீயும் அத்தையும் வீட்டுக்கு வந்துருங்க, நீ உங்க அம்மா கூட அங்க போறதுனாலும் போய்ட்டு காலையில வந்துரு..

நாளையிலிருந்து நீ நினைச்சாலும் அங்க போய் தங்க முடியாது" என்றான்..

"இது கூட நல்ல ஐடியாவா இருக்கே சரி நான் இன்னைக்கு அம்மா வீட்டுக்-குப் போறேன் அத்தைகிட்டயும் அக்காகிட்டயும் சொல்லனுமே" என்றாள்..

"நான் சொல்லிக்கிறேன் நீ போனை வை இதோ வரேன்" என்று சொல்லி விட்டு போனை வைத்தவன் தயாராகி கீழே வந்தான்..

அவனுடைய அக்கா பரிமாறிய உணவைச் சாப்பிட்டு முடித்து விட்டு, "அக்கா பாரதி அவங்க அம்மா வீட்டுக்கு போயிட்டு காலைல வந்துருவா அம்மாட்டச் சொல்லிரு" என்று சொல்லிவிட்டு மருத்துவமனைக்கு விரைந்தான்...

அறைக்குள் நுழைந்ததும் அவன் பார்வை பொண்டாட்டியிடம் சென்று முழு-தாக அவளை உள்வாங்கிக் கொண்ட பின்,

அப்பாவிடம் நலம் விசாரித்து விட்டு, "அத்தை நீங்களும் பாரதியும் வீட்டுக்குப் போங்க டேக்ஸி புக் பண்ணியிருக்கேன்" என்றான்..

"சரி பிரபா" என்றார்..

"பாரதி நாளைக்கு நானே அப்பாவைக் கூட்டி வந்துடறேன் நீ காலையிலையே நம்ம வீட்டுக்குப் போயிரு" என்று சொன்னவன் டேக்ஸிக்கு மாமியாரின் கையில் பணத்தைத் தந்தான்..

"என்கிட்ட இருக்கு பிரபா" என்று சொன்ன மாமியாரிடம், "பரவாயில்லை அத்தை இதுவும் இருக்கட்டும்" என்று சொல்லி அவர்களை அனுப்பி வைத்தான்..

இருவரும் வெளியில் வரும் போது டேக்ஸி காத்திருக்கவும் அதில் எறிக கொண்டார்கள்..

"பாரதி பிரபா ரொம்ப இளைச்சுத் தெரியறான் பாரு எல்லாத்தையும் ஒருத்தனே பாக்கறான்.. பாவம் அவன் வீட்டுக்கு வந்ததும் நீ கொஞ்சம் நல்லா கவனிச்சுக்க.. பிடிச்சதெல்லாம் செய்து கொடு. நான் பார்க்க வளர்ந்த பையன், எப்படி இருப்பான் தெரியுமா? இந்த ஒரு வாரத்துல ஒன்னுமில்லாம போயிட்டான்" என்றாள் ஆதங்கத்துடன்..

"சரி மா" என்று மட்டும் சொல்லி விட்டுத் தன் கணவனின் உருவத்தை தன் மனதிற்குள் அசை போட்டுக் கொண்டிருந்தாள்..

இருவரும் வீடு வந்து சேர்ந்ததும் ஒரு குளியலைப் போட்டு விட்டு, தங்கச்சி ஊற்றிக் கொடுத்த தோசையைச் சாப்பிட்டு விட்டு படுக்கைக்குச் சென்றாள்..

கணவன் சாப்பிட்டு இருப்பானா? என்ற எண்ணம் தோன்றவே நேற்று மாதிரி எந்த தயக்கமும் இல்லாமல் போன் பண்ணினாள்..

"என்னடி வீட்டுக்குப் போயிட்டியா?" என்று கேட்டான்..

"போயாச்சு சாப்டாச்சு படுத்தாச்சு நீ சாப்டியா? மாமாவுக்கு எதாவது வாங்கி கொடுத்தியா?" என்று கேட்டாள்..

"நான் வீட்லையே சாப்பிட்டு வந்துட்டேன்டி அப்பாவுக்கு இப்ப தான் வாங்கி கொடுத்தேன் நான் காலையில வரும் போது வீட்ல இருக்கனும்டி" என்றான்..

"இல்லைனா என்னடா பண்ணுவ?" என்றாள் சிரிப்புடன் அவனைச் சீண்டிப் பார்க்கும் எண்ணத்தில்..

"நேரா உங்க அம்மா வீட்டுக்கு வந்து அங்கிருந்து உன்னை வீட்டுக்குத் தூக்கிட்டே வருவேன்" என்றான் அவனும் சிரிப்புடன்..

"உன்னைத் தான் எல்லாரும் கிண்டல் பண்ணுவாங்க எனக்கு என்ன வந்துச்சு" என்றாள்..

"அப்ப அங்கயே இருடி நானே வந்து உன்னைத் தூக்கிட்டு வரேன், வெக்கப்படறேங்கற பேர்ல எங்காவது போய் ஒளிஞ்சுக்கிட்ட அப்பறம் பாரு" என்றான் அவனும் மிதப்பாக..

"நீ செஞ்சாலும் செய்வ நான் காலைல எழுந்ததும் நம்ம வீட்டுக்குப் போயிடறேன் போதுமா? எனக்குத் தூக்கம் வருது தூங்கப் போறேன்" என்றாள்..

"இன்னும் கொஞ்ச நேரம் பேசிட்டு இரேன்டி" என்றான் குலைந்த குரலில்.

அவளும் மறுக்க முடியாமல் அவனோடு உரையாடிக் கொண்டிருந்தாள்..

இருவரிடமும் என்ன பேசுனீங்க என்று கேட்டால் இருவருக்குமே ஒன்றும் தெரியாது.. பேசனுமே என்பதற்காக எதை எதையோ பேசிக் கொண்டிருந்தார்கள் ஆனால் கல்யாணமாகி புருஷன் பொண்டாட்டி பேசும் வார்த்தைகளுக்குள் அவர்கள் நுழையவே இல்லை..

"தயக்கத்துடன் நான் போனை வைக்கட்டுமா?" என்று கேட்டாள்.. அவளுக்கும் தூக்கம் கண்ணைக் கட்டியது, "சரி தூங்கு" என்று சொல்லி விட்டுப் போனை

வைத்தவனுக்கு உற்சாகம் ஊற்றெடுத்தது..

மனைவியின் இந்த மனநிலையே அவனுக்கு போதுமானதாக இருந்தது.. தூக்கம் வராமல் புரண்டு கொண்டிருந்த அப்பாவிடம் போய் அமர்ந்து பேசிக் கொண்டிருந்தான்..

அடுத்த நாள் அவனுடைய அப்பாவை வீட்டிற்கு அழைத்து வந்தான்.. முதலில் உமா தான், "அப்பா" என்று ஓடி வந்து அணைத்துக் கொண்டாள்..

அவரும் மகளின் தலையை ஆதரவாக வருடிக் கொடுத்தவர், சீலை முந்தானியை வாயில் வைத்து அழுகையை அடக்கிக் கொண்டிருக்கும் மனைவியைப் பார்த்தவர், "எனக்கு ஒன்னுமில்லை லஷ்மி பேரன் பேத்தியப் பாக்காம அவ்வளவு சீக்கிரமா போயிருவேன்னு நினைச்சியா?" என்றார் லேசான புன்னகையுடன்..

ராதிகாவும், "தாத்தா" என்று வர அந்த இடமே உணர்ச்சிகளால் கட்டுண்டு கிடந்தது.. இதை எல்லாம் பார்த்துக் கொண்டு பிரபாவும் அவன் மனைவியும் நின்று கொண்டிருந்தார்கள்..

மஜோஜைக் கிட்டே அழைத்த சிவமணி அவன் கையை ஆதரவாகப் பிடித்துக் கொண்டு, "நடந்ததை எல்லாம் கெட்ட கனவாக நினைச்சு மறந்துருபா" என்றார்..

அவனுக்கோ இவ்வளவு நாள் இல்லாமல் இப்போது ஒவ்வொருவரும் காட்டும் அன்பில் திக்குமுக்காடிப் போனான்..

அதுவும் அவன் மனைவி அவனைக் கவனித்துக் கொண்டதில் அவனே உருகிப் போய் இருந்தான்.. பின் அவனும் அவரிடம் நலம் விசாரித்தான்..

அதற்குள் மருத்துவமனைக்கு வந்து பார்க்க முடியாத அக்கம் பக்கத்தினர் வரவும், அன்று முழுவதும் உமாவுக்கும் பாரதிக்கும் காபி வைத்துக் கொடுக்கவே நேரம் சரியாக இருந்தது..

சந்திராவும் ராதிகாவும் சமையலைக் கவனித்துக் கொண்டார்கள்.. உமாவும் பாரதியும் வந்தவர்களிடம் போய் கொஞ்ச நேரம் பேசிக் கொண்டிருக்க வேண்டி இருந்தது..

அடுத்த இரண்டு நாள் வீட்டில் கூட்டத்துக்குப் பஞ்சமே இல்லாமல் அனைவரும் வந்து போக, பிரபாவோ ஒரு வாரம் பார்க்காத வேலையைப் பார்க்க ஓடி இருந்தான்...

ஒரு வாரம் இப்படியே அரிபரியாகவே ஓடியது..

14

அத்தியாயம் 14

ஒரு வாரத்திற்குப் பிறகு அன்று தான் இரவு எட்டு மணிக்குச் சாப்பிட்டு முடித்து விட்டு அறைக்கு வந்தார்கள் பிரபாவும் பாரதியும்..

இந்த ஒரு வாரமாக யாராவது வந்து பேசிக் கொண்டிருப்பார்கள் எப்படியும் இரவு பன்னிரண்டு மணி ஒரு மணி ஆகி விடும்.. அதனால் கீழேயே அவனுடைய அப்பாவின் அறையில் பாய் விரித்து இருவரும் படுத்துக் கொள்வார்கள்..

இன்று தான் அறைக்குள் வருகிறார்கள் அதிலும் பாரதிக்கு ஏனோ இன்று அறைக்குள் செல்லவே அவ்வளவு தயக்கமாக இருந்தது..

என்றுமில்லாத வெக்கம் இன்று அவளை அலைக்கழித்தது.. போனில் சீண்டிப் பார்க்கத் தோன்றியவளுக்கு நேரில் பேசவே ஏதோ ஒன்று தடுத்தது..

அவனை நேரிடையாக பார்க்காமல் ஒரு வாரத்துத் துணியை மடித்து வைத்துக் கொண்டிருந்தாள்..

அவள் கை அந்த வேலையைச் செய்தாலும் அவள் மனமோ அவனைச் சுற்றியே சென்றது.. என்ன செய்து கொண்டிருக்கிறான் என்று ஓரக் கண்ணால் பார்த்தவள், அவன் அவளைத் தான் பார்த்துக் கொண்டிருந்தான் என்பதை அறிந்தவளுக்கு உடலில் ஒரு சிலிர்ப்பு எழுந்து அடங்கியது..

ஒரு வித அவஸ்தையில் நெளிந்தாள் செவ்வரியோடிய அவள் முகம் அவனுக்கு அழைப்பு விடுப்பது போல் இருந்தது..

அவளையே பார்த்துக் கொண்டிருந்தவனுக்கு அவள் முகத்தில் தோன்றிய உணர்வும் உடல் மொழியும் அறிந்து கொள்ள முடியாமல் போய் விடுமா? என்ன?..

அவளைச் சீண்டிப் பார்க்கும் எண்ணத்தில், "ஏண்டி நான் ஹாஸ்பிடல்ல இருக்கும் போது போன் பண்ணி அப்படிப் பேசுன சாப்டியான்னு அவ்வளவு கணசரமாக் கேட்ட..

நான் வீட்டுக்கு வந்த பிறகு பேசறதும் இல்லை சாப்டியான்னு கேக்கறதும் இல்லை.. உன் பார்வை படனும்னா நான் மறுபடியும் ஹாஸ்பிடல்ல போகனும் போலவே" என்றான்..

"அங்க நீ தனியா இருந்த அதான் கேட்டேன் இப்ப நான் தான உனக்குச் சாப்பாடு போட்டேன் இதுல தனியா வேற உன்னைக் கேக்கனுமா?..

"பாசமிருந்தால் நான் சாப்பிட்டிருந்தாலும் இன்னொரு வாட்டி கேக்கலாம்.. எங்க இங்க தான் பாசம், அன்பு, காதல் எல்லாம் கிலோ என்ன விலை எந்தக் கடையில விக்கிறாங்கன்னு கேக்கற ஆளாச்சே" பேச்சு அவளைச் சீண்டினாலும் பார்வை அவளிடம் எதாவது வம்பு வளர்க்கவே விரும்பியது..

"நீ நல்லா தூங்கி பத்து நாளுக்கு மேல இருக்கும்ல.. மாமா ஹாஸ்பிடல்ல இருந்தப்பவும் சரியா தூங்கி இருக்க முடியாது, வீட்டுக்கு வந்த பிறகும் இவ்வளவு நாளா கீழயே படுத்திறந்ததால நீ தூக்கம் வராம புரண்டுகிட்டு கிடந்த.. இப்பத் தான உன்னோட படுக்கைக்கு வந்திருக்க..தேவையில்லாத வெட்டிப் பேச்சு பேசாம நல்லா தூங்கி எழுந்திரு" என்றாள்.

"அவ்வளவு அக்கரை இருக்கறவ எதுக்குத் துணி மடுச்சுட்டு இருக்க நாளைக்கு நான் மில்லுக்குப் போன பிறகு மடிக்கலாம் இப்ப வந்து படு..நீ கிட்டே படுத்தாள் தான் எனக்குத் தூக்கம் வரும்" என்றான்..

"அப்போ இத்தனை வருஷமா எப்படி தூங்குன நானா வந்து உன்னைத் தாலாட்டித் தூங்க வெச்சுட்டு இருந்தேன்" என்று பாரதி கேலியாகக் கேட்டாள்..

"அப்ப உன்னைப் பத்தி உன் கூட வாழற மாதிரி கனவு கண்டுட்டு தூங்குவேன் ரதிமா. சுகமா தூக்கம் வரும் மனசுக்கு இதமாக இருக்கும்..

கற்பனை உலகத்துல உன்னோடு வாழும் போது அவ்வளவு சந்தோஷமா இருக்கும்..

இப்ப தான் நேர்லையே இருக்கியே அப்பறம் எதுக்குக் கனவு கண்டுகிட்டு சும்மா சொல்லக் கூடாதுடி கனவுல தான் நீ எனக்கேத்த பொண்டாட்டியா இருக்க.." அவன் கண்கள் மின்னப் பதில் சொன்னான்..

அவன் பேச்சில் அவளுக்கு வெக்கம் வர அதை மறைக்கத் துணியை வேகமாக மடித்து அடுக்கிக் கொண்டிருந்தாள்..

அவனோ விடாப்பிடியாக, " என்ன ரதிமா பதிலையே காணாம்" என்று கேட்டான்..அவன் இன்னும் கொஞ்ச நேரம் மனைவியோடு பேசிக் கொண்டிருக்க விரும்பினான்..

இவ்வளவு சீக்கிரம் தன்னோடு இவ்வளவு சகஜமாகப் பேசுவாள் என்று அவனே நினைத்துப் பார்த்ததில்லை..

எப்பவும் அவனைப் பேச்சால் குத்தி கிழிப்பதிலேயே குறியாக இருப்பவள் இப்ப தான் சாதாரணமாகப் பேச ஆரம்பித்திருக்காள்..

அது அவனுக்கு ரொம்ப பிடித்திருந்தது அதனாலேயே அவன் மனம் எபபொழும் அவளிடம் பேசிக் கொண்டிருக்கவே விரும்பியது...

"இரண்டு கை தட்டினால் தான் ஓசை வரும் ஒத்த கையத் தட்டிகிட்டு எனக்கு நல்லாருந்தது, பிடித்திருந்துச்சு என்று உளறிகிட்டு இருக்கற உனக்கு என்ன பதில் சொல்வது" என்றவளைப் புரியாமல் பார்த்தான்..

"கனவுல உனக்கு பிடிச்ச மாதிரி மட்டும் நினைச்சுப்ப நேர்ல அப்படி இல்லையே எனக்கும் பிடிக்கனும்ல அப்பத் தானே!!" என்றவள் அதற்கு மேல் பேச முடியாமல் வெட்கம் வந்து தடுக்க அமைதியாகத் தலையைக் குனிந்து கொண்டாள்

பிரபா எழுந்து அவள் அருகில் வந்து அவள் முகத்தைப் பார்த்து, "சொல்ல வந்ததை முழுசா சொல்லு இப்படி பாதிலேயே நிறுத்தினாள் நான் என்ன நினைக்கிறது" என்றான் பார்வை முழுதும் மனைவியைத் துளைத்து எடுத்துக் கொண்டிருந்தது..

அவனின் பார்வையில் கூசிப் போனவள், "அந்த இடத்துல நீயே எதாவது வார்த்தையப் போட்டுக்க" என்னால எல்லாம் சொல்ல முடியாது போடா" என்றாள்..

"அப்படி எல்லாம் தப்பிக்க முடியாதுடி அப்ப தானேன்னு சொல்லிட்டு நிறுத்திட்டியே என்ன சொல்ல வந்த சொல்லுடி" என்றான் கொஞ்சலாக..

"எனக்குத் தூக்கம் வருது போடா" என்று சொல்லி விட்டு ஓடிப் போய் கட்டிலில் குப்புறப் படுத்து போர்வையால் போர்த்தி விழிகளை மூடிக் கொண்டாள்..

"உன்கிட்ட இதொன்னு இருக்குடி எப்பப் பாரு நான் எதாவது சீரியசா பேசிட்டு இருந்தால் தூக்கம் வருதுன்னு சொல்ற" என்று குறைபட்டுக் கொண்டே அவனும் வந்து படுத்துக் கொண்டான்..

அதற்கு மேல் இருவருமே பேசிக் கொள்ள வில்லை ஆளுக்கொரு யோசனையில் படுத்திருந்தவர்கள் அப்படியே உறங்கிப் போனார்கள்..

இரவு போன் அடிக்கும் சத்தம் கேட்டு முதலில் கண் விழித்தவள் பாரதி தான். மணியைப் பார்க்க அது இரண்டைக் காட்டவும், இந்நேரத்துல இவனுக்கு யார் போன் பண்ணி இருக்காங்க.. யாருக்கு என்னாச்சு என்று பதட்டத்துடன் கணவன் போனை எடுத்து அவளே பேசினாள்..

இவள் குரல் கேட்டதும் மறுபக்கத்திலிருந்து, "பாரதியா குப்பாயாத்தா இறந்துருச்சு இப்பத் தான் பிரபா தம்பிட்ட போனைக் கொடும்மா" என்றார்..

"ஆத்தா நல்லா இருந்தாங்கள்ள மாமா என்ன திடீர்ன்னு" என்று கேட்டாள் பதட்டத்துடன்..

"இரண்டு மூனு நாளா முடியாம தான் இருந்தாங்க எப்பவும் இருக்கறது தானே சரியாகிடும்ன்னு நினைச்சோம்.. தீடீர்ன்னு நைட் பத்து மணியிலிருந்து ரொம்ப

முடியாம போயிருச்சு.. விடுஞ்சு ஆஸ்பித்திரி கூட்டிப் போகலாம்ன்னு இருந்தோம் அதுக்குள்ள இப்படி ஆகிருச்சு" என்றார்..

"இருங்க மாமா அவர்கிட்டக் கொடுக்கறேன்" என்றவள், "பிரபா பிரபா" என்று தட்டி எழுப்பினாள்..

கண்ணைத் திறக்காமலேயே, "நான் கேட்டதுக்குத் தூக்கம் வருதுன்னு தூங்கினியே இப்ப ஏண்டி என்னை எழுப்பற, உன் தேவைக்குன்னா வருவ நான் எதாவது கேட்டா உனக்குத் தூக்கம் வருதா?" என்றான்..

அய்யோ எந்த நேரம் என்ன பேசறான் பாரு என்று நினைத்தவள், "டேய் குப்பாயாத்தா இறந்துட்டாங்களாம் எந்திருச்சு தொலை" என்றாள்..

படார் என்று எழுந்து அமர்ந்தவன், "நல்லாதானடி இருந்தாங்க எப்படித் திடீர்ன்னு" என்று கேட்டான்..

"இந்தா மாமா லைன்ல இருக்காங்க" என்று போனைக் கொடுக்க, நாக்கை கடித்துக் கொண்டு தலையில் தட்டிக் கொண்டவன் மனைவியை முறைத்து விட்டு, "சொல்லுங்க சித்தப்பா" என்றான்..

அவர் மெல்லிய சிரிப்போடு, "பிரபா ஆக வேண்டிய காரியத்தைப் பார்த்துக்க" என்றார்..

"நான் பார்த்துக்கறேன் நீங்க வரவங்களை கவனிங்க சித்தப்பா" என்று சொல்லி விட்டுப் போனை வைத்தவன், "மானமே போச்சுடி அவரை லைன்ல வெச்சுட்டே என்னை எழுப்புவியா?" என்று கடிந்து கொண்டான்..

"நீ இப்படி உளருவன்னு எனக்கு என்ன தெரியும்" என்றாள் அவளும் வெக்கத்துடன்..

"ஆமாம் போ" என்றவன் எழுந்து குளியல் அறைக்குள் சென்று முகம் கழுவிக் கொண்டு வந்தவன், "போய் ரெடியாகுடி போகனும்" என்றான்..

"நானுமா?" என்றாள் கண்ணை விரித்துக் கொண்டு..

"பின்ன நீ இன்னும் சின்னப் பொண்ணுன்னு நினைப்பா? பிரபா பொண்டாட்டி நல்லதோ கெட்டதோ எல்லாத்துக்கும் முன்னாடி நிக்கனும்.. கடைசி வரை காரியத்தை முடுச்சு கொடுத்துட்டு வரனும்..

நம்ம ஊருக்குள்ள இதுவரை நான் எல்லாத்துக்கும் இப்படித் தான் இருந்திருக்கேன்.. இனி நீயும் இப்படித் தான் இருக்கனும்" என்று சொல்லி விட்டுப் போனை எடுத்து, ஒவ்வொரு சீர் பண்றவங்களுக்கு, பந்தலுக்கு நாவிதருக்கு, டோபிக்கு எல்லாருக்கும் சொல்லிக் கொண்டிருந்தான்..

அவனை வியப்புடன் பார்த்துக் கொண்டிருந்தவள், "இதை எல்லாம் நீ எதுக்குச் சொல்ற அந்த மாமா தானே சொல்வாங்க" என்று கேட்டாள்..

"இல்லை யார் வீட்ல எதுனாலும் எனக்குத் தான் முதல்ல சொல்வாங்க நான் தான் எல்லாம் பார்த்துப்பேன்.. உனக்கு இது தெரியாதா? உங்க அப்பாவுக்குக் கூட

கடைசி வரை நான் தானே பார்த்தேன்.. என்று கேட்டுக் கொண்டே பீரோவைத் திறந்து பணத்தை எடுத்தான்..

"பணமும் நீதான் போடுவியா?" என்று கேட்டாள்..

"ஆமாம் ரதிமா இப்படி திடீர்ன்னு இறந்துட்டா அவங்க கைல பணம் இருக்-குமோ இருக்காதோ.. அதான் நானே போட்டுப்பேன் அவங்களால முடுஞ்ச போது தருவாங்க" என்றான்..

அவளுக்கு அப்போது தான் ஞாபகம் வந்தது.. அப்பா இறந்த போது எதைப் பற்றியும் கவலைப்படாமல் அப்பாவை நல்லபடியா அடக்கம் பண்ணிட்டு வந்த-தெல்லாம்.. ஏன்னே தெரியாமல் அவனை ஓடி அணைத்துக் கொண்டாள்..

அதிர்ந்து போய், "ரதிமா என்னாச்சு" என்று கேட்டவன் அவள் உடம்பு குலுங்குவதைப் பார்த்து அழுகிறாளோ என்று நினைத்து அவளை நிமிர்த்தினான்..

அவளுக்குக் கண்ணீர் மாலை மாலையாகப் போக இன்னும் அவனோடு ஒன்-றிக் கொண்டாள்..

அவனுக்கு எதுவும் புரியவில்லை மனைவியின் அழுகை பதட்டப்பட வைத்தது என்றால், அவளின் அணைப்பு அவனைச் சந்தோஷத்தில் திக்குமுக்காட வைத்-தது..

இரண்டையும் ஓரே நேரத்தில் கொடுத்தவள் இன்னும் அழுதபடி இருக்க..

"ரதிமா சொல்லிட்டு அழுடி இப்படி அழுதா நான் என்னன்னு நினைக்கிறது" என்று கேட்டான்..

கண்ணீரைத் துடைத்துக் கொண்டு, "அப்பா இறந்து பத்து நாள் கழிச்சு பக்-கத்து வீட்டு அக்காகிட்ட அம்மா அந்த தம்பி இல்லைனா இப்படி திடீர்ன்னு இறந்ததுக்கு என்ன செய்திருப்பேன்னே தெரியலை..

அந்த தம்பி இருந்த தைரியத்துல தான் நான் எதையும் நினைக்காம இருக்க முடுஞ்சது.. இப்பக் கைல பணம் கூட இல்லை புரட்டிக் கொடுக்க இன்னும் ஒரு மாசம் ஆகிடும்.. அந்த தம்பிட்டச் சொல்லனும்னு சொல்லிட்டு இருந்தாங்க..

அப்ப இதைப் பத்தி எல்லாம் எனக்கு யோசிக்க தோனலை யாரைப் பத்தி சொல்றாங்கன்னும் தெரியலை..

நீ தான் பணம் போட்டையா? அம்மா எப்ப உனக்குப் பணம் கொடுத்தாங்க" என்று கேட்டாள் அவள் விழிகள் இரண்டும் பிரமிப்பில் மிதந்தது..

"ஒரு மாசம் கழித்துத் தான் கொடுத்தாங்க, அதையும் நான் வாங்க மாட்-டேன்னு தான் சொன்னேன் அத்தை பிடிவாதமா கொடுத்தாங்க..

என் மனசுல அப்பவே நீ தான் இருந்த, ஊருக்கு எப்படிச் செய்தாலும் உங்-கப்பா இறந்ததை என் குடும்பத்துல ஒரு ஆளா நினைத்துத் தான் செய்தேன்..

உன் தங்கச்சி தான் உங்கப்பாவுக்கு மண்ணு தள்ள வந்தாள்.. நான் தான் அவ கைய பிடுச்சு நாங்க ரெண்டு பேரும் தான் தள்ளினோம்.. வானதி சின்னப்

பொண்ணா இருந்ததால ஊர்காரங்களும் இதை பெரிசா நினைச்சீக்களை" என்றான்..

அவளுக்குத் தான் எப்படி உணர்கிறோம் என்றே தெரியவில்லை அப்படியே மரம் போல நின்றிருந்தாள்..

"அத்தைட்ட பணத்தை வாங்காம இருக்க முடியலை வேண்டாம்ன்னு பிடிவாதமா இருந்தால் என்ன காரணம்ன்னு சொல்ல வேண்டி இருக்கும்.. அதான் என்ன பண்றதுன்னு யோசிச்சுப் பாதி கணக்கு மட்டும் எழுதிக் கொடுத்துப் பாதி பணம் மட்டும் வாங்கிட்டேன்..

அதுக்கே அத்தை இவ்வளவு தான் வந்துச்சா? என்று சந்தேகமா கேட்டாங்க.. அவங்களைச் சமாளிக்கறக்குள்ள எனக்கு போதும் போதும்ன்னு ஆகிருச்சு" என்றான்..

என்ன மாதிரி காதல் இது இத்தனை வருஷமா இவ்வளவு காதலை வெச்சுட்டு வாழ்ந்திருக்கானே.. நான் கிடைக்காம இருந்தால் இவன் நிலை என்று நினைத்துப் பார்க்கவே அவளுக்கு உடம்பு நடுங்கியது..

அவளுடைய அம்மா பிடிவாதமா கல்யாணம் பண்ணி வெச்சது எல்லாம் இப்ப அவளுக்குச் சரியாகவே பட, அது வரை தாயின் மேல் இருந்த கோபமெல்லாம் போன இடம் தெரியவில்லை..

"ரதிமா ரதிமா" என்று அவள் தோளில் தட்டியவன், "நாம போகனும் அங்க போய் மத்த காரியம் எல்லாம் பார்க்கனும்டி.. சீக்கிரமா ரெடியாகு நான் அக்காவுக்கு மட்டும் போன் பண்ணி விசயத்தைச் சொல்லிடறேன்.. மத்த யாரையும் எழுப்ப வேண்டாம் நாம ரெண்டு பேர் மட்டும் போகலாம்" என்றவன், போனை எடுத்துக் கொண்டு பால்கனி பக்கம் சென்றான்..

அதற்குள் போய் தயாராகி வந்த மனைவியைப் பார்த்தவன், "போய் புடவை கட்டிட்டு வா ரதிமா" என்றான் கண்டிப்புடன்..

"இது நல்லா இல்லையா?" என்று கேட்டாள்..

"நல்லாயிருக்கு ஆனால் என்னோடு வரும் போது எல்லாரும் எனக்குத் தரும் மரியாதையை உனக்கும் தரனும்..

நாம ரெண்டு பேரும் தனியா போகும் போது, நம்ம வீட்ல எல்லாம் சுடிதார் போட்டுக்கோ" என்றான்..

ஏனோ அவளுக்கு எதிர்த்துப் பேச தோன்றாமல் போய் புடவைக்கு மாறி வந்தாள் பின் இருவரும் சென்றார்கள்..

கீழே உமா நிற்க, "அக்கா காலையில நீயும் அம்மாவும் வந்தால் போதும் வீட்டைப் பூட்டிக்கோ" என்று சொல்லி விட்டு மனைவியோடு சென்றான்..

காரை எடுக்கச் சென்ற கணவனிடம், "நடந்தே போகலாம்" என்றாள்..

"அங்க யாரையாவது கூட்டிப் போக வர கார் தேவைப்படும்டி" என்றதும், எதை எல்லாம் யோசிக்கிறான் என்று நெகிழ்ந்து போனவள் அமைதியாக காரில் ஏறிக் கொண்டாள்..

இவர்கள் செல்லும் போது, காரியம் ஆன வீட்டில் அந்த ஊர்காரங்க நிறையப் பேர் நின்று கொண்டிருந்தார்கள் உள்ளே அழும் சத்தம் கேட்டது..

இறங்கி கணவனோடு சென்றவளுக்கு அந்த சத்தம் கேட்டு உடல் நடுங்கத் தொடங்கியது..

"ரதி என்னாச்சு"

"இது தான் முதல் முறை. அதான் பயமா இருக்கு" என்று அவன் கையைக் கெட்டியாகப் பிடித்துக் கொண்டாள்..

அங்கே நிறைய ஆண்கள் இருக்கச் சங்கடப்பட்டவன் மனைவியின் நிலையை அறிந்து, "சரி வா" என்று அவளைக் கைப் பிடித்தே அழைத்துச் சென்றான்..

அவனைப் பார்த்ததும் அனைவரும் கையெடுக்க அவனும் கையெடுத்தான்..

மனைவி உள்ளே செல்லாமல் அப்படியே நிற்க ஊர்காரங்க, "என்ன பாரதி பயமா இருக்கா?" என்று கேட்டார்..

"ஆமாம் பெரியப்பா" என்று பயத்துடன் அவர் அருகில் சென்று நின்று கொண்டாள்..

"பிரபா பாரதிய எதுக்குக் கூட்டி வந்த இன்னும் கொஞ்ச நாள் போகட்டுமே " என்றார்.

"பழகட்டும் மாமா இன்னும் சின்ன பொண்ணு இல்லையே" என்றான்..

அப்பொழுது சந்திரா வரவும், "ரதிமா அத்தை வராங்க அவங்க கூட உள்ள போ" என்றான்..

அவள் தலையாட்டிக் கொண்டே தாயின் கையை ஓடிப் போய் பிடித்தாள்..

அந்த நேரத்தில் புடவையில் தன் மகளை எதிர்பார்க்காத சந்திராவிற்கு, பிரபாவின் மனைவியாகத் தன் மகள் இனி இந்த ஊர் காரியத்தில் இப்படி முன் நிற்க வேண்டும் என்று புரிந்தது.. தன் மருமகனைப் பெருமையாக நினைத்துக் கொண்டாள்..

"உள்ள போகலையா? பாரதி" என்று மகளைப் பார்த்துக் கேட்டாள்..

"பயமா இருக்கு அம்மா அதான்" என்று தயங்கியவளை, "சரி வா" என்று உள்ளே அழைத்துச் செல்ல பிரபா, "அத்தை பார்த்துக்குங்க" என்றான்..

அந்த நிலையிலும் அங்கிருந்த அனைவருக்கும் மெல்லிய சிரிப்பு முகத்தில் படர, பாரதிக்கும் பிரபாவிற்கும் தான் வெக்கமாகிப் போனது..

சந்திராவும் சிரித்துக் கொண்டவள் மகளோடு உள்ளே சென்று யாரிடம் எப்படி அழ வேண்டும் என்று சொல்லிக் கொடுத்தாள்..

அவளுக்கு அதெல்லாம் புரிந்ததோ இல்லையோ அந்த ஆத்தாவின் இறந்த உடலைப் பயத்துடன் பார்த்துக் கொண்டிருந்தாள்...

15

அத்தியாயம் 15

பாரதிக்கு இதே ஊரில் தான் இவ்வளவு நாள் நாம இருந்தோமா? என்ற சந்தேகம் வந்தது..

எதைக் கேட்டாலும் செய்தாலும் பிரபாவிடமே போய் கேட்பது, எல்லாத்துக்கும் அவனே முன்னின்று செய்வது, அங்கே அவனுடைய ஆளுமையான குரல் மட்டுமே ஒலித்துக் கொண்டிருந்தது..

என் அப்பாவிற்கும் இதே மாதிரி தானே செய்திருப்பான் இதை விடவே அதிக அக்கரையுடன் செய்திருப்பான்..

அதான் சொன்னானே அப்பவே என்னை விரும்பியதா என்ற நினைவில் சந்தோஷப் பட முடியாமல், அவளுடைய பார்வை இறந்தவர் மீது போய் போய் மீண்டு கொண்டிருந்தது..

ஒவ்வொரு முறை பார்வை அங்கே செல்லும் போதெல்லாம் அவள் உடம்பு தானாகவே நடுங்க ஆரம்பித்தது..

அவளுடைய அம்மாவோ அங்கிருந்தவர்களிடம் பேசிக் கொண்டிருக்க, எதாவது வேலையாக உள்ளே வரும் போதெல்லாம் பிரபாவின் பார்வை தன் மனைவியின் மீது பட்டு மீண்டது..

அவளுடைய கண்ணில் தெரிந்த பயத்தைப் பார்த்தவனுக்கு இங்கே அழைத்து வந்திருக்கக் கூடாதோ என்று நினைத்தவன், வேறு வழி இல்லை இனி இது மாதிரி இடத்துக்கெல்லாம் போய் தானே ஆகனும் என்று நினைத்துக் கொண்டான்..

அது அவன் புத்திக்குப் புரிந்தாலும் மனசு அவளுக்கு ஆதரவாகப் போர்க் கொடி தூக்கியது..

ஒரு வழியாகக் காலை எட்டு மணிக்கு ஆத்தாவைத் தூக்க வரும் போது அப்பாடா என்று மூச்சு விட்டவள், தன் கணவன் தூக்கியதைப் பார்த்து அதிர்ந்து

நின்றாள்..

இதென்ன இவன் இதை எல்லாம் செய்வானா? இவனுக்குப் பயமே இருக்-காதா? என்று விழி விரித்துப் பார்த்துக் கொண்டிருந்தாள்..

ஆத்தாவிற்குச் செய்ய வேண்டிய சீர் எல்லாம் செய்து அவரை அடக்கம் செய்யத் தூக்கிச் சென்றார்கள்..

அதன் பிறகு தான் அம்மாவோடா நிம்மதியாக அமர்ந்திருந்தாள்.. அப்போது வெளியே சென்று வந்த பெண்ணிடம் சந்திரா, "எங்க கொண்டு போறாங்க ஆத்-மாவுக்கா வடிவு" என்று கேட்டாள்..

"இல்லை அக்கா உன் மகள் வயலுக்கு.. அவங்களுக்கு வயலில்லாததால் ஆத்மாவுக்குக் கொண்டு போகலாம்ன்னு தான் முடிவு பண்ணுனாங்க..

பிரபா தம்பி தான் அவரோட வயல்ல வைக்கச் சொல்லிட்டார்.. உன் மருமகன் போல ஒரு தங்கமான மனுஷனைப் பார்க்க முடியாது போ" என்று சொல்லி விட்டு அவர்களுடனேயே அமர்ந்தார்..

கொஞ்ச நேரத்தில் வெளியில் சென்றவர்கள் எல்லாரும் உள்ளே வந்து இதே பேச்சாகத் தான் இருந்தது..

இந்த ஆத்தாவுக்குக் காடு இல்லாததுக்கு பிரபா பையன் மாதிரி தன்னோட காட்டில் வைக்கச் சொல்லிவிட்டானே!! யாருக்கு மனசு வரும் போ என்று பேசிக் கொண்டார்கள்.. அதை பாரதியிடமே சொல்லிக் கொண்டிருந்தார்கள்..

இதே மனிதர்கள் கல்யாணத்தின் போது தன்னை பாவம் போலப் பார்த்ததும் இன்னைக்குப் பெருமையாகப் பேசுவதையும் நினைத்துப் பார்த்தவளுக்கு, மனி-தனின் மனசு குரங்கு போலத்தான் போல நேரத்திற்குத் தகுந்த மாதிரி மாறிக்குது..

இன்னைக்கு என்கிட்டியே பெருமையா பேசறாங்க என்று நினைத்துக் கொண்-டிருக்கும் போது அவளுடைய மாமியாரும் உமாவும் வந்தார்கள்..

"பாரதி நீ வீட்டுக்குப் போ உன் துணிய வெளி பாத்ரூம்ல எடுத்து வெச்சிருக்-கேன் குளிச்சுட்டு உள்ள போ" என்றார்..

"இல்லை நீங்களும் அக்காவும் பார்த்துட்டுப் போங்க அத்தை பிரபா வந்ததும் நான் வரேன்" என்றாள்..

"அவன் தான் போன் பண்ணிச் சொன்னான் உன்னை வீட்டுக்கு அனுப்பிட்டு என்னை இருக்கச் சொல்லி" என்றார்..

இவ்வளவு வேலையிலும் தன்னை நினைத்து ஒவ்வொன்னும் செய்பவனை ஏனோ அவளால் விட்டுக் கொடுக்க முடியவில்லை..

"நீயும் நைட்டே வந்துட்ட அம்மா இருக்கட்டும் நீ வா நாம போகலாம்" என்-றாள் உமா..

"நீங்களும் அத்தையும் போங்க அக்கா பிரபா வந்ததும் வரேன்.. அவர் நைட் வரும்போதே சொல்லித் தான் கூட்டி வந்தார்.. நான் பயப்படுறேன்னு உங்ககிட்ட

போன் பண்ணிச் சொல்லி இருக்கார்.. நான் இருந்துக்குவேன் நீங்க ரெண்டு பேரும் போங்க பிரபா வரட்டும்" என்று சொல்லி விட்டாள்..

"அவனுக்கேத்த பொண்டாட்டி தான்" என்று சிரித்த லஷ்மி அங்கிருந்தவர்களிடம் கொஞ்ச நேரம் பேசிக் கொண்டிருந்து விட்டுக் கிளம்பினார்கள்..

பாரதி அம்மா கூடவே இருந்தவள், கருப்பு முடுஞ்சு மூன்று மணிக்கு பிரபா வந்து, "வாடி போகலாம் அத்தை நீங்க கிளம்பளையா?" என்று கேட்டான்..

"நான் அப்பவே போயிருப்பேன் இவ ஒருத்தியும் இருக்காளேன்னு இருந்தேன்" என்று சொன்ன சந்திரா அவங்களோடவே எழுந்து சென்றாள்..

வெளியில் வந்து சுற்றிலும் பார்வையை ஓட்டிய பாரதி, "கார்" என்றாள்..

"வெளிய எடுத்துட்டுப் போயிருக்காங்க நைட் வீட்ல கொண்டு வந்து விட்ருவாங்க வா" என்று மாமியார் மனைவியோடு நடந்து சென்றான்..

சந்திரா அவர் வீடு வந்ததும், "இங்கயே வந்து குளிச்சுட்டுச் சாப்பிட்டு போங்க" என்றாள்..

"அங்கயே போறோம் அத்தை" என்று சொல்லி விட்டு மனைவியோடு நடந்தவன், "ரதிமா அம்மாவை அனுப்பியிருந்தேனே போயிருக்கலாம்ல" என்றான்..

"நீ வந்ததும் போகலாம்ன்னு இருந்துட்டேன்" என்றாள்..

அவளையே பார்த்துக் கொண்டு வந்தவன் அவளின் சோர்ந்த முகமும் வாடிப்போன கீரை போல் இருக்காளே என்று நினைத்து, "சாப்டியா?" என்று கேட்டான்..

"இல்லை நீ சாப்டியா?" என்று கேட்டாள்..

"இல்லைடீ எனக்குப் பழக்கம் தான் நான் வீட்ல போய் குளிச்சுட்டுத் தான் சாப்பிடுவேன், நீ சாப்டிருக்கலாம்ல கடையில இருந்து தான கொண்டு வந்தாங்க" என்றான்..

"நானும் பழகிக்கிறேன்" என்று ஒற்றை வார்த்தையில் முடித்துக் கொண்டாள்..

அந்த ஒற்றை வார்த்தை பிரபாவிற்கு எவ்வளவு சந்தோஷத்தைக் கொடுக்கும் என்று உணரவே இல்லை..

என் கூட வாழ தயாராகிட்டா அதனால தான் இப்படி ஒரு வார்த்தை அவள் சொல்லியிருக்கா என்று நினைத்தவனுக்கு, மனதில் புது உற்சாகம் ஊற்றெடுத்தது..

இருவருக்குமே அதற்கு மேல் மனசு விட்டுப் பேச முடியாமல் ஏதோ ஒரு தடையிருக்க அமைதியாகவே நடந்து சென்றார்கள்..

வீட்டுக்கு வந்ததும், "முதல்ல நீ போய் குளி" என்று மனைவியை அனுப்பி விட்டு அவன் காத்திருந்தான்..

குளித்து விட்டு வந்தவளை, "போய்ச் சாப்பிடு" என்று சொல்லி விட்டு அவன் குளிக்கச் சென்றான்..

பிரபா குளித்து விட்டு வரும் வரை அவள் சாப்பிடாமலேயே இருந்தவள் அவன் வந்ததும், "சாப்பிடலாமா?" என்று கேட்டதும், அவன் உடல் மொத்தமும்

புது வித பரவசத்தில் துடித்து அடங்கியது..

இவ்வளவு பசியிலும் எனக்காக காத்திருக்காளே என்ற இனிமையான நினைவில் எதுவும் பேசாமலே அவள் பின் சென்றான்..

உமாவே வந்து இருவருக்கும் பரிமாறியவள், "பிரபா எல்லாம் முடுஞ்சுதா இன்னும் போகனுமா?" என்று கேட்டாள்..

"போகனும் அக்கா இவளை நைட் கூட்டிப் போனேன் இன்னும் அங்கயே இருக்காளேன்னு தான் இப்பவே வந்தேன்.. சாப்பிடாம இருந்திருக்கா எனக்கு இது தெரியாது" என்றான் அவன் குரலில் வருத்தம் மேலோங்கி இருந்தது..

"அங்க சாப்பிடலையா இங்க வந்து சாப்பிட்டுப் போயிருக்கலாம்ல பாரதி" என்றாள் உமா..

"பிரபா வரட்டும் போகலாம்ன்னு இருந்துட்டேன் அம்மா பக்கத்து வீட்டு அக்கா எல்லாம் பேசிட்டு இருந்ததால பசி ஒன்னும் பெருசாத் தெரியலை" என்று சொல்லிச் சமாளித்தாள்..

அவள் பேச்சுக்காகச் சொல்கிறாள் என்பது அவள் முகத்திலேயே தெரிய, "சரி சாப்பிடு" என்றான்..

இருவரும் சாப்பிட்டு விட்டு பாரதி அவள் அறைக்குச் செல்ல, பிரபா மறுபடியும் இறந்த வீட்டுக்குச் சென்று விட்டான்..

இரவு ஒன்பது மணிக்குத் தான் பிரபா வீடு வந்து சேர்ந்தான்.. குளித்து விட்டு உள்ளே வந்தவன் மனைவியைக் காணாமல், "எங்க ராதிகா எங்க உங்க அத்தை" என்று கேட்டான்..

"அத்தை நீங்க போனதும் மேல ரூமுக்கு போனாங்க இன்னும் கீழே வரலை.. அம்மா தான் தூங்குவா எழுப்ப வேண்டாம்ன்னு சொன்னாங்க மாமா..

சரி என்றவன் தன் அறைக்குச் சென்றான் அங்கே அவன் மனைவி போர்த்திச் சுருண்டு படுத்திருந்தாள்..

எழுப்ப வேண்டாம் என்று நினைத்தவன், கீழே போய் சாப்பிட்டு விட்டு, "அக்கா பாரதிக்கு ஒரு பிளேட்ல போட்டுக் கொடு நான் அப்பாவைப் பார்த்துட்டு வரேன்" என்று அவர் அறைக்குச் சென்றவன், கொஞ்ச நேரம் பேசிக் கொண்டிருந்து விட்டு வந்து உமா கொடுத்த பிளேட்டை வாங்கிக் கொண்டு அறைக்குச் சென்றான்..

அவனுக்குக் கொஞ்ச நேரம் பால்கனியில் காத்தாட நிற்கனும் போல் இருக்கத் தட்டை வைத்து விட்டு பால்கனியில் போய் நின்றவன், இன்று பாரதி நடந்து கொண்டதை அசை போட்டுக் கொண்டிருந்தான்..

மழை வருவதற்கான அறிகுறியாக வானம் இருட்டி இருந்தது குளிர் காற்று உடலை தழுவிச் சென்றது.. அதை விட மனைவியின் நினைவு மனதை வருடிச் செல்ல அவனுக்குள் மோக உணர்வு தறிகெட்டு ஓடியது..

மனைவியைத் திரும்பிப் பார்த்து விட்டு என்னை ரொம்ப சோதிக்கறடி அவள் கூட வாழப் போற அந்த ஒரு நொடி எப்ப வருமோ என்று ஏங்கியது அவன் மனது..

ஏதேதோ கற்பனையில் அப்படியே நின்றவன், மழைத் துளி உடலில் பட்டதும் சுயத்திற்கு வந்து வெளியே பார்த்தான்..

மழை தூர ஆரம்பித்திருந்தது.. பால்கனி கதவை அடைத்து விட்டு உள்ளே வந்து அவள் அருகில் படுத்துக் கொண்டான்..

நள்ளிரவில் அலறல் சத்தம் கேட்டுத் தூக்கி வாரிப் போட எழுந்தவன், பாரதி சுவர் ஓரம் பல்லி போல் ஒட்டி பயத்தில் நடுங்கிக் கொண்டு அமர்ந்திருந்தாள்..

பதட்டத்துடன் அவளிடம் ஓடி, "ரதி என்னாச்சு" என்று கேட்கக் கண்ணை இறுக மூடியிருந்தவள் திறக்காமலேயே, "என்னை விடுருங்க என்னை விட்ருங்க" என்று மட்டும் கத்திக் கொண்டிருந்தாள்..

பிரபா அவளைப் பிடித்து உலுக்கி, "ரதிமா ரதிமா இங்க பாரு கண்ணைத் திற" என்று அவள் கன்னத்தில் தட்டியவன், அவள் உடல் நடுக்கத்தையும் வேர்த்-துக் கொட்டியதையும் பார்த்து விட்டு அவளைத் தூக்கி வந்து கட்டிலில் அமர வைக்க, "என்னைத் தூக்கிட்டுப் போகாதே" என்று கத்தினாள்..

தண்ணியை எடுத்து அவள் முகத்தில் தெளிக்க, துடைத்துக் கொண்டே நடுக்-கத்துடன் கண்ணைத் திறந்தவளுக்குப் பயத்தில் வாய் குழறியது..

அவளை தன்னோடு சேர்த்து அணைத்துக் கொண்டவன், "ரதிமா என்னாச்சு? ஏன் இப்படி நடுங்கற?" என்று அவளை இறுக்கிக் கொண்டான்.. கோழிக்குஞ்சு போல் அவனுக்குள் அடங்கிக் கிடந்தவள், "பிரபா அந்த ஆத்தா என்னை வந்து கூப்பிட்டாங்க" குழறலாகச் சொன்னாள்..

"எந்த ஆத்தா?" என்றவனுக்கு ஞாபகம் வந்தவனாகப் பிணத்தைப் பார்த்த பயத்தில் நடுங்கறா என்பது புரிய, "செத்தவங்க எப்படி வருவாங்க? நீ கண்ணை நல்லா திறந்து பாரு உன் புருஷன் தான் பேய் மாதிரி உட்கார்ந்திருக்கேன்" என்-றான் கேலியாக..

விழிகளை முற்றிலும் திறந்தவள் சுற்றிலும் பார்வையை ஓட்டினாள்.. யாரு-மில்லை என்று தெரிந்தும் பயம் மட்டும் விட்டபாடில்லை..

"நான் பொய் சொல்லல நிஜமாவே அந்த ஆத்தா வந்து என்னைக் கூப்பிட்-டாங்க" என்றாள் குழந்தை போல முகத்தை வைத்துக் கொண்டு..

"அவங்களையே நினைச்சுட்டுப் படுத்திருப்ப அதான் கனவு வந்திருக்கும். உண்மையில் செத்தவங்க யாராவது எழுந்து வருவாங்களா?" என்றான் மறுபடியும் அவளுக்கு அழுத்திச் சொல்லும் விதமாக..

அது புரிந்தாலும் பயம் மட்டும் தெளியவில்லை, "நீ அவங்களைத் தூக்கிட்டுப் போனையே பயமா இல்லையா?" கேட்க்கும் போதே அவள் விழிகள் இரண்டும்

வியப்பைத் தத்தெடுத்திருந்தது..

"நான் இப்படி எல்லாம் பயந்துட்டு இருந்தால் இதை எல்லாம் யார் பார்ப்பாங்க.. நான் பெரியவனனானதும் இதை எல்லாம் பார்க்க ஆரம்பிச்சு எங்க அப்பாவுக்கு ஓய்வு கொடுத்திட்டேன்..

"நீ இப்படிப் பயப்பட்டால் இனி உன்னைக் கூட்டிப் போகமாட்டேன்னு நினைக்காதே, இவ்வளவு நாள் கல்யாணம் ஆகாம இருந்துச்சு அதனால எங்க அம்மாவைக் கூட்டிட்டுப் போனேன்..

இனி அப்படிப் போகமாட்டேன் அப்பாவுக்கும் உடம்பு சரியில்லை அம்மா கூடவே இருக்கனும்.. இனி உன்னைத் தான் எல்லா இடத்துக்கும் கூட்டிப் போவேன், அதுக்கு உன்னைத் தயார் படுத்திக்கோ இப்படித் தொட்டதுக்கெல்லாம் பயப்பட்டால் எப்படி?

எல்லா இடத்திலும் என் கூட நீ இருக்கனும், இப்ப மாதிரி சும்மா சும்மா நான் வந்து உன்னை பார்த்துகிட்டு இருக்க முடியாது..

நேத்தே நீ பயப்படறதைப் பார்த்து எனக்கு மனசே இல்லை, எப்படி பயப்படறாளோ முதல் முறையா வந்திருக்கா நாம கூட இருக்கலாம்னா இந்த வேலை எல்லாம் யார் பார்க்கறதுன்னு நினைச்சுட்டே இருந்தேன்டி.. அதான் அம்மாட்டயும் அக்காட்டயும் சொல்லி அனுப்பினேன் நீ அப்பவே வீட்டுக்கு வந்திருக்கலாம்ல" என்றான்..

அவன் பேசப் பேச நார்மலுக்கு வந்தவள் கொஞ்சம் பயம் விட்டிருக்க, "நீதான சொன்ன கடைசி வரை கூட இருந்து பார்க்கனும்னு அதான் நான் வீட்டுக்கு வரலை" என்றாள்..

"குட் இப்படித் தான் இருக்கனும் இது தான் எனக்கும் பிடிக்கும்" என்று சொன்னவன் எழுந்து சென்று பிளேட்டை எடுத்து வந்து கொடுத்தான்..

சாப்பாடா என்ற யோசனையுடன் மணியைப் பார்த்தவள் ஒரு மணியைக் காட்ட, "இவ்வளவு நேரம் தூங்கிட்டேனா நேத்து நீ போனதும் வந்து படுத்தது" என்றாள் அதிர்ந்த விழிகளுடன்..

"சும்மா சும்மா இந்த கண்ணை இப்படி உருட்டாதடி அதுல தான மயங்கிக் கிடக்கிறேன்" என்று சொல்லி விட்டுப் பிளேட்டை கொடுத்து, "சாப்பிடு" என்றான்..

"எனக்கு பசிக்கல வேண்டாம்" என்றாள் வெக்கத்துடன்..

"காலைல வரை வெறும் வயித்துல இருப்பியா? கொஞ்சம் சாப்பிடு இல்லைனா தூக்கம் வராது" என்றான்..

"எனக்குச் சாப்பிடப் பிடிக்கவே இல்லை" என்று உதட்டைச் சுழித்தவளைப் பார்த்துக் கொண்டே தட்டை எடுத்துக் கொண்டு வெளியே சென்றான்..

எங்க போறான் என்று நினைத்துக் கொண்டே அப்படியே படுத்து விட்டாள்..

பிரபா பிளேட்டைக் கொண்டு போய் வைத்து விட்டு, பிரிட்ஜிலிருந்து பாலை எடுத்துச் சூடு பண்ணிக் கொண்டே ஒரு ஆப்பிளைக் கட் பண்ணினான்..

இரண்டையும் எடுத்துக் கொண்டு அறைக்கு வந்தவனைப் பார்த்தவள் புருவம் சுருக்கி, "இது என்ன?" என்று கேட்டு விட்டு அவன் முகத்தையே பார்த்துக் கொண்டிருந்தாள்..

"இந்தா ஆப்பில் சாப்பிட்டுப் பாலைக் குடுச்சுட்டுப் படு" என்று சொல்லி அவளிடம் கொடுத்தான்..

அவனுடைய அக்கரையில் நெகிழ்ந்து போனவள், அதை வாங்கிக் கொண்டு ஆப்பிளில் பாதியை அவனிடம் கொடுத்து, "நீயும் சாப்பிடு அப்பத் தான் சாப்பிடுவேன்" என்றாள்..

சிரித்துக்கொண்டே விழிகள் மின்ன அதை வாங்கிக் கொண்டான்..

"எதுக்குச் சிரிக்கிற" ஆப்பிளைக் கடித்துக் கொண்டே கேட்டாள்..

"பழம் கொடுத்துட்ட பாலும் கொடுப்பியாடி" என்று கேட்டவனின் குரல் ஒரு வித கிறக்கத்தில் ஒலித்தது..

"இந்தா நீ பாதியக் குடுச்சுட்டு தா" என்று டம்ளரை அவனிடம் நீட்டினாள்..

நான் சொன்னது அவளுக்குப் புரியவில்லை போல என்று நினைத்தவன், வேண்டும் என்றே பாலை கொஞ்சம் குடித்து விட்டு அவளிடம் கொடுத்தான்..

அவள் குடித்து முடிக்கும் வரை காத்திருந்தவன் மெல்லிய புன்னகை முகத்தில் அரும்ப, "அடுத்ததை ஆரம்பிப்போமா?" என்று கேட்டான்..

"அடுத்ததா என்ன?" என்று புரியாமல் கேட்டாள்..

"அதான் பால் பழம் எல்லாம் சாப்டாச்சு இது முதலிரவு அறை தானே!! அப்ப அடுத்து" என்று கேட்டு அவளைத் தாபத்துடன் பார்க்க..

முகம் செந்தாமரையாகச் சிவந்து போய் வெக்கத்துடன், "போடா" என்று தலையணையை எடுத்து அவன் மேல் வீசினாள்..

அதைப் பிடித்து கட்டிலில் போட்டு விட்டு நெருங்கி அவளை அணைக்க, ஏனோ அவளுக்கு மறுக்கத் தோன்றவில்லை..

தன் மனைவி தன்னை ஏற்றுக் கொண்டாள் என்பதையே நம்ப முடியாதவனுக்கு, அவளைத் தொட அனுமதித்ததும் சந்தோஷத்தில் அவள் மேல் இருந்த காதல் காட்டாற்று வெள்ளமாக அடித்துச் சென்றது..

அவளிடம் தன் தேடலைத் தொடங்கியவன் அவள் பயத்தைப் போக்கி அழகாகக் கையாண்டு அவளை இன்பத்தின் உச்சத்திற்கு அழைத்துச் சென்றான்..

முதன் முதலாக நெஞ்சத்தில் நிறைந்தவள், தன் முதல் தொடுகையில் கரைந்தவள், வலியில் துடித்தவள், இன்பத்தில் மிதந்தவள், என்று ஒவ்வொரு பரிணாமத்திலும் அவனையும் அணுவணுவாய் துடிக்கச் செய்தாள்..

எத்தனையோ பெண்ணை உடலால் தொட்டிருந்தவனுக்கு, மனதும் சேர்ந்து தொடும் போது உள்ள சுகத்தைப் புரிந்து கொண்டு அவள் மேல் இன்னும் பைத்-தியம் ஆனான்..

தங்கம், செல்லம் என்ற அவனின் முனகல்கள் அவளையும் அவன் மேல் பித்-தாக்கியது..

விடியும் வரை உறங்காமல் அவனின் தேவைகளைத் தீர்த்து வைத்தவள், இனி இந்த ஜென்மத்தில் வேறு பெண்ணை நினைக்காதளவுக்கு தன் முந்தானையில் இறுக முடிந்து கொண்டிருந்தாள் பெண்ணவள்..

16

அத்தியாயம் 16

விடிந்தும் இருவருக்கும் எழுந்து செல்ல மனமில்லாமல் ஒருவரை ஒருவர் தழுவி-யபடியே படுத்திருந்தார்கள்..

முதலில் பாரதி தான், "மணி ஏழு ஆகிருச்சு" என்றாள் அவள் முகம் வெக்-கத்தில் மிளிர்ந்தது..

"அதனால என்னடி இன்னும் கொஞ்ச நேரம் இப்படியே இருக்கலாமே!! இத்-தனை வருஷ வாழ்க்கையில நான் இவ்வளவு சந்தோஷமா மனநிறைவுடன் இருந்-ததில்லைடி..

இந்த நிமிஷம் நம்ம இரண்டு பேரும் இப்படியே உறைந்து போய்விட்டால் எப்-படி இருக்கும் எப்பவுமே பிரிய வேண்டியதில்லைல ரதிமா" என்றான்..அவன் குரல் குழைவுடன் ஒலித்தது...

அவன் காதலின் தீவிரத்தை உணர்ந்து சிலிர்த்துப் போனவள், "அப்படி உறைந்து போய்விட்டால் நாம வாழ முடியாது" என்றாள்..

"அது புரியுதுடி ஆனால் நாம இப்ப வெளிய எழுந்து போகனுமே" என்று சலித்துக் கொண்டான்..இந்தச் சின்னப் பிரிவிற்குக் கூட அவன் மனம் துவண்டு போனது..

"மீண்டும் இரவுன்னு ஒன்னு வரும் என்று வெக்கத்துடன் சொன்னவள் நான் போய் குளிச்சுட்டு வரேன்" என்று சொல்லி விட்டு எழுந்தவளை விடாமல் பிடித்-துக் கொண்டான்..

"நேரமாச்சு எதாவது நினைச்சுப்பாங்க நான் போறேன்" என்று குலைந்து கொண்டே சொன்னாள்..

"யாரும் எதுவும் நினைக்க மாட்டாங்க வா ரெண்டு பேருமே குளிக்கலாம்" என்றவன் அவளைத் தூக்கிக் கொண்டு குளியலறைக்குச் சென்றான்..

அவள் கூச்சத்தில் முகத்தை இரு கைகளாலும் மூடிக் கொண்டாள்..

அவள் கையை விளக்கியவன் அப்படியே சவரைத் திறந்து விட, சில்லென்று குளிர்ந்த நீர் இருவர் மேனியையும் தழுவிச் சென்றது..

சிலிர்த்து அடங்கிய உடலை கை கொண்டு மூடிக் கொண்டவள், "உன் அழும்புக்கு அளவே இல்லை அத்தை, உமா அக்கா, ராதிகா எல்லாரும் இருக்-காங்க, இவ்வளவு நேரம் கழிச்சுப் போய் அவங்க முகத்துல எப்படி விழிப்பது" என்று அழும் குரலில் கேட்டாள்..

"சரி சரி அழாத சீக்கிரமா குளிச்சு விடறேன்" என்று சிரித்துக் கொண்டு சொல்ல, அவளோ அழுவதா? சிரிப்பதா? என்று புரியாமல் விழித்தாள்..

இருவரும் குளித்து முடித்து ரெடியாகி கீழே வந்தார்கள் பாரதி கணவன் பின்னே படபடப்புடனே வந்தாள்..

வரவேற்பறையில் சிவமணி அமர்ந்திருக்க, மூர்த்தியும் மனோஜ்ஜூம் அவரோடு பேசிக் கொண்டிருந்தார்கள்..

பாரதி சமையலறைக்குச் செல்ல பிரபா அப்பாவிடம் சென்று அமர்ந்தான்..

மகனின் முகத்தில் தெரிந்த சந்தோஷம் தந்தைக்கு நிறைவைக் கொடுத்தது..

மூர்த்தி தான் பேச்சை ஆரம்பித்தார், "பிரபா நாங்க ஊருக்கு கிளம்பறோம் மாப்பிள்ளையும் ராதிகாவும் கொஞ்ச நாள் எங்கக் கூட இருக்கட்டும்" என்றார்..

சிறிது நேர யோசனைக்குப் பின், "இப்ப வேண்டாம் அத்தான் இன்னும் ஒரு வாரம் போகட்டும் அது வரை இங்க இருங்க அப்பறமா போகலாம்..

மனோஜ் நீ செய்திட்டு இருந்த தொழில் எப்படி? திரும்பவும் அதே செய்தால் உன்னால நல்லா நடத்த முடியுமா?" என்று விசாரித்தான்..

"நல்லா தான் போயிட்டிருந்தது அண்ணா இவனுங்க தான் இடையில ஏமாத்-திட்டாங்க.. ஆனால், இப்ப பணத்துக்கு எங்க போறது ஏற்கனவே நீங்க இவ்வளவு பணம் கட்டி என்னை வெளியே எடுத்ததையே இன்னும் என்னால நம்ப முடி-யலை.. உங்களுக்கு ஏன் வீண் சிரமம்" என்றான் வேதனையுடன்..

அவன் வாய் தான் இப்படி சொன்னது, ஆனால் கண்களில் அந்த தொழில் செய்யும் ஆசை அப்பட்டமாகத் தெரிந்தது..

"அதைப் பற்றி நீ கவலைப்படாதே நான் பார்த்துக்கறேன் இப்ப தொழில்ல ராதிகாவைப் பாட்னரா போட்டுச் செய்.. அவனுங்களையும் சும்மா விடமாட்டேன் பார்க்கலாம் இரு நானே எல்லாம் ஏற்பாடு பண்ணிட்டுச் சொல்றேன்" என்றான்..

பின் அவன் செய்த தொழில் பற்றிக் கேட்டுக் கொண்டிருந்தான்..

பாரதி சமையலறைக்குள் சென்றவள் இவ்வளவு லேட்டா எழுந்து வந்ததுக்கு திட்டுவாங்களோ என்ற பயத்துடன், "அக்கா ஸாரி தூங்கிட்டேன்" என்றாள் தயக்-கத்துடன்..

"அதனால என்ன பாரதி அதான் நானும் ராதிகாவும் சமைச்சுட்டோமே" என்-றாள்..

"அத்தை எங்கே? அக்கா"

"நேத்து லீவு போட்டதால காலையில நேரத்துளையே வயலுக்கு ஆளுங்க வேலைக்கு வந்திருந்தாங்க.. பிரபா தூங்கிட்டு இருந்ததால அம்மா போனாங்க.. இந்தா இந்தக் காபிய பிரபாட்ட குடு குடுச்சுட்டு வயலுக்குப் போகட்டும்" என்றாள்..

பாரதி காபியை வாங்கிக் கொண்டு வெளியில் வந்து கணவனைப் பார்க்க கூச்சப்பட்டவள் அவனைப் பார்க்காமலே, "அத்தை வயலுக்குப் போயிருக்காங்கலாம் உங்களை வரச் சொன்னாங்கலாம்" என்றாள்..

காபியை வாங்காமலே மனைவியைப் பார்த்துக் கொண்டிருந்தவன், "இவ்வளவு நேரத்துல வயல்ல என்ன வேலை" என்றான்..

"ஆளுங்க நேரத்துளையே வேலைக்கு வந்துட்டாங் பிரபா நீ போய் பாரு" என்றார் சிவமணி..

"நீயும் வா போகலாம்" என்றான் மனைவியிடம் காபியை வாங்கிக் கொண்டே..

"எனக்கு வேலை இருக்கு நான் வரலை" என்றாள்..

"போய்ட்டு வா மா" என்று மாமனாரும் சொன்னார், மகனின் முகத்தைப் பார்த்து உள்ளுக்குள் சிரித்துக் கொண்டார்..

"மாமா எனக்கு இங்க வேலை இருக்கு" என்று சொல்லி விட்டு உள்ளே செல்ல, "உமா" என்று மூர்த்தி மனைவியை அழைத்தார்..

வெளியில் வந்த மனைவியிடம், "பாரதி வயலுக்குப் போவதில் உனக்கு ஒன்னும் பிரச்சனை இல்லையே" என்று கேட்டார்..

"நான் என்னங்க சொல்லப் போறேன் போய்ட்டு வரச் சொல்லுங்க" என்று சொன்னவள் பாரதியைப் பார்த்து, "பால் ஒரு டம்ளர் வெச்சிருக்கேன் வந்து குடுச்சுட்டுப் போ" என்றாள்..

சரி என்று தலையாட்டியவள் அவள் பின்னே உள்ளே சென்று பாலை குடித்து விட்டு, "நான் போயிட்டு வரேன் அக்கா" என்று சொல்லி விட்டு வெளியில் வந்தவளை அழைத்துக் கொண்டு வயலுக்குக் கிளம்பினான் பிரபா..

இரண்டு பேரும் நடந்து செல்ல, "ஏண்டி நான் கூப்பிட்டதும் வரலை என் முகத்தப் பார்க்காம காபியக் கொடுக்கற என்னாச்சு உனக்கு" என்று கேட்டான்..

"அப்படி எல்லாம் எதுவும் இல்லை நீயா எதாவது நினைச்சுட்டு என்னைக் கேட்பியா?" என்றாள்.. அவள் மனதிலோ இவனுக்கெல்லாம் கூச்சநாச்சமே இருக்காதா? என்ற எண்ணம் தான் ஓடியது..

"அப்படியா? நம்பிட்டேன்" என்றவன் கையை அவள் கையோடு கோர்த்துக் கொண்டான்..

அவளோ பதற்றத்தில், "என்ன பண்ற விடு யாராவது பார்க்கப் போறாங்க" என்று கையை அவன் கையிலிருந்து உருவிக் கொள்ளப் பார்த்தாள்..

அவனோ இன்னும் இறுக்கமாகப் பற்றிக் கொண்டு, "யார் பார்த்தால் என்ன நீ பேசாம வாடி" என்றான்..

"பிரபா விடு இந்த ஊருக்குள்ள யார் பார்த்தாலும் என்னைத் தான் கிண்டல் பண்ணுவாங்க" என்று சிணுங்கினாள்..

மனைவியின் சிணுங்கல் இவன் காதில் தேனாகப் பாய, "ரதிமா இப்படி பேசி-னினா நாம திரும்பவும் வீட்டுக்குத்தான் போகனும் உனக்கு எப்படி வசதி" என்று கிரக்கத்துடன் அவளைப் பார்த்துக் கொண்டே சொன்னான்..

அவளோ புரியாமல், "வீட்டிலிருந்து தானே வந்தோம் மறுபடியும் எதுக்கு வீட்-டுக்கு" என்று கேட்டாள்..

"அதுவா" என்று அவள் காதில் காதல் மொழி பேச, அவள் முகம் செந்தா-மரையைப் பூசிக் கொண்டது போல் சிவந்து போக வெக்கத்தில் அவன் கையைக் கிள்ளி வைத்தாள்..

"இந்த நேரத்தில் இப்படிக் கிள்ளக் கூடாது" என்று சொல்லி மறுபடியும் அவள் காதைக் கடிக்க அவளோ அவன் பேச்சில் தவித்துப் போனாள்..

அதற்குள் வயலுக்கு வந்திருக்கவும் பிரபாவைப் பார்த்த அவனுடைய அம்மா அவனிடம் வந்தார்..

"அம்மா நீங்க எதுக்கு வந்தீங்க அதெல்லாம் அவங்களே பார்த்து செய்துப்-பாங்க" என்றான்..

"அப்படியா? நீ தூங்கிட்டு இருக்கவும் நான் வந்துட்டேன்" என்றார்..

"நீங்க இந்த நாலைஞ்சு வருஷமா வயலுக்கு வராததால உங்களுக்குத் தெரி-யலை.. அவங்களே எல்லா வேலையும் பார்த்துப்பாங்க நான் காபி டீ மட்டும் வந்து கடையில வாங்கித் தருவேன்..

இல்லைனா நான் ஒருத்தன் மட்டும் இங்கயும் பார்த்துட்டு மில்லு, பட்டரை, எல்லாம் பார்க்க முடியுமா? சரி சரி நீங்கப் போங்க நாங்க கொஞ்ச நேரம் இருந்-துட்டு வரோம்" என்றான்..

மகனோடு ஒட்டிக் கொண்டு இருக்கும் மருமகளைப் பார்த்து விட்டுச் சந்தோ-ஷப்பட்டவர், "சரி பா நான் போறேன்" என்று சொல்லி விட்டுக் கிளம்பினார்..

பாரதியும் பிரபாவும் வயலுக்குள் இறங்கி வேலை செய்யும் இடத்திற்குச் செல்ல, "என்ன பாரதி எல்லாரும் அம்மா வீட்ல தான் இப்படி விடியறது கூடத் தெரியாம தூங்குவாங்க..

நீ என்னடான்னா புருஷன் வீட்ல இப்படி தூங்கிட்டிருக்க, இத்தனை வருஷமா வயல் பக்கம் வராத மனுஷிய நீ வர வெச்சுட்டியே" என்றார்கள்..

"அதான கேளுங்க அத்தை உங்க மகளை நாங்க எவ்வளவு சொகுசா வெச்-சிருக்கோம் தெரியுமா?" என்று எடுத்துக் கொடுத்தான் பிரபா..

"என்னாலையாடா லேட்டாச்சு" என்று அவன் காதில் கிசுகிசுத்தவள், "சித்தி இந்த மாமா தான் நேத்து நைட் குப்பாயாத்தா வந்திருக்கு பார் உன்னைக் கூப்பிடுத்துன்னு சொல்லிப் பயமுறுத்தினார்..

உங்களுக்கே தெரியும் நான் எவ்வளவு பயப்படுவேன்னு. என்னன்னு கேளுங்க" என்று அவரை உதவிக்கு அழைத்தாள்..

தன் மனைவி தன்னை மாமா என்று சொன்னதிலேயே உரைந்து போய் நின்றவன், எதுவும் சொல்லாமல் புன்னகையை மட்டும் பதிலாகத் தந்தான்..

"நீங்க பேசிட்டு இருங்க" என்று சொல்லிவிட்டு அவன் சென்று விட, பாரதி அவர்களிடம் பேசிக் கொண்டிருந்தாள்.. வாய் தான் பேசிக் கொண்டிருந்தது மனது அவன் ஏன் எதுவும் பேசாமல் சென்றான், என்று யோசித்துக் கொண்டிருக்க விழிகளோ அவன் பின்னே சென்று கொண்டிருந்தது..

கொஞ்ச தூரம் சென்றவன், "ரதிமா இங்க வா" என்று அழைத்தான்..

அதுக்காகக் காத்துக் கொண்டிருந்தவள் போல, "இதோ வரேன் மாமா" என்று சொல்லி விட்டு, "சித்தி நான் போயிட்டு வரேன்" என்று சொன்னவள், அங்கே வேலை செய்த மற்ற உறவுகளிடமும் சொல்லி விட்டு அவனிடம் விரைந்தாள்..

வேகமாக அவனிடம் சென்று மூச்சு வாங்க நின்றவள், "ஏன் தனியா வந்துட்ட"

"அதிருக்கட்டும் நீ ஏன் இப்படி மூச்சு வாங்க ஓடி வர்ர மெதுவா வர வேண்டியது தானே!!" என்று கடிந்து கொண்டான்..

"நீ ஏன் சித்திட்ட நல்லா பேசாம கூட வந்த அதைச் சொல்லு" என்றாள் பிடிவாதமாக..

"அதுவா நீ மாமான்னு கூப்பிட்டதும் எனக்குப் பேச்சே வரலைடி, நீ அப்படி கூப்பிட்டது பிச்சிருந்தது அந்த இனிமையை அவங்களிடம் பேசி கெடுத்துக் கொள்ள விருப்பமில்லை அதான் வந்துட்டேன்" என்றவன் கிணத்து மேடையில் சென்று அமர்ந்தான்..

அவளுக்கும் என்ன பதில் சொல்வது என்று தெரியவில்லை.. கிணற்றை எட்டிப் பார்த்து விட்டு அதே மேடையில் அமர்ந்தவள் பேச்சை மாற்றும் விதமாக, "இந்த கிணத்துல எப்பவும் தண்ணீ இருக்குமா?" என்று கேட்டாள்..

அவளையே பார்த்துக் கொண்டிருந்தவன் இப்ப இந்தக் கேள்வி ரொம்ப முக்கியம் என்று நினைத்துக் கொண்டு, மையலுடன் அவளையே பார்த்துக் கொண்டிருந்தான்..

அவள் பேசமுடியாமல் விழிகளைத் தாழ்த்திக் கொண்டாள்..

இருவருமே ஒருவிதமான பரவச நிலையில் எதுவும் பேச முடியாமல் அதை ஆழ்ந்து அனுபவித்துக் கொண்டிருந்தார்கள்..

"வீட்டுக்குப் போகலாமா? ரதிமா" என்று பெயருக்கே வலிக்குமோ என்பது போல அழைத்தான்..

அவனை நிமிர்ந்து பார்த்தவள் ம் என்று தலையசைத்தாள்..

அவள் கையைத் தன் கையோடு இணைத்துக் கொண்டு நடந்தான் அவளும் அவனோடு சேர்ந்து சென்றாள்..

அப்போது வயலுக்கு வந்த சந்திரா இதைப் பார்த்த சந்தோஷத்தில் வந்த ஆனந்தக் கண்ணீரைத் துடைத்துக் கொண்டு, பார்க்காத மாதிரி குனிந்து புல் பிடுங்கும் வேலையைப் பார்த்துக் கொண்டிருந்தாள்..

அம்மாவைப் பார்த்து விட்ட பாரதி கணவனிடம் இருந்து கையை இழுக்க அவன் விடாமல் பிடித்துக் கொண்டே, "அத்தை நீங்க மட்டும் வேலை பாக்கறக்கு ரெண்டு ஆளைப் போட வேண்டியது தானே" என்றான்..

"இந்தக் கொஞ்ச வயலுக்கு எதுக்கு ஆளு நானே செஞ்சுருவேன் பிரபா" என்றார்..

"ரதிமா நீ டீ கொண்டு வரும் போது நம்ம வயல் ஆட்களிடம் சொல்லி மதியத்துக்கு மேல இந்த வயல் வேலையச் செய்யச் சொல்லு, அத்தனை பேரும் வந்தால் கொஞ்ச நேரம் தான் இருக்கும்" என்றான்..

பாரதி அவளுடைய அம்மாவைப் பார்க்க, அவரும் மருமகனின் பேச்சை மீற முடியாமல் பார்த்துக் கொண்டிருந்தார்..

"அம்மா நீ வீட்டுக்குப் போ நான் பார்த்துக்கறேன்" என்றாள் பாரதி..

அதற்கு மேல் அங்கே நிற்காமல் சந்திரா கிளம்பி விட அவர் சென்றதும், "அம்மா இருக்கும் போது இப்படித் தான் கையைப் பிடிச்சிட்டே இருப்பியா?" என்றாள் கோபத்துடன்..

"இதைப் பார்த்து உங்க அம்மா எவ்வளவு சந்தோஷப்படுவாங்க தெரியுமா? நீ பண்ணி வெச்ச வேலைக்கு நம்ம பொண்ணு எந்த நேரத்துல புருஷன் வீட்ல சண்டை போட்டுட்டு வந்துருவாளோன்னு பயந்துட்டே இருந்தாங்க..

அதான் இனியாவது நிம்மதியா இருக்கட்டும்ன்னு இப்படி பண்ணினேன் சரி வா போகலாம்" என்றான்..

எல்லாரைப் பற்றி நல்லாத் தெரிந்து வைத்திருக்கும் கணவனை நினைத்து கர்வத்துடன் அவன் பின்னே சென்றாள்..

வீட்டிற்குச் சென்றதும் டவுனில் வேலை இருக்கு என்று பிரபா சென்று விட, பாரதி சிஸ்டத்தில் அமர்ந்து வேலை பார்த்துக் கொண்டிருந்தாள்..

உமா டீ போட்டு விட்டு, "பாரதி டீ போட்டுட்டேன் வந்து வயலுக்குக் கொண்டு போய் கொடுத்துட்டு வா" என்று அழைக்கும் குரல் கேட்டு, "இதோ வரேன் அக்கா" என்றவள் சிஸ்டத்தை அணைத்து விட்டு கீழே சென்றாள்..

பாரதி வயலுக்குப் போனவள் அன்று முழுவதும் அங்கேயே இருந்து கொண்டாள்.. மதியத்திற்கு மேல் தன் அம்மா வீட்டு வயலில் வேலை செய்யச் சொல்லிக் கூட அவளும் செய்து கொண்டிருந்தாள்..

"நாங்களே செய்யறோம் நீ போய் மரத்து நிழலில் உட்காரு" என்று வயதான பாட்டி சொல்லவும், "நீங்க செய்யறீங்களே பாட்டி நான் செய்ய மாட்டேனா?" என்று அவர்களுடன் போட்டி போட்டுக் கொண்டு வயல் வேலைகளை ஒரு கை பார்த்தாள் பாரதி..

பிரபா அவனுடைய பட்டரையில் இருக்கும் நம்பிக்கைக்குரிய ஆட்கள் மூன்று பேரை மில்லுக்கு வரச் சொல்லி தன் அறையில் பேசிக் கொண்டிருந்தான்...

பின் டெய்லர் ஷாப் சென்று வானதி, பாரதி உடைகளை வாங்கிக் கொண்டு நேராக மாமியார் வீட்டிற்குச் சென்றான்..

அங்கே வானதியிடம் அவள் உடைகளை கொடுத்தவன், "நாளைக்கு காலையில பேக் பண்ணிட்டு ரெடியா இரு, அத்தையிட்டயும் சொல்லி ரெடியாகச் சொல்லு.. நான் வந்து காலேஜ் கூட்டிப் போறேன்" என்று சொல்லி விட்டு வீடு வந்து சேர்ந்தான்..

வீட்டிற்கு வந்தவன் எல்லா பையையும் எடுத்து கொண்டு வந்து வரவேற்பறையில் வைத்து விட்டு, "அக்கா பாரதி எங்கே?" என்று கேட்டான்..

"அவ வயலுக்கு போனா இன்னும் வரலை என்ன இத்தனை பை" என்று கேட்டாள்..

"அவளுக்குத் தான் துணி எடுத்துத் தைக்க கொடுத்திருந்தேன் அதை வாங்கிட்டு வந்தேன்" என்றவன், எல்லாப் பையையும் தன் அறையில் வைத்து விட்டு உடை மாற்றிக் கொண்டு கீழே வரவும் உமா அவனுக்கு டீ போட்டுக் கொடுத்தாள்

குடித்து விட்டு வயலுக்குச் சென்றான்..

அங்கே அவன் மனைவியைக் காணாமல் சுற்றிலும் தேடியவன் வேலை செய்யும் ஆட்களிடம் கேட்கலாம் என்று அவர்களிடம் செல்ல, அங்கே அவர்களோடு சேர்ந்து வேலை செய்யும் மனைவியைப் பார்த்து விட்டு, "நீ ஏண்டி பழக்கமில்லாத இந்த வேலை எல்லாம் செய்யற" என்று கடிந்து கொண்டான்..

கணவனைப் பார்த்ததும் முகம் பூவாய் மலர்ந்து விட, "இது தான் பொலப்புன்னு ஆயிருச்சு பழகிக்க வேண்டியது தான் இல்லையா பெரியாத்தா" என்று துணைக்கு வேலை செய்பவர்களையும் இழுத்தாள்..

"உனக்கு இது பொலப்பில்ல என்னை பார்த்துக்கறது தான் பொலப்பு, அத ஒழுங்கா செய்வியாம் இதை எல்லாம் பெரியாத்தாவே பார்த்துப்பாங்க" என்று அவரையும் இழுத்து கேலியாகச் சிரித்துக் கொண்டே சொன்னான்..

"அதான் தம்பி சொல்லுதல்ல எழுந்து போ பாரதி" என்று சித்தி முறையானவர் சொல்லவும் எழுந்து அவனிடம் வந்தவள், "வேலை முடுஞ்சு இப்ப தான் வந்தீங்-

களா?" என்றாள்..

எல்லாரும் இருக்கும் போது என்னமா மரியாதை கொடுக்கறா, இதே தனியா இருந்திருந்தா எப்படா வந்தன்னு கேட்டிருப்பா என்ற நினைவு வர வாய் விட்டு சத்தமாகவே சிரித்தான்..

"நான் என்ன கேட்டேன்னு இப்படி சிரிக்கறீங்க? ஏன் சித்தி நான் எதாவது ஜோக்கா சொன்னேன் உங்க மருமகன் இந்தச் சிரிப்பு சிரிக்கிறார்" என்றாள் கணவனை முறைத்துக் கொண்டே..

"இப்ப நீ பேசறதே பெரிய ஜோக் தாண்டி சரி வா போகலாம்" என்றவன், எலலாரும் வேலைய முடுச்சுட்டு போங்க என்று சொல்லிவிட்டு மனைவியை அழைத்துக் கொண்டு வீட்டிற்குச் சென்றான்.

17

அத்தியாயம் 17

தன் அறைக்குள் நுழைந்த பாரதி கட்டில் நிறையப் பையாகக் கிடக்க இதென்ன இவ்வளவு என்று கேட்டுக் கொண்டே அதை எடுத்துப் பார்த்தாள்..

அதில் முற்றிலும் புது உடையாக இருக்க, "வானதிக்கு வாங்கினதை இங்க கொண்டு வந்து வெச்சிருக்க உன் மாமியார் வீட்ல கொடுக்க வேண்டியது தானே" என்று சொல்லிக் கொண்டே அதை எடுத்துப் பார்க்கப் போனாள்..

"பின் இருந்து அவள் இடையில் கை கோர்த்து அணைத்துக் கொண்டவன் அவள் கழுத்து வளைவில் முகம் புதைத்துக் கொண்டு, "இவ்வளவு நேரமா மாமா மாமான்னு கொஞ்சுன இப்பப் பழையபடி வாடா போடாவா?" என்று தாபத்துடன் சொல்லி விட்டுப் பின் முதுகில் முத்தமிட்டான்..

"அதுக்குத் தான் அந்த சிரிப்பு சிரிச்சியா?" என்று கேட்பதற்குள்ளாகவே அவள் திணறிப் போனாள்.. கணவனின் சில்மிஷங்கள் அவளை நெகிழவைத்துக் கொண்டிருக்க அவளோ வேறு உலகத்தில் பயணப்பட்டுக் கொண்டிருந்தாள்..

அவனுடைய கைகள் தடம் மாறிப் பயணித்துக் கொண்டிருந்தது, அவன் இதழ்கள் அவள் காது மடலில் கவிதை எழுத, அவளோ முற்றிலுமாக நிலைகுலைந்து அவனிடம் தன்னை இழந்து கொண்டிருந்தாள்..

அவனோ இவ்வளவு நாளாக காமத்தை மட்டுமே அறிந்து வைத்திருந்தவன், காதலும் காமமும் சேர்ந்து தந்த இன்பத்தில் உருகி கரைந்து வேறு உலகத்திற்குப் பயணப்பட்டான்..

அங்கே பேச்சுகள் பலம் இழந்து போக மெல்லிய மூச்சுக் காற்று மட்டுமே அந்த அறையை நிறைத்திருந்தது..

அவர்கள் தங்கள் தேடலை முடித்துக் கொண்டு ஓய்விலிருக்கும் போது சரியாகக் கதவு தட்டும் ஓசை கேட்டது...

பாரதி வாரிச் சுருட்டிக் கொண்டு பதட்டத்துடன் எழுந்திருக்க, "மெதுவாடி மெதுவா" என்று சொல்லி அவளைக் குளியல் அறைக்குள் தூக்கிப் போய் விட்டு கதவைச் சாத்தியவன் போய் வெளிக்கதவைத் திறந்தான்..

ராதிகா தான் நின்றிருந்தாள், "மாமா அத்தையோட பிரண்ட்ஸ் எல்லாம் வந்திருக்காங்க அப்பாவும் தாத்தாவும் அவங்களோடு பேசிட்டு இருக்காங்க" என்றாள்..

"உங்க அத்தை குளிச்சுட்டு இருக்கா வரச் சொல்றேன்" என்றான்..

"சரிங்க மாமா சீக்கிரமா வரச் சொல்லுங்க" என்று சொல்லி விட்டு அவள் கீழே சென்று விட மறுபடியும் கதவை லாக் பண்ணிக் கொண்டு உள்ளே வந்தான்..

குளியல் அறைக் கதவைத் திறக்கப் பார்த்தான்.. அது உள்ளே தாழிட்டிருக்க அதுக்குள்ள பூட்டிக்கிட்டாளா? என்று முணுமுணுத்தவன், "ரதிமா உன் பிரண்ட்ஸ்ங்க எல்லாம் வந்திருக்காங்க" என்றான்..

"இதோ வரேன் நீ போய் பேசிட்டு இரு" என்று உள்ளே இருந்து குரல் வரவும், "நானும் குளிக்கனும்டி நீ சீக்கிரமா வா" என்றான்..

பாரதி குளித்து முடித்து வந்ததும், "நீ போய் பேசிட்டிருடி நான் வரேன்" என்று அனுப்பி விட்டு அவன் குளிக்கச் சென்றான்..

பாரதி தலையைத் துவட்டி ஒரு கிளிப்பைக் போட்டுக் கொண்டு வெளியே சென்றாள்..

மாடியிலிருந்து இறங்கி வந்து கொண்டிருந்து பாரதியை முதலில் பார்த்த உதயன், "பாரதி வந்துட்டா" என்றான்..

அதற்குள் கீழே வந்திருந்தவள் உதயன் முதுகில் ஒரு அடி வைத்தாள், "என்னை இப்பத் தான் புதுசா பார்க்கற மாதிரி எதுக்குடா அப்படி கத்துன" என்று கேட்டவள் அவன் அருகிலேயே அமர்ந்தாள்..

"இன்னைக்கு நீ எங்களுக்கு அதிசயமா தாண்டி தெரியற வயல்ல அவ்வளவு வேலை செய்தியாமே!!.. வயலில் எந்த வேலையும் தெரியாதவ இப்பப் பாரு ஆளுங்களோடு எப்படி வேலை செய்யறான்னு என்று ஊரே பெருமை பேசுது..

இதுல எங்களை வேற குறை சொலறாங்க, உன்னோட சுத்திட்டு இருந்தவ தானே எவ்வளவு பொறுப்பா இருக்கா நீயும் தான் இருக்கியே தண்டமான்னு பேசறாங்க" என்று சலித்துக் கொண்டான்..

இதைக் கேட்டு லஷ்மியும் உமாவும் சிரிக்க அப்போது பிரபா வந்து சேர்ந்தான்..

"டேய் நான் வயலில் இருந்து வந்து இப்பத் தான் குளிச்சுட்டு வரேன், அதுக்குள்ள ஊரே பேசுதா இல்ல உங்க அம்மா சொன்னாங்களா? நாயே பொய்யப் பாரு" என்றாள்..

சிவமணி, "நாய்ன்னு சொல்லித் திட்ற" என்று பதற்றப்பட்டார்.. அவருக்கு அந்தப் பசங்க எதாவது தவறாக நினைத்துக் கொள்வார்களோ என்ற பயம்..

பாரதி எல்லாரும் இருக்கும் போது பேசிட்டோமே என்று நாக்கை கடித்துக் கொள்ள உதயனே, "மாமா அவ இவ்வளவு மரியாதையாப் பேசறதே அதிகம் எங்களுக்குள்ள நாயே, பேயே, எருமைன்னு எப்படி வேணாலும் பேசிப்போம், புதுசா பாக்கற உங்களுக்கு வித்தியாசமாத் தெரியுது" என்றான்..

"நல்ல பிள்ளைங்க போங்க" என்று சொல்லிச் சிரித்தார்.. அப்போது தான் கவனித்தாள் எப்போதும் கலகலப்பாகப் பேசும் கோகுல் அஸ்வின் இருவரும் அமைதியாக இருப்பதைப் பார்த்தவள், யோசனையுடன் பேசிக் கொண்டிருந்தாள்..

எதாவது பிரச்சனையா இருக்குமோ என்று நினைத்தவளுக்குப் பயமாக இருந்தது.. இத்தனை பேர் முன் கேட்கவும் முடியாமல் தவித்துக் கொண்டிருந்தாள்..

மனைவியின் முகத்தைப் பார்த்தே தவிப்பைப் புரிந்து கொண்ட பிரபா, "ரதிமா நீ போய் சமையல் வேலையப் பார் எல்லாரும் சாப்பிட்டுப் போகட்டும்" என்றான்..

"அதெல்லாம் ஒன்னும் வேண்டாம் பாரதி நீ இங்கயே இரு கொஞ்ச நேரம் பேசிட்டு இருந்துட்டு கிளம்பறோம்" என்றான் மிதுன்..

"உங்க பிரண்ட்ஸ்க்குள்ள பேச நிறைய விஷயம் இருக்கும் பேசிட்டு இருங்க" என்று சொல்லி விட்டு பிரபா எழுந்து சென்றான்..

அவர்களுக்குத் தனிமை கொடுத்து பிரபா நாசூக்காக விலகியதைப் பார்த்து சிவமணி மூர்த்தியும் கூட, "நீங்க பேசுங்க நான் போய் கொஞ்ச நேரம் படுக்கறேன்" என்று சென்றார்கள்..

உமா, லஷ்மி, ராதிகா மூன்று பேரும் சமையல் வேலை என்று கலண்டு கொண்டார்கள்..

மொத்தக் குடும்பமும் சென்று விட பாரதியும் அவளோட நண்பர்கள் மட்டுமே இருந்தார்கள்..

"யமுனாவும், நர்மதாவும் வரலையா? என்று கேட்டுக் கொண்டே கோகுலின் முகத்தை உற்றுப் பார்த்துக் கொண்டிருந்தாள் பாரதி..

"நான் கூப்பிட்டேன் வரலைன்னு சொல்லிட்டா வீட்ல எதாவது பிரச்சனையா இருக்கும்ன்னு நினைக்கிறேன்.. அவ முகமே சரியில்லை இந்த நர்மதா புள்ளைட்ட என்னன்னு கேட்டால், சொல்லாம வரலைனா விட்டுட்டுப் போன்னு சண்டைக்கு வரா இதுக ரெண்டுக்கும் என்னாச்சுனே தெரியலை பாரதி..

நீ வேணா போன் பண்ணிப் பேசிப் பாக்கறையா?" என்று சொன்னான் உதயன்..

"அப்படியா? என்னன்னு தெரியலையே!! சரி நான் அப்பறமா பேசிப் பாக்கறேன்" என்ற பாரதி, "என்ன அஸ்வின் உன்னோட முகமும் கோகுலுடைய முகமும் சரியில்லையே என்னடா ஆச்சு" என்றாள்..

மத்தவங்களும் அப்போது தான் கவனித்து விட்டு, "அட ஆமாம் உங்க ரெண்டு பேருக்கும் என்னாச்சு, வரவர நம்மளுக்குள்ளையே ஒளிவு மறைவு வந்துருச்சா" என்றான் மிதுன் கோபத்துடன்..

"அதை என்கிட்ட கேட்காதே பாரதிட்டையே கேளேன்" என்றான் அஸ்வினும் கோபத்துடன்..

"நான் என்னடா அப்படி மறைச்சேன் என வாழ்க்கையில உங்களுக்குத் தெரியாத எந்த ஒரு விஷயமும் இல்லையே!!" என்றாள் யோசனையுடன்..

"அப்படியா பாரதி" என்று அழுத்தத்துடன் கேட்டான் அஸ்வின்.. அவன் பார்வை அவளைத் துளைத்தெடுத்தது..

அவளுக்குமே உள்ளுக்குள் உதறல் எடுக்க, இந்தக் கோகுல் நாயி எதாவது பண்ணித் தொலைச்சிருச்சா என்று நினைத்துப் பயந்தாள்..

அதற்குள் பொறுமை இழந்த உதயன், "நீ தான் என்னன்னு சொல்லேன் உன் பேச்சிலேயே எதோ ஒன்னு நடந்திருக்குன்னு தெரியுது" என்றான்...

இத்தனைப் பிரச்சனையிலும் எதுவும் பேசாமலே அமர்ந்திருக்கும் கோகுலையே உற்றுப் பார்த்துக் கொண்டிருந்தாள் பாரதி, அவனோ குனிந்த தலையை நிமிர்த்தவே இல்லை..

"யாராவது ஒருத்தர் சொல்லித் தொலையுங்களேன்" என்று கத்தினான் மிதுன்..

"நான் போன் பண்ணி யமுனாவையும் நர்மதாவையும் வரச்சொல்லிட்டு வரேன் இருங்க" என்று பாரதி தன் அறைக்குச் சென்றாள்..

அனைவரும் அவளையே பார்த்துக் கொண்டிருக்க அஸ்வின் மட்டும் கோகுலை முறைத்துக் கொண்டிருந்தான்..

பாரதிக்கு ஏனோ மனசு அடித்துக் கொண்டது யமுனாவிடம் பேசியே ஆக வேண்டும் போல் இருக்க தான் எழுந்து போனை எடுக்க தன் அறைக்கு வந்தாள்..

கட்டிலில் படுத்து போனைப் பார்த்துக் கொண்டிருந்த பிரபா தன்னைக் கூட கவனிக்காமல் வந்ததும் போனை எடுக்கும் மனைவியைப் பார்த்து, "என்னடி அவங்க அதுக்குள்ளையா போயிட்டாங்க" என்று கேட்டான்...

அப்போது தான் அவன் இருப்பதையே கவனித்தவள், "இங்க தான் இருக்காங்க ஏதோ பிரச்சனைன்னு நினைக்கிறேன்.. யமுனாவும் நர்மதாவும் வரலை ஏன்னு தெரியலை அதான் அவங்களுக்குப் போன் பண்ணி வரச் சொல்றேன்" என்றாள்..

படால் என்று எழுந்து அமரந்துவன், "என்னடி சொல்ற என்ன பண்ணித் தொலைச்சான் இது உங்க பிரச்சனை மட்டுமல்ல ஊர் பிரச்சனையாகவும் ஆகுமே" என்றவன் வெளியே சென்றான் பாரதியும் பின்னாடியே சென்றாள்..

பிரபா வரவேற்பறைக்கு வந்தவன், "மொட்டை மாடிக்குப் போகலாம் வாங்க" என்றழைத்து விட்டு முன்னாடி சென்றான்..

கோகுலைத் தவிர அனைவரும் பயத்துடன் அண்ணா எதுக்குக் கூப்பிடறாங்க என்று நினைத்துக் கொண்டே அவன் பின்னே சென்றார்கள்..

மாடிக்கு வந்த வேகத்தில் கோகுல் சட்டையைப் பிடித்து, "என்னடா பண்ணித் தொலைச்ச நானே அவ்வளவு தூரம் சொல்லியிருந்தேன்ல இது உன்னை மட்டுமா பாதிக்கும் நம்ம ஊரையே பாதிக்குமே" என்று பதற்றத்துடன் கேட்டான்..

அங்கிருந்த அனைவரும் அதிர்ச்சியுடன் பார்த்துக் கொண்டிருக்க, அஸ்வின் மட்டும் ஓ பிரபா அண்ணாவுக்கும் தெரியுமா? என்று நினைத்தவன் கொஞ்சம் தைரியம் பெற்றான்..

எப்படியும் அண்ணா பார்த்துப்பார் என்ற நம்பிக்கை அஸ்வினுக்கு மலை போல இருந்தது..

அதே சமயம் பாரதி பிரபாவைப் போனில் அழைத்திருக்க, "மாடில இருக்கேன் மேல வாடி" என்றான்..

பாரதி மேல வந்தவள் பிரபாவைப் பார்த்துப் பதற்றத்துடன், "என்ன பண்ற ஏன் அவனுடைய சட்டையைப் பிடிக்கிற கைய எடு, உனக்கு கை ரொம்ப நீண்டு போச்சு யாரைப் பார்த்தாலும் அடுச்சுட்டு இருக்க" என்றாள் கோபத்துடன்..

"நீயே கேளுடி அவன் என்ன பண்ணினான்னு" என்று கோபத்துடன் சொல்லிவிட்டு ஓரமாகப் போய் நின்று கொண்டான்..

உதய், மிதுன், மகேந்திரன் எல்லாரும், "இங்க என்ன தான் நடக்குது எங்களுக்குத் தெரியாத ஒரு விஷயம் கூட நமக்குள்ள நடந்துட்டு இருக்கா?" என்றார்கள்..

"யார் மேலையும் தவறில்லைடா நான் தான் யார்கிட்டயும் சொல்ல வேண்டாம்ன்னு சொன்னேன் தவறு என் மேல் தான் என்னைத் திட்டிக்கோங்க...

கோகுல் வந்து நம்ம யமுனாவை விரும்பறதாச் சொல்லும் போது எனக்கு ரொம்ப பயமா இருந்துச்சு, இதெல்லாம் சரியா வராதுன்னு தான் சொன்னேன்..

எனக்கும் ஓர் நப்பாசை பிரபாட்ட சொன்னால் எப்படியாவது யமுனாவையும் கோகுலையும் சேர்த்து வைப்பானோன்னு தான் அவனிடம் சொல்லி இருந்தேன், அவன் பார்க்கலாம்ன்னு சொன்னான்..

அதுக்குள்ள இப்ப என்ன பிரச்சனை வந்துச்சுன்னு தெரியலையே!!" என்றாள் தவிப்புடன்..

அதிர்ச்சி மேல் அதிர்ச்சியாக இருக்க, "இத்தனை நடந்திருக்கா? எங்ககிட்ட மறைச்சிருக்கீங்களா? யாமுனாவை விரும்பறானா?" என்று வாயைப் பிளந்தபடி நின்று கொண்டிருந்தார்கள்..

அப்போது யமுனாவும் நர்மதாவும் வந்து சேர்ந்தார்கள்..

"இத்தனை பேர் உன்னைப் பத்தி தானடா பேசிட்டிருக்கோம் நீ வாயே திறக்காம நின்னுட்டிருந்தீனா என்ன அர்த்தம்.. என்ன பண்ணுனேன்னு சொல்லுடா?"

என்று கோபத்துடன் கத்தினாள் பாரதி..

கண்கலங்கிப் போய் அனைவரின் முன்பும் பேச முடியாமல் கூனிக் குறுகி நின்றிருந்தான் கோகுல்..

யமுனாவும் கதறி அழ பாரதி பதறிப் போய் யமுனாவை அணைத்துக் கொண்டு, "எனக்குப் பயமா இருக்குடி சொல்லுடி" என்றாள் அவள் விழிகளிலும் கண்ணீர் அருவியாகப் பெருகியது..

"பாரதி நாம எல்லாம் எவ்வளவு நல்ல பிரண்ட்ஸ். ஜாதி பார்க்காம என்னை-யும் உங்க கூட உங்கள்ள ஒருத்தியா நடத்தியதை நினைச்சு நான் எவ்வளவு நாள் பெருமைப் பட்டேன் தெரியுமா?..

ஆனால் கோகுல் என்னை அப்படி நினைக்கலை போலடி" என்று சொல்லி மேலும் அழுதாள்..

கோகுல் அதிர்ந்து போனவன், "யமுனா சத்தியமா நான் உன் ஜாதியை நினைக்கவே இல்லை, நீ என்னைத் தவறா புருஞ்சுட்ட" என்று பதறிப் போனான்..

"அப்புறம் ஏண்டா அப்படி நடந்துட்ட" என்று கதறி அழுதவள், "யமுனா நான் வீட்ல தனியா இருக்கும் போதே இவன் வந்தான்" என்று மேலும் சொல்ல முடியாமல் விம்மி விம்மி அழுதாள்..

அஸ்வினே வந்து, "பாரதி கோகுல் யமுனா வீட்டுக்கு அவங்க அப்பாவை வேலைக்குக் கூப்பிடப் போயிருக்கான்.. அப்ப அவ தனியா இருக்கும் போது அவளைக் கட்டிப் பிடுச்சு முத்தம் கொடுத்திருக்கான்.. யமுனா அதை வேற விதமா நினைச்சிட்டாள் போல இருக்கு" என்றான்..

பாரதி கோபத்துடன் கோகுலின் கன்னத்திலேயே அறைந்தாள், "உனக்கு ஏண்டா புத்தி இப்படிப் போச்சு" என்று அடிக்க, பிரபா அப்போது தான் நிம்மதி பெருமூச்சு விட்டவன் வந்து தன் மனைவியைத் தடுத்தான்..

"விடு பிரபா இவனை" என்று மேலும் அடிக்கப் போனவள் அழுது கொண்டி-ருக்கும் யமுனாவைப் பார்த்து விட்டு அவளிடம் சென்று, "நீ நினைக்கிற மாதிரி கோகுல் இல்லை யமுனா அழாதே, அவன் உன்னைக் கல்யாணம் பண்ணி மனைவின்னு அந்தஸ்தைக் கொடுக்கத் தான் ஆசைப்படறான்..

உன்னைக் காதலிக்கறேன்னு என்கிட்ட எப்பவோ சொல்லிட்டான்.. நான் இது உங்க ரெண்டு பேர் பிரச்சனை மட்டுமல்ல ஊர் பிரச்சனைய மாறிடும், இவ்வளவு நாள் ஒத்துமையா இருக்குற நம்ம ஊர்ல இந்த ஜாதி பிரச்சனை வரக் கூடா-துன்னு நினைச்சு உன்கிட்டச் சொல்ல வேண்டாம்ன்னு சொன்னேன்..

உன் மனசுலையும் ஆசைய விதைச்சு விட்டுடா என்ன பண்றதுன்னு தான் அப்படிச் சொன்னேன்.. அப்பவும் நான் உனக்காக யோசிச்சு தான் பிரபாவிடம் உங்க ரெண்டு பேரையும் சேர்த்து வைக்க எதாவது வழி இருக்கான்னு கேட்டிருந்-தேன்.. நீ கோகுலை தவறா நினைக்காதே" என்றாள்..

யமுனா விழி விரிய பாரதியைப் பார்த்தவள், "நீ சொல்றது உண்மையா?" என்று கேட்டாள்..

"சத்தியமாடி பிரபா நீயும் சொல்லு" என்று கணவனைத் துணைக்கு அழைத்தாள்..

"நான் சொல்றது இருக்கட்டும் யமுனா நீ சொல்லு உனக்கு கோகுலை கல்யாணம் பண்ணிக்கச் சம்மதமா?" என்று கேட்டுத் தெளிவு படுத்திக் கொள்ளப் பார்த்தான்..

யமுனா வெக்கத்துடன் சம்மதம் என்று தலையாட்ட கோகுலுக்கும் அப்போது தான் நிம்மதியானது...

பாரதி மற்றவர்களிடம், "நீங்க என்னடா நினைக்கறீங்க" என்று கேட்டாள்..

"எங்களுக்கும் சந்தோஷம் தான் இதை ஏன் எங்களிடம் முதல்லயே சொல்லலை" என்று சண்டைக்கு வந்தார்கள்..

"இந்த விஷயம் யாருக்கும் தெரியாம பார்த்துக்குங்கடா? ஊருக்குள்ள கலவரத்தைப் பண்ணி விட்றாதீங்கடா? நானே இதுக்கு எதாவது பண்றேன்" என்று அழாக் குறையாக பிரபா கெஞ்சினான்..

"முயற்சி செய்யறோம் அண்ணா" என்று சொல்லி விட்டு அனைவரும் சிரிக்க, கோகுல் யமுனாவின் பார்வைகள் மட்டும் ஒன்றை ஒன்று தழுவிச் சென்றது..

"வாங்கடா நாம கீழ போகலாம்" என்ற பாரதி நின்று கோகுலை ஒரு நிமிஷம் உற்றுப் பார்த்தவள், "கோகுல் யமுனா கூட பேசிட்டுச் சீக்கிரமா கீழ வாங்க" என்றாள்..

அவனோ சந்தோஷத்தில், "ரொம்ப நன்றி பாரதி" என்றான்..

அனைவரும் சிரித்துக் கொண்டே, "இதுக்கு என்ன பேர் தெரியுமாடி" என்று பாரதியைக் கேலி செய்து கொண்டு சென்றார்கள்..

"ஓ எனக்குத் தெரியுமே பாரதி நட்புக்காக எதையும் செய்வாள்" என்று நர்மதா அவளுக்காகப் பரிந்து பேசினாள்..

எல்லாரும் வரவேற்பறையில் அமர்ந்து கேலி கிண்டலும் பண்ணிக் கொண்டிருக்க, பிரபா அவர்களோடு இணைந்து கொண்டு பேச பாரதி, "நான் அக்காவும் அத்தையும் என்ன பண்றாங்கன்னு பாக்கறேன்" என்று சமையலறைக்குச் சென்றாள்..

18

அத்தியாயம் 18

அனைவரும் கீழே சென்ற பிறகு கோகுலுக்கும் யமுனாவிற்கும் தனிமை கிடைக்க, கோகுல் தயக்கத்தை உடைத்தெறிந்து விட்டு, "யமுனா நீ என்னை அவ்வளவு மோசமானவனா நினைச்சுட்டியா?" என்றான்..

"ஆமாம் திடீர்ன்னு வந்து ஒரு பொண்ணைக் கட்டிப்பிடுச்சா என்னன்னு நினைப்பாங்களாம்" என்று வெக்கத்துடன் கேட்டாள்..

"நான் அப்படி ஒரு கோணத்தில நினைக்கவே இல்லை, நீ தனியா இருக்கவும் எனக்கு உரிமையானவள்ன்னு நினைச்சுத் தான் அப்படி நடந்துட்டேன்..

அது தவறு தான் உன் மனசுல என்ன இருக்கு?, என் மேல விருப்பம் இருக்-கான்னு தெருஞ்சுக்காம இதைச் செய்திருக்க கூடாது என்னை மன்னித்து விடு" என்றான்..

"சே சே பெரிய வார்த்தை எல்லாம் பேசாத எனக்கும் உன்னைப் பிடிக்கும் ஆனால் இதெல்லாம் நடக்குமா? எனக்குப் பயமா இருக்கு" என்றாள்...

"நான் இவ்வளவு நாள் வயல்லையே இருந்துட்டேன் இனி ஒரு வேலை தேடிக்கனும், அப்பத் தான் எதாவது பிரச்சனைனாலும் நாம தனியா போயறலாம்" என்றான்..

"இதே ஊருக்குள்ள இருக்க முடியாதா?" என்று ஏக்கத்துடன் கேட்டாள்..

"தெரியலையே பிரபா அண்ணா சொன்னால் ஊருக்குள்ள எல்லாருமே கேட்ப்-பாங்க, அவங்க என்ன சொல்லி நம்மளைச் சேர்த்து வைப்பாங்கன்னு தெரிய-லையே!! எனக்கும் பயமா தான் இருக்கு பார்க்கலாம் விடு..

வாழ்ந்தாலும் செத்தாலும் ரெண்டு பேரும் ஒன்னாவே இருப்போம்" என்றான் கோகுல்..

அதைக் கேட்ட யமுனாவிற்கு காதல் ஊற்றெடுக்க, அவளே சென்று அவனை அணைத்துக் கொண்டாள்..

அது கோகுலுக்கு பெருத்த நிம்மதியைக் கொடுத்தது.. கொஞ்ச நேரம் அதே நிலையில் இருந்தவர்கள், "சரி வா கீழே போகலாம்" என்று அழைத்துச் சென்றான்..

இருவரும் சந்தோஷமாக வருவதைப் பார்த்து அனைவருக்கும் நிம்மதியானது.. கொஞ்ச நேரம் பேசிக் கொண்டிருந்து விட்டு, அனைவரும் செல்ல பாரதியும் பிரபாவும் உணவருந்தி விட்டு அறைக்கு வந்தார்கள்..

கட்டில் மேல் இருந்த பையை எல்லாம் எடுத்து கபோர்டில் வைத்தான் பிரபா..

"வெளியிலேயே வை நாளைக்குக் கொண்டு போய் கொடுத்தறலாம்" என்று சொல்லிக் கொண்டே பாரதி கட்டில் விரிப்பைச் சரி செய்தாள்..

"வானதிது எல்லாம் அவகிட்டயே கொடுத்துட்டேன்டி இது எல்லாம் உன்னோடது தான்" என்றான்..

"என்னோடதா?" என்று வியப்பாகப் பார்த்தவள், போய் அந்தப் பையை எல்லாம் திறந்து பார்த்து விட்டு, "இத்தனை சுடி எனக்கு எதுக்குடா நான் என்ன காலேஜா போறேன்" என்று கேட்டாள்..

"காலேஜ் போனால் தான் இதெல்லாம் போடனுமா? நான் என் பொண்டாட்டிய விதவிதமா அழகு படுத்திப் பார்க்க கூடாதா? நான் உன்னைப் பார்த்து ரசிக்க தாண்டி இத்தனையும்.. தினமும் ஒன்னா போடு" என்றவன், அவளைப் பின்னிருந்து தூக்கிப் போய் கட்டிலில் போட்டான்..

படுத்தபடியே அவனை மையலுடன் பார்த்துச் சிரித்தவள், அவன் கையைப் பிடித்து இழுத்து தன் பக்கத்தில் படுக்க வைத்தாள்..

அவள் கழுத்தில் தன் முகத்தைப் புதைத்துக் கொண்டவன், "ரதிமா" என்றழைத்தான் தாபத்துடன்..

அவன் இதழ் அசைவில் அவள் கழுத்து வளைவு குறுகுறுக்க கூச்சத்தில் நெளிந்தவள், அவனைத் தள்ளி அவன் மார்பில் முகத்தை வைத்துக் கொண்டாள்..

அவளைச் சுற்றிலும் கையைப் படர விட்டவன், ரதிமா என் வாழ்க்கை இவ்வளவு சந்தோஷமா மாறிப் போகும்ன்னு நினைச்சுக் கூடப் பார்க்கலைடி..

நீ என்னை விரும்ப மாட்டியோ கடைசி வரை நான் மட்டும் தான் உன் மேல பைத்தியமா கிடக்கனும் போலன்னு எப்படி எல்லாம் வேதனைப் பட்டிருக்கேன்..

நீயும் எப்பப் பாரு என்கிட்ட பேசும்போதெல்லாம் எரிந்து எரிந்து விழுவ அப்ப எல்லாம் நான் கலங்கிப் போவேன்..

இப்ப என் கைக்குள்ள என்னோட நெஞ்சில் சாய்ந்து இப்படி ஆசையா பேசறதை என்னால நம்பவே முடியலை, இது பொய்யில்லையல்லடி" என்று உணர்ச்சிப் பெருக்குடன் சொன்னான்..

கணவன் கையைப் பிடித்துக் கிள்ளி வைத்தாள்..

அவன் "ஆஆஆ" என்று கத்த, "இது பொய்யில்லை உண்மை தான்" என்று சொல்லி சத்தமாகச் சிரித்தாள்..

அவள் சிரிப்பில் மயங்கி, "அடியேய்" என்று ஆக்ரோஷமாக அவள் மீது படர, இருவருக்குள்ளும் பேச்சு வார்த்தைகள் அற்ற மௌன மொழி ஆட்சியமைத்தது..

காலையில் பிரபா எழுந்ததிலிருந்து பாரதியை அவசரப்படுத்திக் கொண்டிருந்-தான்..

"உன் கொழுந்தியா தானே படிக்கப் போரா என்னமோ நீயே போர மாதிரி சீன் போட்டுட்டு இருக்க" என்று கேலி செய்து கொண்டே குளிக்கச் சென்றாள்..

"ஏய் இந்த ட்ரஸ் வேண்டாம் புதுசா தைச்சு வாங்கிட்டு வந்திருக்கேன்ல அதை போடுடி எப்படி இருக்குன்னு பார்ப்போம்" என்றான் கண்ணில் மின்னல் தெரிக்க..

"எல்லாம் எப்பவும் இருக்கற மாதிரி தான் இருக்கும் நீ வாங்கி கொடுத்த துணியப் போட்டால் மட்டும் மாறிடுமா" என்று இரட்டை அர்த்தம் வசனம் பேசி கண்ணடித்துச் சிரித்தாள்..

பிரபா அவள் பேச்சில் மயங்கிப் போய் அவளைத் துரத்திப் பிடித்து தன் கைக்-குள் கொண்டு வந்தவன், "அது தெரியும்டி ஆனா எது எது எப்படி இருக்குன்னு இதுல தெளிவா தெரியுமாமே அப்படியா?" என்று அவனும் கிசுகிசுத்தான்..

அவனின் கிசுகிசுப் பேச்சில் தன்னை இழந்து அவனோடு ஒன்றிப் போனாள்.. காலை நேரக் கலாட்டாக்கள் முடிந்து அவர்களின் தேடல் முடிந்து குளித்து ரெடி-யாகி வர மணி ஒன்பதுக்கு மேல் ஆகியிருந்தது..

பாரதி உடுத்தியிருந்த சுடிதார் அவன் சொன்ன மாதிரியே அவளின் அங்க வளைவுகளை அழகாக எடுத்துக் காட்ட, அதில் கிறங்கிப் போய் காதல் வசனம் பேச ஆரம்பித்தவனை அதட்டி இழுத்துச் சென்றாள்..

உமா சாப்பாடு பரிமாறச் சாப்பிட்டு விட்டு இருவரும் பாரதியின் வீட்டிற்குச் சென்றார்கள்.. அங்கே சந்திராவும் வானதியும் தயாராகி இருக்க, வானதிக்கு ஹாஸ்டலுக்குத் தேவையானதை எல்லாம் எடுத்து காரில் அடுக்கி வைத்தார்கள்..

பின் நான்கு பேரும் வானதியை கல்லூரியில் விடச் சென்றார்கள்..

சந்திராவிற்கு ரொம்ப சந்தோஷமாக இருந்தது.. பாரதி பிரபாவின் நெருக்கம் அவர்கள் இருவரின் சந்தோஷமான வாழ்க்கையைப் படம் பிடித்துக் காட்டியது..

அதை ரசித்துக் கொண்டே வெளியில் வேடிக்கை பார்த்துக் கொண்டு வந்தார்..

பிரபா தான் வானதியை வம்புக்கிழுத்துக் கொண்டிருந்தான்..

"என்ன கொழுந்தியாளே போய் படுச்சு பாசாயி இந்த மாமான் பேரைக் காப்-பாத்திருவியா எப்படி?" என்றான் தாடையைச் சொறிந்து கொண்டே..

"அதெல்லாம் அப்போ பார்த்துக்கலாம் மாமா இப்ப நீங்க சீக்கிரமா காலேஜ்ல கொண்டு போயி விடுங்க, நானே முதல் முதலா காலேஜ் போற டென்சன்ல

இருக்கேன்" என்றாள் பதட்டத்துடன்..

"ரேக்கிங் எல்லாம் இருக்கும். நீ அதை சமாளிச்சால் தான் படிச்சு முடுச்சு வெளியில் வரும் போது இந்த உலகத்தை உன்னால எதிர் கொள்ள முடியும்..

யாராவது காப்பாத்த வருவாங்கன்னு எதிர்பார்க்காம நீயே எதிர்த்து நில்லு.. எங்க எதிர்க்கனும் எங்க பணிஞ்சு போகனும்னு தெருஞ்சு நடந்துக்கனும் வானதி" என்றான்..

"சரிங்க மாமா" என்றாள் அவள் குரலில் மெல்லிய நடுக்கம் இலையோடியது..

தன் அப்பா சொல்ல வேண்டியதைக் கணவன் சொன்னதில் பாரதியின் மனது ஆனந்தக் கூத்தாடியது..

சந்திராவும் மருமகனை அதே பெருமையுடன் பார்த்துக் கொண்டிருந்தாள்.. முன்பாவது தன் மகள் பிரபாவுடன் எப்படி வாழறாளோ என்ற கவலையில் எதையும் அவனிடம் வாங்க அவ்வளவு வேதனைப்பட்டவள், இன்று பிரபா தன் வீட்டிற்குக் கிடைத்த பொக்கிஷமாக நினைத்தாள்..

இப்படியே ஒவ்வொருவர் எண்ணம் ஒவ்வொரு மாதிரி இருக்க கல்லூரி வந்து சேர்ந்தார்கள்.. முதலில் ஹாஸ்டலுக்குச் சென்று வானதியின் பொருளை எல்லாம் அறையில் வைத்து விட்டு வந்தார்கள்..

பாரதியின் அறையில் இன்னொரு பெண் ஏற்கனவே தங்கி இருக்க, அவளிடம் தன்னை அறிமுகப் படுத்திக் கொண்டாள்.. அவளும் தன் பேர் ஜோதி என்று சொல்லவும், சந்திரா தான், "என் பொண்ணைக் கொஞ்சம் பார்த்துக்க மா" என்றார்..

வானதி தாயிடம், "அம்மா அவளுக்கும் என் வயசு தான் இருக்கும் அவ என்னைப் பார்த்துப்பாளா? நீங்க என்னை அசிங்கப் படுத்துறீங்க" என்று கிசுகிசுத்தாள்..

பாரதியும், "அம்மா அவ என்ன சின்னப் பொண்ணா விடுங்க" என்றவள், அந்தப் பெண்ணிடம் போய், "ஹாய் மா" எனறு தன்னை அறிமுகப்படுத்திக் கொண்டாள்..

மேலும் அவ என்ன படிக்கிறா எந்த ஊர் எல்லாம் தெரிந்து கொண்டாள்..

பிரபா எதுவும் பேசாமல் அவர்களே பேசட்டும் என்று அமைதிகாத்தான்..

பேசி முடித்து வானதியை அங்கேயே விட்டுவிட்டு வீட்டிற்குக் கிளம்பினார்கள்.. வரவர சந்திரா தான் புலம்பிக் கொண்டே வந்தாள்..

"பாரதி உன் தங்கச்சி நாம விட்டுட்டுப் போறம்ன்னு ஒரு சொட்டு கண்ணீர் விட்டாளா? எனக்குத் தாண்டி தாங்க முடியலை.. எப்படித் தனியா இருப்பா சமாளிச்சுப்பாளன்னு கவலையா இருக்கு" என்று புலம்பினாள்..

"என்ன பிரபா அம்மா கவலைப்பட்டுட்டு இருக்காங்க எந்நேரமும் அத்தை அத்தைன்னு கிடப்ப இப்ப எதுவும் பேசாம அமைதியா வர" என்று ஆதங்கத்து-

டன் கூறினாள்..

"அதை விடுடி முதல் முறையா பிரிஞ்சு இருக்கறதால அத்தைக்கு அப்படி இருக்கு.. நான் இப்ப யோசிக்கறதெல்லாம் இனி அத்தை மட்டும் எப்படித் தனியா அந்த வீட்டில் இருப்பாங்க..

பகலில் கூட யாரோ ஒருத்தர் வீட்டுக்கு வந்துட்டே இருப்பாங்க.. அதனால ஒன்னும் பிரச்சனை இல்லை நைட் தனியா விட முடியாது" என்றான்..

அதன் பிறகு தான் பாரதிக்கும் அந்த எண்ணம் வர, "ஆமால்ல நான் இதை யோசிக்கவே இல்லை" என்றாள்..

"இதுக்கெல்லாம் நீங்க ரெண்டு பேரும் கவலைப்படாதீங்க.. நான் என்னமோ சின்னப் பொண்ணு மாதிரி நீங்க ரெண்டு பேரும் கவலைப்படறீங்க, என்னை எனக்குப் பார்த்துக்கத் தெரியும் உங்க பொழப்பை நீங்க பாருங்க" என்றாள் சந்திரா..

"பாரதி நாம நைட் தூங்கறக்கு மட்டும் அத்தை வீட்டுக்கு போய்ட்டால் என்ன?" என்றான்..

"ஓ போகலாமே" என்று சந்தோஷத்துடன் சொன்னாள் பாரதி..

தன் மகளை விட மருமகன் தன் மேல் வைத்திருக்கும் பாசத்தைப் பார்த்து நெகிழ்ந்து போனார் சந்திரா.. பிரபா இருவரையும் வீட்டில் கொண்டு போய் விட்டுவிட்டு தன் வேலையைப் பார்க்க கிளம்பினான்..

வானதிக்கு விட்டுச் செல்லும் வரை ஒன்றும் தெரியவில்லை, அதன் பிறகு தான் தான் தனிமையில் இருப்பதைப் போல உணர்ந்தாள்..

அப்பிடியே அமர்ந்தவள் தோளைத் தட்டிக் கொடுத்த ஜோதி, "போய் உன் துணி எல்லாம் கபோர்டில் அடுக்கி வை இப்படியே உட்கார்ந்திருக்க முடியாது..இது வீடு இல்லை சரியான நேரத்துக்கு போகலைனா சாப்பாடு கூடக் கிடைக்காது வாவா" என்று அவள் கையைப் பிடித்து இழுத்தாள்..

இவளுக்கு மனசில்லை என்றாலும் அவளுக்காகச் சென்றாள்.. இரவு வரை பேசிக் கொண்டே உடைகளை அடுக்க கொண்டு வந்திருந்த பொருளைத் தன் வசதிக்கு ஏற்ப அடுக்கவுமே சரியாக இருந்தது..

இரவு உணவிற்கு ஜோதியுடன் சென்றாள் வானதி.. சாப்பிட்டு முடித்து விட்டு ஜோதியுடனேயே அங்கெல்லாம் சுற்றிப் பார்த்து விட்டு அறைக்கு வந்ததும் ஜோதி படிக்க அமர்ந்து விட, வானதி அவளுடைய புத்தகங்களைப் பார்வையிட்டுக் கொண்டிருந்தாள்..

பாரதி உமாவுடன் சேர்ந்து இரவு சமையல் வேலையைச் செய்து கொண்டிருந்தாள்.. ராதிகா அங்கே அமர்ந்து பாரதியுடன் பேசிக் கொண்டிருந்தாள்..

கல்யாணமாகி இவ்வளவு நாளுக்குப் பிறகு தான் ராதிகா தன் அத்தையைப் பத்தி தெரிந்து கொள்கிறாள்..

பிரபா வந்தவுடன் தன் அப்பா அம்மாவிடம் இரவு பாரதி வீட்டுக்குச் செல்வதைப் பற்றி பேசிக் கொண்டிருந்தான்..

"பிரபா உங்க அப்பாவுக்கும் உடம்பு சரியில்லை நீ இருக்கற தைரியத்தில் தான் நான் இருக்கேன்.. நீ வேணா உன் மாமியாரை இங்கே வரச் சொல்லுடா அவ ஒருத்தி தான அங்க இருக்கா" என்றார்..

"அம்மா அப்படி எல்லாம் அத்தை சம்பந்தி வீட்டுக்கு வந்து தங்குவாங்களான்னு தெரியலையே!! என்றான் யோசனையுடன்..

"இரு" என்று சொல்லிட்டுச் சென்று மருமகளை அழைத்து வந்தவர், "பாரதி பிரபா உங்க அம்மா வீட்ல போய் தங்கறேன்னு சொல்றான்.. உன் மாமாவுக்கு உடம்பு சரியில்லாத இந்த நேரத்துல போனால் அவருக்கு நைட்ல எதாவதுன்னா நான் என்ன பண்ணுவேன், நீ உங்க அம்மாட்டச் சொல்லி இங்க வந்து தங்கச் சொல்றீயா?" என்று கேட்டார்..

"அத்தை எங்க அம்மா என் பேச்சைக் கேட்பதை விட பிரபா பேச்சைத் தான் கேட்பாங்க.. அவரையே சொல்லச் சொல்லுங்க ஆனா இப்ப வேணடாம் அக்கா ஊருக்குப் போன பிறகு வரட்டும்" எனறாள்..

"அவ இருந்தால் என்ன சொல்லப் போறா இது உன்னோட வீடு அவளுக்கு இருக்கற உரிமை உங்க அம்மாவுக்கும் இருக்கு நீ வரச் சொல்லு" என்றார் லஷ்மி..

பாரதி தவிப்புடன் கணவனைப் பார்க்க, அவனோ செய்வதறியாது விழித்துக் கொண்டிருந்தான்..

சிவமணியும் சொல்லிப் பார்க்க இருவரும் எந்த முடிவும் எடுக்க முடியாமல் திணறிப் போனார்கள்..

லஷ்மி, "நீங்க இருங்க இதை நானே பார்ததுக்கறேன்" என்றவர், பாரதியின் வீட்டிற்குச் சென்றார்..

"அண்ணி வாங்க" என்று உபசரித்து காபி வைக்கச் சென்றாள் சந்திரா..

"எனக்கு ஒன்னும் வேண்டாம் இங்க வந்து உட்கார் உன்கிட்ட பேசனும்" என்றவர், "சந்திரா நீ ஒருத்தியும் இங்க இருக்கறக்கு உன் பொண்ணு வீட்டுக்கு வந்துறேன்" என்றார்.. கவனமாக தன் வீடு என்ற சொல்லைத் தவிர்த்தார்..

அதிர்ந்து போன சந்திரா, "அண்ணி சம்பந்தி வீட்டுல நான் வந்து தங்க முடியாது இப்ப எதுக்கு இப்படி பேசறீங்க" என்றாள்...

"சந்திரா நான் நிம்மதியா இருப்பதும் இல்லாததும் உன் கையில் தான் இருக்கு.. பிரபாவும் பாரதியும் இங்க வந்து தங்க முடிவு பணணிட்டாங்க..

உன் அண்ணனுக்கு ஏற்கனவே உடம்பு சரியில்லை.. தீடீர்ன்னு நைட்ல எதாவதுன்னா நான் என்ன பண்ணுவேன்" என்று கண்ணீர் சிந்தியவர் அதை முந்தினாயில துடைத்துக் கொண்டார்..

"அழாதீங்க அண்ணி" என்று சொன்ன சந்திரா அடுத்து எதையும் தான் முடிவு செய்ய முடியாமல் ஒரு இக்கட்டில் கொண்டு வந்து நிறுத்தி இருப்பதை உணர்ந்-தாள்..

பிரபா என்னை ஒருத்தியைத் தனியாக தங்க விடமாட்டான், அண்ணாவுக்கு உடம்பு சரியில்லாத நேரத்துல அவரைத் தனியா விட்டுட்டு வந்து எதாவதுன்னா என்ன செய்யறது..

அது பிரபாவையும் பாரதியையும் தான் பாதிக்கும்.. நான் ஒருத்தி இருந்துட்டு எல்லாரையும் சிரமப்படுத்துறேன் என்று ஆதங்கப்பட்டுப் போனாள்..

"அண்ணி நான் இங்க சமைச்சு வெச்சிருக்கேன்" என்று சொல்ல வருவதற்-குள், "அட சமையல் வேலை முடுஞ்சுதா? போடு ரெண்டு பேரும் சாப்பிட்டுப் போவோம்" என்றார் லஷ்மி..

அதற்கு மேல் சந்திராவாள் எதுவுமே பேச முடியவில்லை.. லஷ்மி இப்படி எல்லாம் ஒரு வீட்டுக்குச் சாதாரணமாக வந்து விட மாட்டார்.. அப்படியே வந்தா-லும் சாப்பிடுவதெல்லாம் சாத்தியமே இல்லை..

பிரபா பழகுவதற்கு எளிமையாக இருந்தாலும் லஷ்மியும் சிவமணியும் அப்படி இல்லை.. ஆனால் அவரே இன்று இவ்வளவு தூரம் இறங்கி வரும் போது சந்திரா அங்கே செல்வதைத் தவிர வேறு வழியில்லை என்பதைப் புரிந்து கொண்டாள்..

ஆழ்ந்த பெருமுச்சை விட்டவள், போய் இருவருக்கும் டிபன் எடுத்து வர லஷ்மி பேசிக் கொண்டே சாப்பிட்டு முடித்து விட்டு, சந்திராவை அழைத்துக் கொண்டு அவர் வீட்டிற்குச் சென்றார்.

19

அத்தியாயம் 19

பிரபாவும் பாரதியும் சாப்பிட்டு முடித்து விட்டு வெளியில் வரும் போது சந்திராவை அழைத்துக் கொண்டு லஷ்மி வந்து சேர்ந்தார்..

பிரபா சந்தோஷமாக பார்த்தான் என்றால் பாரதி வியப்பாக பார்த்தாள்..

சந்திரா தர்மசங்கடமாக "அது வந்து பிரபா" என்று திணறியவரை, "அத்தை இது உங்க பொண்ணோட வீடு உங்களுக்கு எல்லா உரிமையும் இருக்கு..

எனக்கு எப்படி எங்க அம்மா அப்பாவைப் பார்த்துக்கற கடமை இருக்கோ, அதே போலத் தான் பாரதிக்கும் உங்களைப் பார்த்துக்கற கடமை இருக்கு நீங்க எந்த சங்கடமும் படாமல் இங்கயே இருக்கலாம்" என்றான்..

சந்திராவாள் மறுபேச்சு பேச முடியவில்லை..

"சரி போய் சாப்பிடுங்க ரெண்டு பேரும்" என்றான்..

"நாங்க ரெண்டு பேரும் சாப்பிட்டு வந்துட்டோம் சந்திராவை என் அறைக்குப் பக்கத்து அறையில் தங்க வைக்கப் போறேன்.. அப்பத் தான் எனக்கும் அவ கூடப் பேச புடிக்க சவுகறியமா இருக்கும்" என்று சொல்லி அழைத்துச் சென்றார்..

சந்திரா மகளைத் திரும்பிப் பார்த்துக் கொண்டே சம்பந்தி கூடச் சென்றார்..

பாரதிக்கு ஒரு பக்கம் சந்தோஷமாக இருந்தாலும், அம்மா இங்க நிம்மதியா இருப்பாங்களா? என்று நினைத்துக் கொண்டே அவர்கள் பின்னே சென்றாள்..

லஷ்மியே கட்டிலுக்கு புது உரை போட பிரபாவும் பாரதியும் நாங்க போடறோம் என்று வாங்கிக் கொண்டார்கள்..

அந்த மெத்தைக்கு உரை போட்டு புது விரிப்பு போட்டு போர்வையும் புதியதாக எடுத்துக் கொடுத்தாள்..

மரக்கட்டில் வேலைப்பாடு மிகுந்து அதன் செல்வச் செழிப்பைப் பறைசாற்றி-யது..

"சந்திரா சங்கடப்படாத என்னை உன் கூடப் பொறந்தவளா நினைச்சுக்கோ" என்று வாஞ்சையுடன் கையைப் பிடித்துக் கொண்டு சொன்னார்

"நீங்க என்னைப் பத்தி கவலைப்படாதீங்க அண்ணி நான் பார்த்துப்பேன் நீங்கப் போய் படுங்க" என்றாள்..

"நான் வேணா இன்னைக்கு உன் கூடத் துணைக்குப் படுத்துக்கட்டுமா?" என்றாள் பாரதி..

பிரபாவின் முகம் போன போக்கைப் பார்த்து விட்டு சந்திரா சிரித்து விட்டாள்.. "நானே அண்ணி கூப்பிட்டாங்கன்னு வந்திருக்கேன் நீ என்னை பிரபா கையாலையே இந்த வீட்டை விட்டு விரட்ட வெச்சிருவ போல இருக்கு" என்றார் தன் மகளிடம் கேலியாக..

அதன் பிறகு தான் இருவரும் பிரபா முகத்தைப் பார்த்தார்கள்.. வேப்பங்காயைச் சாப்பிட்டது போல முகத்தை வைத்துக் கொண்டிருந்தான்...

அவர்களும் சிரிக்க அங்கே உமாவும் வந்தாள்.. அவளிடம் லஷ்மியே விஷயத்தைச் சொல்ல உமா சந்திரா கையைப் பிடித்துக் கொண்டு, "அத்தை நான் அன்னைக்குப் பேசியதை வெச்சு என்னைத் தவறாக நினைச்சுக்காதீங்க..

இது உங்க வீடு மாதிரி நினைச்சுக்கோங்க.. நாங்க ஊருக்கு போன பிறகு பாரதியும் வயலுக்கு போயிட்டா பிரபா மில்லுக்குப் போயிருவான்.. இனி அம்மா மட்டும் அப்பாவை பாரத்துக் கொள்வது சிரமம், உங்களை மாதிரி ஒருத்தர் கூட இருந்தால் அவங்களுக்கும் பயமிருக்காது" என்றாள்..

அவளின் தெளிவான பேச்சு சந்திராவின் சங்கடத்தைப் போக்கியிருந்தது.. "இவ்வளவு தூரம் சொல்ல வேண்டியதில்லை நான் இருந்துப்பேன் எல்லாரும் போய் படுங்க நேரமாச்சு பாருங்க" என்றாள் சந்திரா..

அனைவரும் கிளம்பி விட லஷ்மி மட்டும், "சந்திரா எதாவதுன்னா எனக்கு ஒரு சத்தம் கொடு நான் பக்கத்து அறையில் தான் இருப்பேன்" என்று சொல்லி விட்டுச் சென்றார்..

சந்திரா கதவை அடைத்து விட்டு வந்து கட்டிலில் அமர்ந்தவளுக்கு ஒன்று புரிந்தது.. இனி நாம தன்னிச்சையாக எதையும் செய்ய முடியாது என்று, அது அவளுக்குச் சந்தோஷத்தையும் சங்கடத்தையும் ஒரே நேரத்தில் கொடுத்தது..

அப்படியே கட்டிலில் படுத்துக் கொண்டு கண்ணை மூடினார் சந்திரா..

பிரபா அறைக்கு வந்ததும் மனைவியைத் தூக்கிக் கொண்டு போய் கட்டிலில் போட்டவன், அவள் மேலேயே விழுந்து அவள் இதழை வன்மையாகச் சிறை பிடித்தான்..

ஒரு சில நிமிஷங்கள் என்ன நடக்குது என்பதே பாரதிக்கு உரைக்காமல் போனது, பின் கணவன் அதிரடியில் தன்னை மொத்தமாக இழந்தாள்..

தன் மொத்த பலம் பலவீனம் எல்லாம் மனைவியிடம் கொட்டி விட்டு, அப்பாடா என்று படுத்து கண்ணை மூடி தன் திளைத்த உடலையும், மனதையும், அது தந்த இனிமையான நினைவுகளையும் அசைபோட்டபடியே படுத்திருந்தான்..

பாரதியும் இவ்வளவு நாள் அறியாத தன் கணவனின் முரட்டுத்தனத்தில் தன் உடலில் ஒவ்வொரு இடமும் கன்னிப் போய், ஒரு விதச் சுகமான வலியைக் கொடுக்க அதில் ஆழ்ந்திருந்தாள்..

இருவருமே அசதியில் எதுவும் பேசிக் கொள்ளாமலே உறங்கிப் போனார்கள்.

விடியக்காலையிலேயே உறக்கம் கலைந்து எழுந்து விட்டான் பிரபா.. பக்கத்தில் உறங்கிக் கொண்டிருந்த மனைவியைப் பார்த்தவனுக்கு, இரவின் நினைவுகள் அவனை இனிமையாகத் தாக்கத் தன் மனைவியின் முகத்தில் கையை வைத்து வருடிக் கொடுத்துக் கொண்டிருந்தான்..

தன் உடலில் ஏதோ ஊர்வது போல இருக்க தட்டி விட்டுக் கொண்டே இருந்தவள், பின் கண்ணைத் திறந்தவள் அது கணவன் என்றதும் அவனை முறைத்தாள்..

பின் அவனைப் பிடித்துத் தள்ளி அவன் மேல் ஏறி அமர்ந்தவள், அவன் கன்னத்தைப் பிடித்து பல் பதியும் அளவிற்குக் கடித்து வைத்தாள்..

அவன் "ஆஆ" என்று கத்திக் கொண்டே, "என்னடி இப்படி கடிக்கிற கறி வேணும்னா சொல்ல வேண்டியது தானே!! வாங்கித் தந்திருப்பேனே!!.. அதுக்காக இப்படி கடிப்பியா?" என்று சொல்லி தன் கன்னத்தை நீவி விட்டுக் கொண்டான்..

"நீ ஏண்டா நேத்து என்னை அந்தப் பாடு படுத்தின" என்று அவன் நெஞ்சில் அடித்தாள்..

"நீ மட்டும் எதுக்கு உங்க அம்மா கூட தங்கறேன்னு சொன்ன அதுக்குத் தாண்டி அந்த தண்டனை இனி சொல்வியா?.. உங்க அம்மா கூட மட்டுமில்லை வேற யார் கூட தங்கறேன்னு சொன்னாலும் உனக்கு இது தான் தண்டனை" என்றவன், அவளை அப்படியே தன் மேல் சாய்த்துக் கொண்டான்..

கிசுகிசுப்பான குரலில், "ரொம்பப் படுத்திட்டேனா ஸாரிடி" என்றான்..

அதுவே அவளை அவன் மேல் பைத்தியமாக்க அவனை இறுக அணைத்துக் கொண்டு படுத்திருந்தாள்..

மெல்ல விடியத் தொடங்கவும், "நான் குளிச்சுட்டு கீழே போறேன் நீ வேணா இன்னும் கொஞ்ச நேரம் தூங்கு அப்பறமா வந்து எழுப்பி விடறேன்" என்றாள்..

"இல்லடி வயலுக்குப் போய் ஒரு ரவுண்ட் அடுச்சுட்டு வரனும் எல்லா செடியும் எப்படி வளர்ந்திருக்கு, உரம் எதாவது போடனுமான்னு பார்த்துட்டு வரேன்" என்று சொல்லி விட்டு எழுந்து அமர்ந்தான்..

பாரதி போய் உடைய எடுத்துக் கொண்டு குளிக்கச் சென்றாள்..

அவள் குளித்து விட்டு வரும் வரை அப்படியே அமர்ந்திருந்தவன் அவள் வந்ததும் குளியலறைக்குள் புகுந்து கொண்டான்..

பாரதி கீழே சமையலறைக்குச் சென்று அனைவருக்கும் காபி போட்டு விட்டு காலை உணவைத் தயாரித்தாள்..

அப்போது எழுந்து வந்த சந்திரா, "பாரதி நானும் எதாவது வேலை செய்யறேன் எனக்கு இங்க புதுசு என்ன செய்யட்டும்" என்று கேட்டார்..

"அம்மா நீ முதல்ல காபி குடி அப்பறமா செய்வியாம் இங்க தான இருக்கப் போற மெதுவா பழகிக்கலாம்" என்றாள்..

சந்திரா சத்தமாகச் சிரித்தாள்..

"எதுக்குச் சிரிக்கற நீ சிரிக்கற மாதிரி நான் என்ன சொன்னேன்" என்று கேட்டு விட்டு யோசிக்க..

"இல்லடி எல்லாரும் பொண்ணைக் கட்டிக் குடுத்து அவ போய் மாமியார் வீட்ல நான் புதுசு என்ன செய்யறதுன்னு கேட்பா, என்னை பார்த்தியா? இத்தனை வருஷம் கழிச்சுப் பொண்ணைக் கல்யாணம் பண்ணிக் கொடுத்து அவங்க வீட்ல அவகிட்டயே நான் புதுசு என்ன சமைக்கட்டும்ன்னு கேக்கறேன்" என்றாள்..

அதைக் கேட்டு பாரதியும் சிரித்தாள்..

இருவரும் பேசிக் கொண்டே சமையல் செய்யவும் உமாவும் ராதிகாவும் வந்து சேர்ந்தார்கள்..

"என்ன பாரதி நேரத்திலையே எந்திருச்சுட்டியா?" என்று கேட்டுக் கொண்டே காபியைச் சூடு பண்ணியவள், "அத்தை நீங்க காபி குடுச்சுட்டீங்களா?" என்று கேட்டாள்..

"நான் குடுச்சுட்டேன் உமா நீயும் ராதிகாவும் குடிங்க" என்றாள்..

"பாரதி உமாவிடம் என்ன சமையல் செய்யறேன் என்று சொன்னவள் போதுமா? வேற எதாவது செய்யனுமா? அக்கா" என்று கேட்டாள்..

தன் தம்பி மனைவி தன்னிடம் தன்மையாக கேட்பதைப் பார்த்துச் சந்தோஷப்-பட்டவள், "போதும் பாரதி மதியத்துக்கு பார்த்துக்கலாம்" என்றாள்..

பிரபா வயலுக்குச் சென்று விட்டு வீட்டிற்கு வந்தவன், "ரதி" என்று அழைத்-துக் கொண்டே தன் அறைக்குச் சென்றான்..

பாரதி சமையலைத் தன் அம்மாவிடம் விட்டு விட்டு காபியை எடுத்துக் கொண்டு அறைக்குச் சென்றாள்..

கணவனிடம் காபியைக் கொடுக்க அவன் அதை வாங்கிக் கொண்டு, "துணி எடுத்து வை நான் குளிக்கறேன்" என்றான்..

பாரதி அவனுடைய உடை டவல் எல்லாம் எடுத்து வைத்து விட்டு, அவனிடம் காபி டம்ளரை வாங்கிக் கொண்டு செல்லப் பார்த்தவளிடம், "எல்லாம் எடுத்து வெச்சுட்டியாடி" என்று கேட்டான்..

"வெச்சாச்சு வெச்சாச்சு மகாராஜா போய் குளிக்கலாம்" என்றாள் கேலியாக..

"குளிச்சு விடச் சேடிப் பெண்கள் எல்லாம் வரமாட்டார்களா? ரொம்ப அழகா இல்லாட்டி கூடப் பரவாயில்லை உன்னை மாதிரி மொக்கையா இருந்தாலும் அட்-ஜஸ் பண்ணிப்பேன்" என்றான்

அவனைக் கொலை வெறியுடன் பார்த்தவள், "யாருடா மொக்கை விடியக் காலைல பல்லக் காட்டிட்டு என்னை முழுங்குனியே அப்ப உனக்கு நான் மொக்-கையாத் தெரியலையா? என்றாள் சூடாக..

அவளை எட்டிப் பிடித்துக் கொண்டவன், "இருட்டில் சரியாத் தெரியலைடி விடிந்ததும் தான் தெரியுது" என்றவன் அவள் கோபமான விழிகளைப் பார்த்து விட்டுச் சிரிப்புடன், "பேரழகியே வந்தாலும் எனக்கு வேண்டாம் இந்த மொக்கை பிகர் தான் வேணும்" என்று சொல்லி அவள் நெற்றியில் முத்தமிட்டான்..

அவளோ அவன் கை வளைவில் பாந்தமாக பொருந்திப் போனாள், அவன் கொடுத்த முத்தத்தில் திளைத்து அவன் பேச்சில் மயங்கி அப்படியே நின்றிருந்-தாள்..

"எனக்கும் இப்படியே நிற்க தான் ஆசை ஆனாப் பாரு வேலை இருக்கே" என்றான் வருத்தப்படுவது போல..

பாரதி வெக்கத்துடன் அவனைக் கிள்ளி வைத்து விட்டு ஓடிப் போனாள்..

பிரபா சிரிப்புடன் குளிக்கச் சென்றான்..

இவள் போகும் போது சந்திரா அவர் வீட்டிற்குச் சென்றிருக்க உமா தான் சமையலைப் பார்த்துக் கொண்டிருந்தார்..

"அக்கா அம்மா எங்க?" என்று கேட்டாள் பாரதி..

"அவங்க நேத்து நைட் அம்மா கூப்பிட்டதும் அப்படியே வந்துட்டாங்களாம், போய் பாத்திரத்தை எல்லாம் சுத்தம் பண்ணி வெச்சுட்டு வரேன்னு சொன்னாங்க" என்றாள்..

"சரி அக்கா வரட்டும் திடீர்ன்னு வந்து இருக்க அம்மாவுக்கும் கஷ்டமா இருக்கும்" என்று சொல்லிக் கொண்டே பாத்திரத்தைச் சுத்தம் செய்தவள், "அக்கா நான் வீட்டை பெருக்கிட்டு வரேன்" என்றாள்..

"நான் செய்யறேன் அதான் எல்லா வேலையும் முடுஞ்சுதே நீ போய் பிரபா-வைப் பார்" என்று சொல்லும் போது அவன் கீழே வந்திருந்தான்..

"இதோ வந்துட்டான் அவனுக்கு டிபன் கொடு" என்று சொல்லி விட்டு உமா வேலையைப்பார்க்கச் சென்று விட்டார்..

"இங்க சும்மா நிக்கறக்கு எனக்காவது வந்து எதாவது உதவி பண்ணியிருக்க-லாம்" என்ற கணவனை முறைத்துக் கொண்டே போய் டிபன் எடுத்து வைத்தாள்..

"நீ முறைச்சா நான் பயந்துருவேனா? நீயும் உட்கார் சாப்பிடலாம்" என்று அவள் கையைப் பிடித்து இழுத்தான்..

"எனக்கு இப்பப் பசியில்லை நான் அப்பறமா சாப்பிட்டுக்கிறேன்" என்று அவள் சொல்லிக் கொண்டிருக்கும் போது அடாவடியாக அவள் வாயில் வைத்துத் திணித்தான்..

வாயைத் திறக்க முடியாமல் தலையை மட்டும் ஆட்டிக் கொண்டே அங்கிருந்து எழுந்தவளை, மீண்டும் பிடித்து இழுத்து அமர வைத்து அவள் காலை தன் காலால் அழுத்திப் பிடித்துக் கொண்டான்..

அவனின் அராஜகத்தில் திணறிப் போனவள், "டேய் உனக்கு அறிவுன்னு எதாவது இருக்கா சாப்பிடற இடத்தில் வம்பு பண்ணிட்டு இருக்க,

யாராவது பார்த்தால் என்ன நினைப்பாங்க" என்று திட்டினாள்..

"எதையும் நினைக்க மாட்டாங்கடி அப்படியே நினைச்சாலும் நான் என்ன பண்ண முடியும், நீ பேசாம இருடி நான் சாப்பிட்டு போகனும் இன்னைக்கு ஏகப்பட்ட வேலை கிடக்கு" என்றான்..

"உன்கிட்ட போய் சொன்னேன் பார்" என்று முகத்தைத் திருப்பினாள்..

அதற்கு மேல் அவனுக்கும் நேரமில்லாததால் அவசரமாகச் சாப்பிட்டு விட்டு, "நைட் வந்து உன்னை கவனிச்சுக்கிறேன்டி" என்று சொல்லி விட்டுச் சென்றான்..

பிரபாவிற்கு அதற்குள் போனும் அழைத்துக் கொண்டே இருக்க இதோ வந்துட்டேன்டா என்று சொல்லி விட்டு வேகமாகச் சென்றான்

அவன் ஊருக்கு வெளியில் கொஞ்சத் தொலைவில் இருக்கும் தன் தோட்டத்திற்குச் சென்றான்..

அங்கே அவனுடைய மில்லில் வேலை செய்யும் ஆட்கள் நான்கு பேர், "சின்னய்யா அவனுகளைக் கொண்டு வந்து கட்டிப் போட்டு வெச்சிருக்கோம் கண் முழிச்சதிலிருந்து எதுக்கு எங்களை கடத்திட்டு வந்தீருக்கீங்கன்னு கேட்டுட்டே இருக்கானுக" என்றார்கள்..

"சரி வாங்கப் பார்க்கலாம்" என்று பிரபா அந்த குடோனுக்குள் செல்ல, அவன் பின்னே இவனுகளும் சென்றார்கள்.. நெல் மூட்டைகளுக்கிடையில் மனோஜின் பிரண்ட்ஸ் இருவரை கட்டிப் போட்டு வைத்திருந்தார்கள், இருவரும் கிழிந்த நாராக கிடந்தார்கள்..

அவனுகளோ பயத்திலும் நெல் முழங்கிலும் அந்த இடத்தில் இருப்பதற்கே நடுங்கிக் கொண்டிருந்தார்கள்..

இரவு பாரில் குடித்துக் கொண்டிருந்தது வரை தான் தெரியும் அதன் பிறகு என்ன நடந்தது, அவர்களை இங்கே யார் கடத்தி வந்தார்கள், எதுக்கு கடத்தினாங்க எதுவும் தெரியாமல் குழம்பி நின்றார்கள்..

பிரபாவைப் பார்த்ததும், "நீங்க யாரு? எதுக்கு எங்களைக் கடத்தி இப்படி கட்டி வெச்சிருக்கீங்க" என்று நடுக்கத்துடன் வாயில் வார்த்தையே வராமல் அதைக் கேட்பதற்குள்ளாகவே அவனுகளுக்கு மூச்சு வாங்கியது..

போய் அவனுக இருவர் கன்னத்திலும் மாற்றி மாற்றி அறைந்தான்.. "நான் சொல்றதைக் கேட்டிங்கன்னா இங்கிருந்து உயிரோடவாவது போவீங்க, வேற எதாவது பண்ண நினைச்சீங்க எப்ப இருந்தாலும் உங்க ரெண்டு பேருக்கும் இங்க தான் சமாதி" என்றான் ஆத்திரத்துடன்..

"உயிர் பயத்தில் நீங்க என்ன சொன்னாலும் நாங்க கேட்கிறோம்" என்று வாய் குழறிக் கொண்டே சொல்லி முடித்தார்கள்..

"உங்களை நம்பி ஒரு தொழில் பண்ணினால் வாரிச் சுருட்டிகிட்டு இப்படி போலீஸ் ஸ்டேஷன் போறளவிற்கு பண்ணி வெச்சிருக்கீங்க, அதுவும் நண்பனுக்கே இப்படி ஒரு துரோகத்தைச் செய்திருக்கீங்களே நீங்களெல்லாம் மனுஷங்களா?..

அவனுக்கு கேக்க ஆளில்லை ஜெயில்ல கிடக்கட்டும் நாம ஜாலியா இருக்கலாம்ன்னு நினைச்சீங்களா?.. உங்க குடும்பத்தையே தூக்கிட்டு வரனும்னு நினைச்சேன்..

நீங்க செய்த துரோகம் அவங்களுக்கும் தெரியட்டும்ன்னு, இப்ப வேண்டாம் தேவைப்படும் போது இங்க கொண்டு வந்துரலாம்ன்னு தான் விட்டு வெச்சிருக்கேன்" என்று சொல்லும் போதே, "சின்னய்யா இவனுக குடும்பத்து ஆட்களையும் தூக்கிட்டு வரவா?" என்றார்கள்..

"ஐயோ வேண்டாம் அவர்களுக்கு ஒன்னும் தெரியாது தவறு எல்லாம் எங்க மேல தான் தெரியாம பண்ணிட்டோம், எங்களை விட்ருங்க இனி இப்படி ஒரு தவறைச் செய்ய மாட்டோம்" என்று அழறினார்கள், அவர்கள் இருவர் கண்ணிலும் உயிர் பயம் தெரிந்தது..

"என்னடா ரொம்ப பயம் காட்டிட்டிங்களா?" என்று தாடையைத் தடவிக் கொண்டே கேட்டான் பிரபா..

"பின்ன சும்மா விடுவோமா? நம்ம வீட்டு மருமகனை ஏமாத்தி இருக்காங்க.. இவங்களை எல்லாம் உயிரை மட்டும் விட்டு மத்ததை எல்லாம் உரிஞ்சி எடுக்கனும் சின்னய்யா" என்றார்கள்..

பிரபா மெல்லிய புன்னகையைத் தருவிக்க, அவனுகளோ பயத்தில் வெடவெடத்து, "நாங்க அவன்கிட்ட வாங்கியதெல்லாம் அப்படியே கொடுத்தர்ரோம் எங்களை விட்டு விடுங்க" என்று கெஞ்சினார்கள்..

பிரபா அவர்கள் இருவரிடமும் உள்ள சொத்துகளை எழுதி வாங்கிக் கொண்டவன், "மீதி எல்லாம் எங்கே?" என்றான்..

"பேங்க்ல கேஷா இருக்கு எடுத்து தறோம்" என்றார்கள்.. பின் அவர்கள் இருவரையும் விடுவித்து, "நீங்க செய்த தவறை உங்க வாயாலேயே சொல்லுங்க" என்று சொல்லி அதையும் தெளிவாக ரெக்கார்ட் பண்ணிக் கொண்டான்..

"வீட்டுக்குப் போய் இருக்கற இடம் தெரியாம இருக்கனும் அதை விட்டுட்டு வேற எதாவது பண்ணலாம்ன்னு நினைச்சீங்க, உங்க ரெண்டு பேரையும் போலீஸ்

ஸ்டேசனில் உட்கார வைத்து விடுவேன்..

உங்க குடும்பத்தை இங்க கொண்டு வந்துருவேன்" என்று மிரட்டி விட்டு, இவனுகளைக் கொண்டு போய் விட்டு விட்டு பணத்தை எடுத்துக் கொடுக்கச் சொல்லி வாங்கிட்டு வாங்க" என்றான் பிரபா அவனுடைய ஆட்களிடம்..

"நாங்க அவன்கிட்ட வாங்கினதெல்லாம் எடுத்து கொடுத்திடறோம் நீங்க எங்க குடும்பத்தை எதுவும் செய்திறாதீங்க" என்று கெஞ்சியவர்கள் பின் அவனுடைய ஆட்களுடன் சென்றார்கள்..

20

அத்தியாயம் 20

இரவு பிரபா வீடு வந்தவன் வரவேற்பறையில் அனைவரும் இருக்க அவர்களுடனே அமர்ந்து கொண்டான்..

"மனோஜ் உன்கிட்ட அவனுக ஏமாத்தி வாங்கினது எல்லாம் இவ்வளவு தானா? இன்னும் இருக்கான்னு பார்த்துக்கோ" என்று அவனிடம் வாங்கிய சொத்தின் மதிப்பையும் கணக்கு போட்டுச் சொன்னான்..

அனைவரும் வியப்பாக பார்த்தார்கள் என்றால், மனோஜ் இன்ப அதிர்ச்சியில் உரைந்து போய் பேச்சே வராமல் அமர்ந்திருந்தான்..

"எப்படி வாங்கின பிரபா அவனுகளே கொடுத்துட்டாங்களா?" என்று கேட்டார் மூர்த்தி..

"நாலு தட்டு தட்டினேன் கொடுத்துட்டானுக அத்தான்" என்றான் பிரபா..

"அதானே பார்த்தேன் உனக்கு எப்ப பாரு கை தான் முன்னால வருது, ஆம்பளை பொம்பளைன்னு யாரையும் பாக்கறதில்லை.. அவனுக்கும் குடும்பம் பொண்டாட்டி புள்ளை இருக்கும்ல, நீ அடுச்சு அவனுக்கு எதாவது ஆச்சுனா அவன் பொண்டாட்டி புள்ளைய யார்? பார்த்துப்பா...

நீ ஜெயிலுக்குப் போனால் உன் குடும்பத்தை யார் பார்த்துப்பா? உன்னை நம்பி நாங்க இத்தனை பேர் இருக்கோம் எனறாள் கண்கலங்க அவன் மனைவி..

அப்போது தான் அவசரப்பட்டு சொல்லிட்டோமே இவ இருக்கறதை மறந்துட்டு.. அன்னைக்கு அடுச்சதுக்கே அப்படி பயந்து போனாள் என்று நினைத்துக் கொண்டவன், அவள் அருகில் சென்று அவள் தோளில் கையோட்டுக் கொண்டவன், "எதாவது ஆகற அளவுக்கெல்லாம் அடிக்கலைடி சும்மா பயம் காட்டினேன்" என்றான்..

அவன் கையை தட்டி விட்டவள், "நீ ஒருத்தன் மட்டும் தான் போனேன்னு சொன்னால் நம்ப மாட்டேன் கூட யாரைக் கூட்டிப் போன" என்றாள் கோபத்து-

டன்..

அவனோ மென்று விழுங்கிக் கொண்டே, "நம்ம மில்லுல வேலை செய்யற-வங்களை" என்றான்..

"இப்படி ஆளைக் கூட்டிப் போய் அடுச்சுட்டு வந்திருக்கியே!! இந்நேரம் அவன் பொண்டாட்டி எப்படி துடுச்சிட்டிருப்பாளோ?" என்று சொல்லி விட்டு அழுது கொண்டே தன் அறைக்கு ஓடி விட்டாள்..

பிரபா விக்கித்துப் போய் அப்படியே நின்று விட்டான்..

பாரதியின் வலி யாருக்குப் புரிந்ததோ இல்லையோ உமாவிற்கும் ராதிகாவிற்கும் புரிந்தது.. தன் வீட்டில் இத்தனை பேர் இருந்தும் பிரபா அடிக்கும் போது அவள் தானே குறுக்கே விழுந்து தடுத்தாள்..

அவளுக்கு அடி விழுந்ததைக் கூடப் பார்க்காமல் தங்களைக் காப்பாற்றுவதில் தானே முனைப்பாக இருந்தாள்..

எப்படி நடுங்கிப் போனாள் என்று நினைத்துக் கொண்டார்கள்..

உமா மட்டும், "பிரபா பாரதி சொல்றதிலும் ஞாயம் இருக்கு தானே!! நீ அடுச்சு அவங்களுக்கு எதாவது ஆகியிருந்தால்" என்று சொன்னவள் அவன் பார்வையில் எதுவும் பேசாமல் அமைதியானாள்..

"அவளுக்கு அடிதடின்னால் பயம் அதனால அப்படி பேசிட்டு ஓடறா நான் அவளைச் சமாதானம் பண்ணிப்பேன்..

நீங்க யாரும் நான் செய்தது தவறுன்னு சொல்ல வேண்டாம் அவனுகளை இதோடு விட்டனேன்னு சந்தோஷப்படுங்க..

அவனுக இப்படி ஏமாத்தியதற்கு மனோஜ் எதாவது தப்பான முடிவை எடுத்தி-ருந்தால், ராதிகா வாழ்க்கை என்னாவது.. ஒத்தப் பிள்ளைய வெச்சிருக்கற நீயும் அத்தானும் என்ன பண்ணுவீங்க, இனி இதைப் பற்றி யாரும் பேச வேண்டாம் போய் அவங்கவங்க வேலையப் பாருங்க...

மனோஜ் அதே தொழிலைத் தொடங்க ஏற்பாடு பண்ணு" என்றான்..

"அண்ணா நீங்ககொடுத்த பணத்தை எடுத்துக்குங்க" என்றான் மனோஜ்..

"நான் கொடுத்த பணத்தை அப்படியே தொழில்ல போட்டு எங்க அக்காவை-யும் அத்தானையும் பாட்னரா போட்டு தொழிலை ஆரம்பிச்சுக்கோ..

இப்போதைக்கு உங்களுக்குத் தனி வீடு வேண்டாம் எங்க அக்கா கூடவே இருங்க நீயும் அத்தானும் தொழிலை பாருங்க" என்றான்..

உமா தன் தம்பியின் கையைப் பிடித்துக் கொண்டு, "எனக்காக அவ்வளவு பணத்தை சும்மா கொடுத்துருக்கியே" என்றவளுக்கு மேற்கொண்டு பேச்சே வரவில்லை..

அக்காவை அணைத்துக் கொண்டு கண்ணீரைத் துடைத்து விட்டவன், "ஸாரி அக்கா அன்னைக்கு உன்னை" என்று அவனுக்கும் அதற்கு மேல பேச்சே

வரவில்லை..

இருவரும் உணர்ச்சிவசப்பட்ட நிலையில் இருந்தார்கள்..

பார்த்துக் கொண்டிருந்த லஷ்மிக்கும் சிவமணிக்கும் நெஞ்சு நிறைந்து போனது..

தன் மகனின் ஒவ்வொரு செயலுக்கும் ஒரு அர்த்தமிருக்கும் என்று புரிந்து கொண்டார்கள்..

மூர்த்தியின் நிலையும் அதே தான் தனக்கு இப்படி ஒரு மச்சினன் கிடைக்க கொடுத்து வெச்சிருக்கனும் என்று நினைத்தான்.. மனோஜ் இப்படி ஒரு பாதுகாப்பான குடும்பம் தனக்குகிடைத்ததே என்று சநதோஷப்பட்டான்..

அமைதியாக அமர்ந்து இதை எல்லாம் வேடிக்கை பார்த்துக் கொண்டிருந்த தன் மாமியாரைப் பார்த்து, "என்ன அத்தை நீங்க எதுவுமே சொல்லலை" என்று கேட்டான்..

"உங்க குடும்ப விஷயத்துல நான் என்ன சொல்லனும் பிரபா, பொண்ணைக் கொடுத்திருக்கேன் அவ்வளவு தான் மத்தபடி இதிலெல்லாம் தலையிட எனக்கு விருப்பமில்லை" என்றாள்..

அதைக் கேட்ட அங்கிருந்த அனைவருமே சந்திராவை நினைத்துப் பெருமைப் பட்டார்கள்.. பொண்ணைக் கொடுத்துட்டு பொண்ணுக்குச் சொல்லிக் கொடுத்து எத்தனை பேர் அவங்க குடும்பத்துல குழப்பத்தை உண்டு பண்றாங்க..

ஆனால் சந்திரா எவ்வளவு நாகரீகமா நடந்துட்டாங்க என்று நினைத்துக் கொண்டார்கள்..

"அப்ப நான் என்ன பண்ணினாலும் நீங்க கேட்க்க மாட்டீங்க அப்படித் தானே அத்தை" என்றான்..

"அவ்வளவு சந்தோஷப்படாதே நீ தனிப்பட்ட முறையில எது செய்தாலும் கேட்பேன், உன் குடும்பத்துக்குள்ள பிரச்சனை உன் பொண்டாட்டி கூடப் பிரச்சனை இதை எல்லாம் தான் கேட்க மாட்டேன்" என்றாள்..

அங்கிருந்த அனைவரும் சிரித்தார்கள்... "பிரபா அத்தை சொல்றது உனக்கு புரியுதா? நீ குடும்பத்துக்குள்ள தவிர நீ வேற எங்க பிரச்சனைக்குப் போனாலும் உன்னை கேட்பேன்னு சொல்றாங்க பார்த்து நடந்துக்கடா" என்றாள் கேலியாக..

அவ்வளவு நேரம் இறுக்கமாக இருந்த அந்த இடமே கலகலப்பானது.. "அத்தை நீங்க ஓடிப் போய் என் பொண்டாட்டிக்கும் எனக்கும் டிபன் எடுத்துட்டு வாங்க நாங்க எங்க அறையிலேயே சாப்பிட்டுக்கிறோம்..

என்ன பாடு படுத்தப் போறாளோ அவளைச் சமாதானப் படுத்திச் சாப்பிட லேட்டாகும்" என்றான் பெருமூச்சுடன்..

சந்திரா சிரிப்போடு சமையலறைக்குச் சென்றவள், மகளுக்கும் மருமகனுக்கும் இரவு டிபன் தண்ணீர் பாட்டில் எல்லாம் எடுத்து வந்து கொடுத்தாள்..

வாங்கிக் கொண்டு பிரபா தன் அறைக்குச் சென்றான்..

"அத்தை வாங்க நாம சாப்பிடுவோம்" என்று அழைத்த உமா மற்றவர்களையும் சாப்பிட அழைத்துச் சென்றாள்..

தன் அறைக்குள் சென்ற பிரபாவின் விழிகள் முதலில் தன் மனைவியைத் தான் தேடியது..

கட்டிலில் குப்புறப்படுத்திருந்தவளின் தேம்பல் ஒலி மட்டும் அவன் காதில் விழ, அவனுக்குள் அந்த சத்தம் ஒரு பிரளயத்தையே ஏற்படுத்தியது..

அவளைப் பார்த்துக் கொண்டே போய் உடைய மாற்றிக் கொண்டு அவள் அருகில் போய் அமர்ந்தவன், கலைந்து கிடந்த அவள் முடியை நீவி சரி செய்தான்..

பாரதி அவன் கையைத் தட்டி விட்டுத் தள்ளிப் படுத்துக் கொண்டாள்..

அவன் அவள் முதுகின் மேல் படர்ந்து அவள் நகர முடியாதபடி படுத்துக் கொண்டான்.. அவள் பின் கழுத்தில் தன் முகத்தை வைத்து அழுத்திக் கொண்டவன், "ரதிமா இப்ப எதுக்கு நீ அழற இனிமேல் செய்யக் கூடாதுன்னு நீ சொன்னால் கேட்டுக்கப் போறேன்..

உன்னை மீறி நான் எதாவது செய்திடுவேன்னு நினைக்கிறியா? இது கூட ராதிகாவுக்காக தான்.. நீ சொல்லு அவனுக அப்படி பண்ணினதால மனோஜ் ஜெயிலுக்குப் போனான்.. அந்த நேரத்துல ராதிகா அவசரப்பட்டுத் தப்பான முடிவு எடுத்திருந்தால் என்னாவது..

அக்கா மாமாவின் நிலை என்ன? ரெண்டு குடும்பமும் ஒன்னுமில்லாம போயிருக்கும்.. இதை எல்லாம் நினைச்சுக்கூடப் பார்க்காம பணத்துக்காக இப்படி பண்ணியிருக்காங்களே இவனுகளைச் சும்மா விடச் சொல்றியா?..

இது மாதிரி ஏமாத்தி திங்கறவங்க சும்மா இருக்க மாட்டாங்க, அடுத்த பக்கம் அவனுக கை வரிசையக் காட்டுவாங்க..

இதனால இன்னொரு குடும்பம் இதே நிலைக்குத் தள்ளப்படும்.. ராதிகாவிற்கும் மனோஜிற்கும் நாம இருந்த மாதிரி அந்த குடும்பத்துக்கும் யாராவது இருப்பாங்கன்னு சொல்ல முடியாது..

அப்படி ஆனால் அந்தக் குடும்பத்தின் நிலையைக் கொஞ்சம் யோசிச்சுப் பார் ரதிமா.. இனி அவனுக எங்கயும் இது மாதிரி பண்ணமாட்டாங்க அதனால தான் அவனுகளை அடிச்சேன்..

எனக்குத் தெரியாதா? எப்படி அடுச்சால் எப்படி வலிக்கும்ன்னு அவனுகளுக்கு எதாவது ஆகற மாதிறி அடிப்பேனா?" என்றான் தன்மையாக..

அவன் சொன்னதில் ஞாயம் இருந்தாலும் ஏனோ அவளால் ஏற்றுக் கொள்ளவே முடியவில்லை.. எதுவும் பேசாமலே படுத்திருந்தாள் ஆனால் அழுகையை நிறுத்தி இருந்தாள்..

அதுவே அவனுக்கு நிம்மதியாக இருந்தது எழுந்து அமர்ந்து அவளையும் தூக்கினான்..

அவளோ அவன் கைக்கு வராமல் அப்படியே படுத்துக்கிடக்க ஒரே தூக்காக தூக்கி தன் மடியில் போட்டுக் கொண்டான்..

"நீ என்ன சொன்னாலும் நான் கேட்க மாட்டேன் என்னை விடு" என்றாள்..

"அதான் இனி யாரையும் இப்படி அடிக்க மாட்டேன்னு சொல்லிட்டேன்ல இப்பக் கூட உன் கோபம் போகலையா? சரி நான் என்ன பண்ணுனா உன் கோபம் போகும் அதையாவது சொல்லு" என்றான்..

இதற்கு மேல் பிடிவாதமாக இருந்தால் நாளைப்பின்ன நாம சொல்றதைக் கேட்க்க மாட்டான் என்று நினைத்தவள், "இனி இப்படி யாரையும் அடிக்க மாட்டில்ல" என்று கேட்டாள்..

"கண்டிப்பா அடிக்க மாட்டேன்" என்றான் அவள் விழிகளைப் பார்த்துக் கொண்டே..

"என்ன பிரச்சனையா இருந்தாலும் வாயில பேசு பேசி சரி பண்ண முடியாத பிரச்சனையே இல்லை அடிக்கிறதெல்லாம் பெரிய பாவம்" என்றாள்..

"என் ரதிம்மா சொல்லிட்டாள்ள இனி அதுக்கு மறுபேச்சே கிடையாது" என்றவன் அவளை இறுக அணைத்துக் கொண்டான்..

"விடு பண்றதெல்லாம் பண்ணிட்டு வந்து கொஞ்ச வேண்டியது" என்று முறுக்கிக் கொண்டாள்..

"நீ ரொம்பத் தான் பண்றடி" என்றவன் அவள் அதரத்தைத் தன் அதரத்தால் வன்மையாக முற்றுகை இட்டான்..

அவளின் எதிர்ப்பை நொடிப் பொழுதில் விருப்பமாக மாற்றும் வித்தை கற்றிருந்தவன், அதை திறம்படச் செய்து தன் தேவையைப் பூர்த்தி பண்ணிக் கொண்டான்..

விருப்பமில்லாதவள் போல நடித்துக் கொண்டே அவன் விருப்பத்திற்கு ஏற்றபடி நடந்து கொண்ட மனைவியின் மேல் மட்டற்ற காதல் கொண்டான் அந்த தேக்குமர தேகத்தான்..

அப்படியே படுத்துக் கிடந்தவளை எழுப்பி அமர வைத்தவன், எழுந்து சென்று பிளைட்டை எடுத்து வந்து அவளுக்கு உணவை ஊட்டி விட்டான்..

அவன் மார்பில் சாய்ந்து அமர்ந்து கொண்டு உண்ண ஆரம்பித்தாள்..

காதலே இல்லாமல் கல்யாணம் பண்ணிக் கொண்டவள், அவன் மேல் காதல் வயப்பட்டு ஒவ்வொரு நிமிஷமும் அவனைத் தன் காதலால் குளிப்பாட்டிக் கொண்டிருந்தாள்..

அவளை உயிருக்குயிராய் காதலித்து திருமணம் செய்து கொண்டவனோ, அவள் காட்டும் காதலில் மொத்தமாய் அவளிடம் தன்னை இழந்திருந்தான்..

இருவரும் ஆழமான அன்பில் பின்னிப் பிணைந்திருந்தார்கள்..

இருவரும் கொஞ்சிக் கொண்டே சாப்பிட்டு முடித்து விட்டு ஒருவரை ஒருவர் தழுவிக் கொண்டே உறக்கத்தில் ஆழ்ந்து போனார்கள்..

"ஏய் வானதி இதுக்கு மேல என்னைச் சோதிக்காதே நான் அவ்வளவு நல்லவ எல்லாம் கிடையாது, கடைசி முறையாக கேக்கறேன் ஏன்டி இப்படி உட்கார்ந்தி-ருக்க..

சாப்பிடவும் வரமாட்டேன்னுட்ட ஒரே இடத்துல உரிச்சு வெச்ச புளி மாதிரி உட்கார்ந்திருக்கியே உனக்கு அப்படி என்ன தான் ஆகித் தொலைஞ்சது சொல்-லித் தொலை" என்று கத்திக் கொண்டிருந்தாள் அவளுடைய அறைத் தோழி ஜோதி..

அவளை நிமிர்ந்து பார்த்த வானதி மீண்டும் தலை குனியப் போக அவள் தலையை நிமிர்த்திப் பிடிச்சு, "இப்ப சொல்லப் போறையா? என்னடி உனக்காக பக்கத்து ரூம்ல பிஸ்கெட் பாக்கெட் எல்லாம் வாங்கிட்டு வந்திருக்கேன்.. பசியோடு இருப்பியேன்னு" என்று அவள் குரல் தலைந்து ஒலிக்கவும்..

வானதி உருகிப் போனாள் அவளை அணைத்துக் கொண்டு கதறித் தீர்த்-தாள்...

"என்னாச்சுன்னு சொல்லுடி" என்று ஜோதியும் பதறிப் போனாள்..

"ஜோதி என்னால இந்த காலேஜ்ல தொடர்ந்து படிக்க முடியும்ன்னு தோணலை, நான் எங்க ஊருக்கே போறேன்" என்று சொல்லி விட்டு மேலும் அழுதாள்..

ஜோதிக்கு ஒன்றும் புரிய வில்லை குழப்பத்துடனே வானதியை ஓங்கி ஒன்று வைத்தாள்.. "முதல்ல என்ன நடந்துச்சுன்னு சொல்லு நீ ஊருக்கு போறதா வேண்டாமான்னு நான் முடிவு பண்றேன்" என்றாள்..

"என்னால இங்க சமாளிக்க முடியலை எல்லாரும் இங்கிலீஷ்லயே பேசறாங்க தமிழ்ல பேசற என்னை கேவலமா பாக்குறாங்க, கேலி செய்றாங்க..

யாருமே என் கூட சேரதே இல்லை, நான் மட்டும் தனியா தான் இருக்கேன்.. என்னால இப்படி எல்லாம் இருக்க முடியலை, ரொம்பக் கஷ்டமா இருக்கு ஏதோ ஆளரவமற்ற காட்டுல தனித்து மாட்டிக் கொண்டது போல இருக்குடி" என்றாள் அவள் குரல் வேதனையில் துவண்டிருந்தது..

"இங்கிலீஷ் பேசறதெல்லாம் பெரிய விஷயமே இல்லை நீ பேசற இந்த கொஞ்-சும் தமிழை விட இங்கீலீஷ்ல அப்படி என்ன இருக்கு, உனக்கு நான் சொல்லித் தறேன் நீ தைரியமா போ...

அவங்களே உன்கிட்ட வந்து பேசுவாங்க பாரேன்" என்று சொல்லிச் சமா-தானப்படுத்தி அவளுக்குப் பிஸ்கெட்டையும் தண்ணியையும் கொடுத்துச் சாப்பிடச் சொன்னாள்..

சாப்பிட்டு முடித்ததும் அவரவர் இடத்தில் படுத்துக் கொண்டார்கள்.. ஜோதி அவளுக்கு எப்படி நடந்து கொள்ள வேண்டும் பேச வேண்டும் என்று சொல்லிக் கொடுத்தாள் வானதி அதைக் கவனமாக கேட்டுக் கொண்டாள்..

21

அத்தியாயம் 21

காலையில் பாரதி எழுந்து வரும் போதே உமாவும் ராதிகாவும் ஊருக்குக் கிளம்ப எல்லாம் எடுத்து வைத்துக் கொண்டிருந்தார்கள்..

அவளுடைய அம்மா சந்திரா சமையலறையில் இருந்தாள்..

"உமா அக்கா என்ன எல்லாம் பேக் பண்றீங்க எங்க போறீங்க" என்று கேட்டுக் கொண்டே அவர்கள் அருகில் வந்தாள்..

"நாங்க ஊருக்கு கிளம்பறோம் பாரதி அதான் எல்லாப் பிரச்சனையும் முடுஞ்சுதே மாப்பிள்ளையும் போய் தொழிலைப் பார்க்கிறேன்னு சொன்னார்" என்றாள்..

"இவ்வளவு நாள் இருந்தீங்க கோவில் திருவிழா வருது அதை முடுச்சுட்டுப் போகலாமே" என்றாள்..

"போயிட்டுத் திருவிழாவுக்கு வரோம்" என்றாள் உமா..

நான் சொன்னால் கேட்க மாட்டாங்க பிரபாவிடம் சொல்வோம் என்று பாரதி தன் அறைக்குச் சென்று தன் கணவனிடம் சொல்லி அழைத்து வந்தாள்..

"அக்கா அதுக்குள்ள எதுக்கு ஊருக்குப் போற இரு பொங்கல் முடுஞ்சதும் நானே கொண்டு போய் விடறேன்" என்றான்..

அப்போது வந்த அவனுடைய அம்மா, "நானும் இதைத் தான் பிரபா சொல்லிட்டு இருக்கேன்" என்றார் வருத்தத்துடன்..

உமா தம்பியின் கையைப் பிடித்துக் கொண்டு, "பிரபா இவ்வளவு நாள் எப்படியோ இப்ப நான் ரொம்ப சந்தோஷமா கிளம்பறேன்.. எனக்கு கிடைச்ச மாதிரி தம்பி யாருக்கும் கிடைக்க மாட்டாங்க உன்னோட துணை எனக்குக் கடைசி வரை வேணும்டா" என்று கலங்கிப் போன விழிகளுடன் சொன்னாள்..

"எனக்குன்னு கூடப் பிறந்தவ நீ மட்டும் தான் இருக்க, உன்னை என்னால எப்பவும் விட்டுக் கொடுக்க முடியாது அக்கா.. அதே சமயம் நீ தவறா எது செய்தாலும் தகப்பன் ஸ்தானத்துல இருந்து தட்டியும் கேட்பேன் உனக்கும் என்கிட்ட

அந்த உரிமை இருக்கு..

மனோஜ் பெற்றவர்களை இழந்தவன் அவனை நல்லா பார்த்துக்க வேண்டியது உன் பொறுப்பு.. ராதிகா சின்னப் பொண்ணு அப்படி இப்படி இருந்தாலும் நீ சொல்லித் திருத்து" என்று அவன் சொன்னதை எல்லாம் கேட்டுத் தலையாட்டிக் கொண்டிருந்தாள்..

ராதிகாவும் சொல்லிக் கொண்டு கிளம்பச் சந்திரா சமையலறையிலிருந்து ஓடி வந்தவள், "சமைச்சுட்டேன் சாப்பிட்டுப் போகலாம்" என்றாள்..

உமா தான் ரொம்ப சந்தோஷப்பட்டாள் தன் தம்பியோட மனசுக்கு மாமியார் தங்கம் போல கிடைச்சிருக்காங்க நாம தான் புருஞ்சுக்காம போயிட்டோமே என்று நினைத்தவள், "வாங்க அத்தை சமையலை ஒரு கை பார்த்துட்டுப் போறோம்" என்று கேலியாகச் சொல்லிக் கொண்டே சாப்பிடும் அறைக்குச் சென்றாள்..

சாப்பிட்டு முடித்து அனைவரிடமும் விடைபெற்றுக் கொண்டு அவர்கள் கிளம்ப வீடே வெருச்சோடி இருந்தது..

காலையில் எழுந்ததும் தன் வேலையை முடித்துக் கொண்டு பிரபா மில்லுக்குச் சென்று விடுவான், பாரதியும் வயலுக்குச் சென்று விடுவாள்..

சிவமணி, லஷ்மி, சந்திரா மூன்று பேரும் தான் வீட்டில் இருப்பார்கள்..சந்திரா இருந்தது லஷ்மிக்கும் சிவமணிக்கும் பேருதவியாக இருந்தது.. இப்படியே நாட்களும் சென்றது..

அன்று பாரதி வயலிலிருந்து டீ வைத்து எடுத்துப் போக வீட்டிற்கு வந்திருந்தாள்..

அது தெரியாத பிரபா மில்லில் வேலை குறைவாக இருந்ததால் மனைவி வயலில் தான் இருப்பாள் என்று நினைத்தவன் நேராக வயலுக்குச் சென்றிருந்தான்..

அங்கே மனைவி காதலியாக இருந்த போது பார்ப்பதற்காகக் கட்டி வைத்திருந்த தாஜ்மகாலுக்குச் சென்றவன், எங்க இவளைக் காணோம் என்று நினைத்து மணியைப் பார்த்தான்...

ஓ டீ குடிக்கும் நேரமா அப்ப டீ போடத்தான் போயிருப்பா வரட்டும் என்று அங்கிருந்த கட்டிலில் படுத்தான்... அவனுடைய போதாத காலம் திருமணத்திற்கு முன் தொடர்பில் இருந்த பெண் அவன் வயலில் வேலை செய்து கொண்டிருந்தவள், இவனைப் பார்த்ததும் பாரதியும் இல்லாத தைரியத்தில் அந்தக் குடிசைக்கு வந்தாள்..

அவளைப் பார்த்ததும் பதற்றத்துடன் எழுந்தான் பிரபா..

"என்ன பிரபா இப்ப எல்லாம் நீ வயலுக்கு வரதுமில்லை வேற எங்க பார்த்தாலும் பேசறதில்லை" என்று மெல்லப் பேச்சை ஆரம்பித்தாள்..

"இப்ப அதெல்லாம் பேச வேண்டாம் அப்ப எனக்கு கல்யாணமாகாம இருந்துச்சு வயசுக்கு கோளாருல எப்படி எப்படியோ வாழ்ந்துட்டேன்.. இப்ப எனக்குன்னு பொண்டாட்டி வந்துட்டா இனி அவளைத் தவிர வேற யாரிடமும் அந்த மாதிரி நினைப்பு எனக்கு வரவே வராது..

இனி இப்படி எல்லாம் வந்து பேசாதீங்க என் பொண்டாட்டி பார்த்துட்டாள் அவ்வளவு தான் தயவு செய்து போயிடுங்க" என்று கெஞ்சினான்..

அந்தப் பெண்மணியோ ஏமாற்றத்துடன் தலையைக் குனிந்து கொண்டு அங்கிருந்து வெளியேற, அதே சமயம் கணவனின் காரைப் பார்த்து விட்டு சந்தோஷமாக பாரதி உள்ளே வரவும் சரியாக இருந்தது..

அந்தப் பெண்ணோ தலையைக் குனிந்த படியே வெளியே சென்று விட பாரதி ஒரு கூடை நெருப்பைத் தன் தலையில் கொட்டின மாதிரி துடித்துப் போனாள்..

பிரபாவோ பயத்துடனும் தடுமாற்றத்துடனும், "ரதி" என்று அழைக்கும் போதே அவளின் தீப் பார்வையில் இரண்டடி பின்வாங்கினான்..

அவளோ எதுவும் நடக்காத மாதிரி ஆட்களுக்கு டீயை ஊற்றிக் கொண்டு போய் கொடுத்து விட்டு அவர்களுடனே வேலை செய்து கொண்டிருந்தாள்..

அந்தப் பெண் பயத்துடன் அப்பப்போ பாரதியைப் பார்ப்பதும் பின் வேலை செய்வதுமாக இருந்தாள்..

பிரபா தான் நெருப்பு மேல நிற்பதைப் போல உணர்ந்தான் தப்பு செய்யும் போது இருந்த தைரியம் இப்ப தப்பே செய்யாத போது வடிந்து போயிருந்தது..

மனைவியை எப்படி சமாதானப்படுத்துவது என்ன சொல்வது, நாம இங்கே வந்திருக்கவே கூடாது வீட்டுக்கே போயிருக்கனும் இப்படி பலவாறாக அவன் எண்ணம் சுழன்றடித்தது..

அங்கே இருக்கப் பிடிக்காமல் வீட்டுக்குச் சென்றான்.. அவன் நினைவு முழுவதும் அவள் கடைசியாகப் பார்த்த பார்வையே இருந்தது..

என்ன மாதிரி பார்வை அந்த இடத்தில் என்னைத் தவிர வேறு எதாவது மரம், செடி, கொடி இருந்திருந்தால் எரிந்தே சாம்பலாகி இருக்கும் என்று நினைத்துக் கொண்டவனுக்கு, அந்தப் பார்வை கொடுத்த வலியை இதுவரை எதுவுமே கொடுக்க வில்லை என்பதை உணர்ந்தான்..

பாரதியோ உள்ளுக்குள் நொறுங்கிப் போனாள், தான் என்ன மனநிலையில் இருக்கிறோம் என்பதைக் கூட அறியமுடியாமல் அவள் கை மட்டும் வேலை செய்து கொண்டிருந்தது.. மனமோ ஏதோ மயான உலகத்தில் சஞ்சரித்துக் கொண்டிருந்தது..

மாலை வரை ஆட்களோடு ஆட்களாக நடைப்பிணமாக வேலை செய்தவள் அனைவரும் கிளம்பினார்கள்.. அந்த ஒரு பெண்மணியை மட்டும் நிறுத்தி வைத்திருந்தாள்..

அவளோ கொஞ்சம் பயத்துடனேயே நின்றாள்..

பாரதி அவளை அழுத்தமாகப் பார்த்தவள், "இனி நீங்க என் புருஷனிடம் பேசுவதோ அவன் இருக்கும் இடத்தில் இருப்பதையோ பார்த்தால் அந்த இடத்தி-லேயே எத்தனை பேர் இருந்தாலும் என்ன பண்ணுவேன்னு தெரியாது, இது தான் அவனோடு உங்களைப் பார்ப்பது கடைசியாக இருக்கனும்..

இனி நீங்க என் வயலுக்கு வேலைக்கு வரவேண்டாம்" என்று சுட்டெரிக்கும் பார்வையில் சொல்லி முடித்து விட்டு, போ என்பது போலக் கையைக் காட்டி-னாள்..

அவளோ கூனிக் குறுகி ஒரு சிறு பெண்ணிடம் அவமானப்படும் தன் நிலையை நினைத்து நொந்து போனாள்..

தன் உடல் தேவைக்காக அவனை நாடியது எவ்வளவு பெரிய தவறு என்ற வேதனையுடன் சென்றாள்..

யாருமில்லாத வயலின் வரப்பில் பாரதி அப்படியே அமர்ந்து கதறி அழுதாள்.. அவள் மனதில் இதுவரை அனுபவித்திராத வலி ஊசியாக குத்தி அவளைத் துளைத்தது..

கல்யாணத்துக்கு முன்பு இவன் இப்படி தான்னு தெரியும் ஆனால், கல்யாண-மாகி என் கூட வாழும் போதும் அவனுக்கு இன்னொரு பெண் தேவைப்பட்டிருக்-காள் என்றாள் இவனெல்லாம் என்ன மனுஷன்..

அப்போ இவனுக்கு எதுக்குக் காதல் கல்யாணம் எல்லாம், புல்லு கண்ட இடத்துல மேஞ்சிட்டுப் போக வேண்டியது தானே.. என்னைக் கல்யாணம் பண்ணி அவனைக் காதலிக்கவும் வச்சிட்டு, இப்ப அவனைப் பிரிந்து ஒரு நொடி கூட இருக்க முடியாது என்ற நிலையில், இப்படி ஒரு காரியததைப் பண்ணியிருக்கானே இவனை என்ன பண்ணுவது..

என்ற நினைவுடன் அழுது கொண்டே வெகு நேரம் அமர்ந்திருந்தவள், இருட்-டுவதைப் பார்த்து விட்டு எழுந்து போய்த் தொட்டித் தண்ணீரை வாரி முகத்தில் அடித்துக் கொண்டாள்..

அந்தக் குளிர்ந்த நீராவது தன் மனக் கொதிப்பை அடக்கி விடாதா? என்று ஏங்கினாள்.. அந்தக் குளிர்ந்த நீரோ இன்னும் தான் அதிகப்படுத்தியது..

முகத்தைத் துடைத்துக் கொண்டு வீடு வந்து சேர்ந்தாள்.. அவளுடைய அம்மா அவளைப் பார்த்ததும், "ஏன் பாரதி இவ்வளவு நேரம் என்ன பண்ணுன ஆளுங்க நேரத்திளையே போயிருப்பாங்களே?" என்று கேட்டாள்..

"அவங்க போனதுக்கு அப்புறம் புல்லை எல்லாம் எடுத்து ஓரமா போட்டுட்டு வந்தேன்" என்று வாய்க்கு வந்த பொய்யைச் சொல்லி விட்டு, "அம்மா தலை வலிக்குது ஒரு கப் டீ கொடேன்" என்றாள்..

சந்திரா போய் டீ போட்டு வர லஷ்மி தைலத்தை எடுத்து வந்து அவள் தலையில் தேய்க்க, அவரை நிமிர்ந்து பார்த்த பாரதி அவர் இடுப்பில் கையைச் சுற்றிப் போட்டுக் கொண்டு வயிற்றில் முகத்தைப் புதைத்துக் கொண்டாள்..

லஷ்மிக்கோ அவளின் இந்த நிலை எதுவோ சரியில்லை என்பதை உணர்த்த, மகன் அறையை மேலே பார்க்க அவனும் மாடியில் தான் நின்று அவளைப் பார்த்துக் கொண்டிருந்தான்..

தாயின் பார்வை கேள்வியாக வருட, தன் பார்வையைத் தாழ்த்திக் கொண்டு அறைக்குள் சென்று விட்டான்.. அவள் தன்னிடம் ஆறுதல் தேடாமல் தன் தாயிடம் ஆறுதல் தேடியது அவனுக்குள் வெறுமையைக் கொடுத்தது..

"பாரதி தலை ரொம்ப வலிக்குதா?" என்று கேட்டவள், அவளுடைய தலையை வருடிக் கொண்டே என்ன பிரசசனையா? இருக்கும் என்ற யோசனையில் ஆழ்ந்தாள்..

சந்திரா டீயைக் கொண்டு வந்தவள் அவர்களைப் பார்த்து விட்டு புன்னகையுடன் அவர்கள் அருகில் சென்று, "இந்த டீயை குடுச்சுட்டு உன் மாமியார் மடியில படுத்து செல்லம் கொஞ்சுவியாம்" என்றாள் கேலியாக..

பாரதி மாமியாரின் வயிற்றிலேயே முகத்தை அழுத்தித் தேய்த்ததை உணர்ந்தவர், அழுதிருப்பா போலிருக்கு அதான் முகத்தைப் புடவையில் தேய்த்துத் துடைக்கிறாள்.. அவங்க அம்மாவுக்குத் தெரியக் கூடாதுன்னு நினைப்பா போலிருக்கு என்ற நினைவுகள் எல்லாம் அவர் மனதை ஆக்கிரமித்திருந்தது..

"சந்திரா என்கிட்ட டீயைக் கொடுத்துட்டு நைட்டு சமையலைக் கொஞ்சம் பார்க்கறியா? நான் பாரதி டீ குடித்ததும் வரேன்" என்றார்..

"சரிங்க அண்ணி" என்றவள், அந்த டீ கப்பை அவரிடமே கொடுத்து விட்டு சந்திரா சென்று விட்டாள்...

"பாரதி இந்த டீயைக் குடி" என்ற அவள் தலையைப்பிடித்து நிமிர்த்த அவள் அழுதிருப்பது அப்பட்டமாகத் தெரிந்தது... "பாரதி இந்தா இந்த டீயைக் குடி" என்று அவள் கையில் கொடுத்தாள்..

பாரதி டீயைக் குடிக்கும் போது அவள் தலையை வருடிக் கொடுத்தவள், "உனக்கும் பிரபாவுக்கும் என்னம்மா சண்டை" என்று கேட்டார்..

மாமியாரின் நேரடிக் கேள்வியில் திகைத்துப் போனவள், "அப்படி எதுவும் இல்லை அத்தை உங்க மகன்கிட்ட நான் எதுக்குச் சண்டை போடறேன்" என்றாள்..

"அப்பறம் எதுக்கு அழற அதையும் உன் அம்மாவுக்குத் தெரியக் கூடாதுன்னு நினைக்கிற, அப்ப புருஷன் பொண்டாட்டிப் பிரச்சனையாகத் தானே இருக்கும்" என்றார் அவளைப் பார்வையால் துளைத்துக் கொண்டே..

"அப்படி எல்லாம் எதுவும் இல்லை நீங்களா? எதையாவது நினைச்சுகிட்டுக் குழப்பிக்காதீங்க" என்றவள், வேகமாக டீயைக் குடித்து விட்டுத் தன் அறைக்குச் சென்றவளை, ஒரு பெருமூச்சுடன் பார்த்துக் கொண்டிருந்தார் லஷ்மி..

தன் அறைக்குள் சென்ற பாரதியை பிரபா எதிர் கொண்டு, "ரதிமா நான் சொல்றதை" என்று சொல்லிக் கொண்டிருக்கும் போதே கையால் நிறுத்து என்பது போலச் செய்தவள், அவனைப் பொசுக்கி விடுவது போல் பார்த்து விட்டு கட்டிலின் ஓரத்தில் சென்று சுவற்றைப் பார்த்தபடி படுத்துக் கொண்டாள்..

என் பக்கத்தை சொல்லவே விடமாட்டேங்கறாளே சொன்னால் தானே என்னாலையும் நிம்மதியாக இருக்க முடியும்.. வாயே திறக்க கூடாதுன்னு சொன்னால் நான் தப்பே செய்யலைங்கறதை எப்படி அவளுக்குப் புரிய வைப்பேன் என்று நினைத்துத் தவித்துப் போனான்..

இவளை நினைத்தாளே மனசும் உடம்பும் பரபரக்குதே இதை விடப் பெரிய சுகம் என்ன கிடைத்து விடப் போகிறதுன்னு அப்படி ஒரு தவறச் செய்து தொலைச்சேன்..

என்னோட சந்தோஷமான வாழ்க்கையைக் குழைக்க அதுவே காரணமா இருக்கே..

என்னைப் பார்த்தாள் அவள் விழியில் தெரியும் மின்னலைக் காண முடியவில்லை அவள் உடல் மொழியை அறியமுடியவில்லை...

ஏதோ விரோதியைப் பார்ப்பது போல் தன்னை அந்நியப்படுத்தும் அவளின் இந்தப் பார்வை அவனைக் கொள்ளாமல் கொன்றது அவளையே பார்த்தபடி நின்றான்..

போய் பேசுவோமா? எப்படியும் என் பக்க ஞாயத்தைச் சொல்லித் தானே ஆகனும் என்று நினைத்து கட்டிலுக்கு அருகில் சென்றான்..

அவள் எழுந்து வேகமாக குளியல் அறைக்குச் சென்று கதவை பட்டீரென்று அறைந்து சாற்றினாள்..

அப்படியே விக்கித்து நின்று விட்டான்.. அந்தக் கதவு அவன் முகத்திலேயே அறைந்து சாத்தியது போல் இருந்தது.. இப்ப ரொம்ப கோபத்தில் இருக்கா பேச முடியாது போல இருக்கு என்று நொந்து போனவன், பால்கனி பக்கம் சென்று வானத்தை வெறித்துக் கொண்டிருந்தான்..

இவளைக் கல்யாணம் பண்ணியதிலிருந்து ஒவ்வொரு நாளும் எவ்வளவு சந்தோஷமாகக் கழிந்தது.. இனி அது கிடைக்காதா? அவளிடம் பேசாத, அவளிடம் சிரிக்காத, அவளிடம் கொஞ்சாத இந்தக் கொஞ்ச நேரமே எனக்குப் பல யுகம் போல் இருக்கே..

இனி எப்படி நான் வாழ்வேன் என் உயிர் பறவை அவளிடம் சிறை பட்டிருக்கும் போது நான் வெறும் கூடு மட்டும் தானே!! இந்தக் கூடு இருந்தால் என்ன?

செத்தால் என்ன? அவனுடைய நிலைப்பாடும் எண்ணப் போக்கும் இப்படியாகச் செல்லத் திரும்பி அறையைப் பார்த்தான்..

அவன் மனைவி அதே கட்டில் ஓரத்தில் சுவரை வெறித்தபடி படுத்திருந்தாள் அவள் கண்ணில் கண்ணீர் அருவி போலக் கொட்டியது..

இவள் துக்கம் கண்ணீர் இந்த வேதனை எல்லாம் எனக்காக என்னை நினைத்து என்று சுகமான சுமையாக அவனை அழுத்திச் சென்றது..

விடியும் வரை பனியிலேயே நின்று தன் உடலையும் மனதையும் வதைத்துக் கொண்டான் அதை தனக்கான தண்டனையாக நினைத்தான்..

இரவு அவனுடைய மாமியார் சாப்பிட வந்து அழைத்த போது, தனக்கும் தன் மனைவிக்கும் கடையில் வாங்கி வந்ததாகவும் அதை அறையிலேயே சாப்பிட்டுக்-கிறோம் என்று சொல்லி அனுப்பி விட்டான்..

கண்டிப்பாக அவள் சாப்பிட மாட்டாள் என்று தெரியும் அதனால் அவனும் சாப்பாட்டைத் தவிர்த்தான்..

விடிந்து பாரதி சோர்வுடன் எழுந்தவள் கணவன் அதே இடத்தில் நிற்பதைப் பார்த்து முகத்தைச் சுருக்கினாளே தவிர, வேறு எதுவும் பேசாமல் குளியல் அறைக்குள் புகுந்துகொண்டாள்..

குளித்து முடித்து விட்டு வந்து அவள் தயாராகி வெளியே செல்லும் வரை அவன் அந்த இடத்தை விட்டு நகரவே இல்லை..

அவள் வெளியே சென்றதும் அறைக்குள் வரப் பார்த்தவனுக்குக் கால் நகர மறுத்தது.. இரவு முழுவதும் அப்படியே நின்றதால் அவன் கால்கள் செயல்பட மறுத்தது.. மனம் இறுகிப் போக கீழே அமர்ந்து தன் கால்களை தேய்த்துச் சூடேற்றி அதை இயங்க வைத்தவன் தயாராகிக் கிளம்பி விட்டான்..

சாப்பிடாமல் கூடச் செல்லும் கணவனை வெறுமையுடன் பார்த்துக் கொண்டே தன் வேலையைக் கவனித்தாள்..

அவன் பேச வரும் போதெல்லாம் இவள் பேச மறுத்து இருவருக்குள்ளும் பெரிய திரையையே உருவாக்கி இருந்தாள் அந்த இரும்பு மனுஷி..

22

அத்தியாயம் 22

இருவரின் பேச்சுக்களற்ற மௌனத்திலேயே நாட்களும் பல கடந்திருக்க அன்று பாரதி வயலில் வேலை செய்யும் போது மயக்கம் போட்டு விழுந்தாள்..

வயலில் வேலை செய்து கொண்டு இருந்த வயது முதிர்ந்த பெண்மணி, அவள் கை மணிக்கட்டைப் பிடித்துப் பார்த்துவிட்டுச் சிரிப்புடன் அனைவரிடமும் பாரதி மாசமாக இருப்பதை அறிவித்திருந்தாள்..

அனைவரும் சந்தோஷத்துடன் அவள் முகத்தில் தண்ணீரைத் தெளித்து எழுப்பினார்கள்.. அவளிடம் விஷயத்தைச் சொல்ல அவள் எப்படி உணர்கிறோம் என்றே தெரியாமல் அப்படியே திகைத்துப் போய் நின்றாள்..

அதைச் சந்தோசம் என்று நினைத்த அனைவரும் அவர்கள் வேலையைப் பார்க்க, பாரதி மணமோ இதை முதலில் அவனிடம் சொல்லத்தான் துடித்தது.. ஆனால் அவனுக்கு இதுமட்டுமா குழந்தை இனி இன்னும் எங்கெல்லாம் இருக்கும்.. எனக்குத் தானே இது முதல் குழந்தை என்ற நினைவு வர மனமே கசந்து இரும்பாக இறுகிப் போனது..

ஆனால் தன் அடி வயிற்றைத் தொட்டுப் பார்த்த அவளுக்குத், தான் முதல் முதலில் காதல் வயப்பட்டு அந்தக் காதலின் கூடலில் கிடைத்த இந்த முத்து சிற்பியை அப்படியே வாரி அணைத்து முத்தமிடத் தோன்றியது.. அதற்கு இன்னும் எவ்வளவு நாள் காத்திருக்க வேண்டும் என்று மனம் துடித்தது..

அப்படியே வரப்பு மேட்டில் அமர்ந்தவள், எதுவும் நினைக்க முடியாமல் வெறுமனே சுற்றிலும் தன் பார்வையை ஓட்டினாள்..

அதையும் மீறி அவள் நினைவு இதை வீட்டில் எப்படிச் சொல்வது அவனிடமே சொல்ல முடியாமல் இருக்கும் போது வேறு யாரிடம் சொல்லி என்னத்த ஆகப்போகுது... இப்படியே பலவாறாக எண்ணிக் கொண்டிருக்கும் போது அங்கே வேலை செய்த பெண்மணி ஒருத்தி, "என்ன பாரதி வீட்டுக்குப் போகலையா?

வீட்டுக்குப் போய் இதை பிரபாகிட்டையும் பெரியவங்க கிட்டயும் சொன்னால் எவ்வளவு சந்தோஷப்படுவாங்க வீட்டுக்குப் போ" என்றார்..

அதற்கு மேல் அவர்களிடம் மறுத்து ஏதாவது பேசினால் சந்தேகம் வருமோ என்று நினைத்தவள், அவர்களுக்குப் புன்னகையை மட்டும் பதிலாக கொடுத்து விட்டு வீட்டை நோக்கிக் கிளம்பினாள்..

இதை யாரிடம் சொல்வது சொல்லலாமா? வேண்டாமா? என்ற குழப்பத்துடனேயே வீடு வந்து சேர்ந்தாள்..

மருமகளைப் பார்த்த லஷ்மி என்ன இந்த நேரத்தில வந்திருக்கா என்ற யோசனையுடன், "என்ன பாரதி எப்பவும் சாப்பிட லேட்டாதான் வருவ இப்பவே வந்துட்டே" என்று கேட்டார்..

வந்து அவர் பக்கத்திலேயே அமர்ந்தவள் அவர் மடி மீது தலை வைத்துப் படுத்துக் கொண்டாள்.. அவருடைய கையை எடுத்து தன் வயிற்றில் வைத்து அழுத்தினாள் அவளுக்குக் கண்ணீர் பொசுக்கென்று முட்டிக்கொண்டு வந்தது..

இதை எல்லாம் நான் கணவனிடம் செய்ய வேண்டியது ஆனால் அவனிடம் செய்ய விருப்பமில்லாமல், அவனுடைய அம்மாவிடம் செய்து என் ஆசையைத் தீர்த்துக் கொள்கிறேன் என்று நினைவு ஓடிக் கொண்டிருந்தது..

மருமகள் வயிற்றில் கை வைத்து அழுத்தியதில் புரிந்தும் புரியாத நிலையில் அதை பற்றி இன்னும் யோசிக்க முடியாமல் லஷ்மியின் தொடையில் சில்லிட்டது பாரதியின் கண்ணீர்..

"பாரதி எதுக்கு அழற உனக்கு நாள் தள்ளிப் போயிருக்கா?" என்று தவிப்புடன் கேட்டார்..

ஆமாம் என்பது போல் தலையாட்டினாள்..

அவளை அப்படியே அணைத்துக் கொண்டவள், என் குடும்பத்துக்கு ஒரு வாரிசைக் கொண்டு வரப் போற நீ இந்த வீட்டு மகாராணி.. நீ வைத்தது தான் சட்டம் உன்னை மீறி நாங்க எதுவும் செய்ய மாட்டோம்.. அப்படி இருக்கும் போது உன் மனதில் நெருஞ்சி முள்ளாக குத்திக் கொண்டிருக்கும் அந்த விஷயம்தான் என்ன?

இத்தனை நாளா கேட்கக் கூடாது என்று நினைச்சுகிட்டு இருந்தேன்.. நீங்களே சமாதான ஆயிருவீங்கன்னு பார்த்தால் நாளுக்கு நாள் பெருகிக் கொண்டே தான் போகுது..

இது உங்க மாமனாருக்கும் உங்க அம்மாவுக்கும் தெரிந்தால் ரொம்ப வருத்தப்படுவாங்க, அதுவும் இந்த மாதிரி இருக்கும் போது நீ சந்தோஷமா இருக்கனும்..

பிரபா மேல தப்பா இருந்தால் சொல்லு நான் அவனைக் கண்டிக்கிறேன், உன் மேல உயிரையே வைத்திருக்கும் அவன் தப்பு பண்ணி இருப்பான்னு எனக்குத் தோணலை..

உனக்காகப் பெத்த எங்களையும் கூடப் பிறந்தவளையும் எதிர்த்து நிற்பவன், உன்னோட இந்த முகவாட்டத்துக்குக் காரணமா இருப்பான்னு என்னால நினைக்க முடியலை பாரதி.. எதா இருந்தாலும் மனசுல போட்டு உன்னை நீயே வதைச்-சுக்காம என்கிட்டச் சொல்லுமா" என்றார் இதமாக அவளை வருடிக் கொடுத்துக் கொண்டே..

அவள் வாயைத் திறப்பதற்குள் அங்கே வந்த சந்திரா இதைப் பார்த்து விட்டு, "என்ன பாரதி வயலுக்குப் போயிட்டு அதுக்குள்ள வந்துட்ட உன் மாமியாரைப் பார்க்காம இருக்க முடியலையா?" என்று கேட்டுச் சிரித்தாள்..

"அவ ஒன்னும் என்னை பார்க்காம இருக்க முடியலைன்னு வரலை, உன் பேரனோ பேத்தியோ அவளை வேலை செய்ய விடாம தொந்தரவு பண்றாங்கன்னு வந்திருக்கா" என்று சொல்லிச் சிரித்தார்..

சந்திரா திகைத்துப் பின் மகளை எழுப்பி அணைத்துக் கொண்டு நெற்றியில் முத்தமிட்டாள்..

சந்திராவிற்கு ஏனோ அழுகையாக வரக் கண்ணீரைத் துடைத்துக் கொண்-டாள்..

"சந்திரா போய் எதாவது இனிப்பு இருந்தால் கொண்டு வந்து கொடு" என்று சொல்லி அவளை இயல்பு நிலைக்குக் கொண்டு வந்தார் லஷ்மி..

சந்திரா குழந்தையாக சமையலறைக்கு ஓட லஷ்மி கணவனிடம் சொல்லச் சென்றாள்..

இவர்களே இவ்வளவு சந்தோஷப்படும் போது கணவனுக்குத் தெரிந்தாள் எவ்-வளவு சந்தோஷப்படுவான்.. இதுவே நாங்க முன்னை மாதிரி இருக்கும் போது இந்த மாதிரி விஷயம் சொல்லி இருந்தாள் எப்படி எல்லாம் நடந்திருப்பான்..

தான் எப்படி எல்லாம் சந்தோஷப்பட்டிருப்போம் என்று நினைத்து கனவில் மிதக்கத் தொடங்கினாள்..

அதைக் கூட அவளைச் செய்ய விடாமல் சந்திரா இனிப்புடன் வர லஷ்மி கணவனுடன் வந்தார்..

எல்லார் முகத்திலும் அப்படி ஒரு புன்னகை மொத்தக் குடும்பமும் சந்தோ-ஷத்தில் திளைத்துக் கிடந்தது..

கொஞ்ச நேரத்திலேயே பிரபாவும் அரக்கப் பரக்க ஓடி வர பாரதி கணவனைப் பார்த்து விட்டு யார் சொல்லி இருப்பா என்று அங்கிருந்தவர்களைப் பார்வையிட்-டாள்..

சந்திரா வாயெல்லாம் பல்லாக, "நான் தான் பிரபா தம்பிக்குச் சொன்னேன்" என்றவள் அவன் வாயிலும் இனிப்பைத் திணித்தாள்..

அவனுக்கோ இதைக் கேட்டதிலிருந்து உடல் முழுவதும் பரபரப்பு தொற்றிக் கொள்ள, புது வித உணர்வில் தத்தளித்தவன் வீடு வந்து சேர்வதற்குள் இமயம-

லைக்கே சென்ற தூரத்தை உணர்ந்தான்..

இங்கே அத்தனை பேரும் இருக்க அதை எல்லாம் பொருட்படுத்தாமல் மனையை இழுத்து அணைத்துக் கொண்டான்.. அவள் காதில், "பிளீஸ்டி கொஞ்ச நேரம் என்னை இப்படியே இருக்க விடு..

என்னால இந்த உணர்வை எப்படி எதிர் கொள்வதுன்னு தெரியலை, மூச்சு திணருது சந்தோஷத்தில வார்த்தையே வரலைடி..

எனக்குள்ள என்னமோ பண்ணுதுடி" என்று அவன் பாட்டுக்கு ஏதேதோ உளறிக் கொண்டிருக்க, அவளால் அவனைத் தள்ளி நிறுத்த முடியவில்லை..

அவன் பேசியதெல்லாம் கலப்படமில்லாத உண்மை, ஒரு ஆண் முதல்முதலில் தகப்பனாகும் செய்தி தெரிந்ததும் எந்த உணர்வை வெளிப்படுத்துவானோ அதை அப்படியே வெளிப்படுத்தும் கணவனின் உணர்வுகளை மதித்து அப்படியே நின்-றாள்..

அங்கிருந்த அவன் குடும்பம் சிரிப்புடன் அவரவர் அறைக்குள் சென்றார்கள்.. லஷ்மியின் மனசு நிறைந்து போனது இனி தன் மகனும் மருமகளும் சந்தோஷமாக இருப்பார்கள்..

இந்தக் குழந்தை அவர்களுடைய மனச்சறுக்கலை சரி செய்யும் என்று நினைத்துக் கொண்டாள்..

நேரமாக ஆக கணவன் பிடி இறுகுவதை உணர்ந்தவள் அவனிடம் இருந்து விடுபட முடியாமல் திணறினாள்..

இத்தனை நாள் மனைவியுடன் ஒரு வார்த்தை பேச முடியாமல் அவளின் பிரிவில் மனம் வெறுத்துப் போயிருந்தவனுக்குக் கிடைத்திருக்கும் இந்த வாய்ப்பை இழக்க விரும்பாமல் அவளுக்குள்ளே புதைந்து போனான்..

அவனுக்குத் தெரியும் அவள் தன்னிடமிருந்து விடுபட்ட அடுத்த நொடி தன்னை விலகி விடுவாள் என்பது, அதனாலேயே அவளை விலக விடாமல் இறுக்கிக் கொண்டிருந்தான்..

தன் மகன் தன் மனைவி வயிற்றில் குழந்தையாக இருப்பதை நினைத்து நினைத்துச் சந்தோஷப்பட்டுக் கொண்டிருந்தான்..

நேரமாக ஆக கணவன் வேண்டுமென்றே இப்படி பிடித்திருக்கிறான் என்பதை அறிந்து கொண்டவள் அவனைப் பிடித்துத் தள்ளி விட்டாள்..

இதை எதிர்பாராதவன் சோபாவில் போய் பொத்தென்று விழுந்தான்..

அவளோ சுற்றிலும் பார்வையை ஓட்டியவள் நல்லவேலை யாரும் பார்க்கலை என்று நினைத்துக் கொண்டு தன் அறைக்குச் சென்றாள்..

எப்படி பிடிச்சுத் தள்ளிட்டுப் போறா ராட்சசி என்று செல்லமாக கோபித்துக் கொண்டவன் அவள் பின்னாலேயே சென்றான்..

அறைக்குள் வந்ததும் அவனைச் சுட்டெரிப்பதைப் போல் பார்த்தாள், படியில் ஏறி வந்ததில் மூச்சு வாங்கினாள்..

அவனோ அவள் பார்வையைக் கண்டு கொள்ளாமல், "என் செல்லத்துக்கு எப்பத் தான் கோபம் போகுமாம் கேட்க ஆளில்லாத போது தப்பு செய்தேனாம்..

இப்ப தப்பே செய்யாத போது தட்டிக் கேட்க வந்தவளுக்கு என் மேல நம்பிக்கை இல்லாம போச்சு" என்று கிடைத்த வாய்ப்பைப் பயன்படுத்தி யாரிடமோ சொல்வது போலச் சொல்லிக் கொண்டிருந்தான்..

"நேரில் பார்க்காம யார் சொல்றதையோ கேட்டுகிட்டு இங்க யாரும் சந்தேகப் படலை.. நேரிடையாகப் பார்த்த பிறகு நம்பாம இருக்க நானொன்னும் முட்டாளும் இல்லை" என்றாள் அவளும் அவனிடம் சொல்லாமல் எங்கோ பார்த்துக் கொண்டு..

இப்ப அவன் நேரிடையாக அவள் முன் வந்து நின்று கோபத்துடன், "என்னத்தடி பார்த்த என்னையும் அவளையும் ஒரே கட்டில்ல பார்த்த மாதிரி பேசற, வேலைக்கு வந்தவ வயல்ல அங்க இங்க சுத்தினா நானா பொறுப்பு..

என் வரையில் நான் கல்யாணத்துக்குப் பிறகு சுத்தமா தான் இருக்கேன்.. உன்னைத் தவிர வேறு யாரையும் தொட்டதில்லை, இந்தத் திருவிழாவில் தீ மிதித்து உனக்கு அதை நிரூபிக்கிறேண்டி நான் சுத்தமானவன்னு" என்று கத்தினான்..

அவளோ நாம தான் தவறா புரிந்து கொண்டோமோ? இல்லையே அந்தப் பெண்ணை நான் அவ்வளவு திட்டிய போதும் எதிர்த்து பேசாம அப்படியே தானே நின்றாள்..

தப்பு செய்யலைனா அப்படிப் பேசினால் என்னை சும்மா விட்டிருப்பாளா? என்ற யோசனை வர அதை அவனிடமே கேட்க முடிவு செய்தாள்..

"இங்க பாரு தீ மிதிக்கறது ஒன்னும் சாதாரண விஷயமில்லை, தப்பு செஞ்சுட்டுத் தீ மிதிச்சா சாமி சும்மா விடாது கால் வெந்து போகும்...

நீ தப்பு செய்யலைனா அந்தப் பெண்ணை நான் திட்டி வேலைக்கு வரக் கூடாதுன்னு சொன்ன போது தலை குனிந்து கொண்டு எதுவுமே பேசாம போனாளே!! அப்பத் தப்பு செய்தா தானே அர்த்தம்.. நீ தீ மிதிக்கவும் வேண்டாம் ஒன்னும் வேண்டாம் என்று சொல்லி விட்டு கட்டிலில் போய் அமர்ந்து கொண்டாள்..

ஓ அவளைத் திட்டி வேலைய விட்டு அனுப்பிட்டாளா? என்னிடம் பேசாத மாதிரி அவளிடமும் பேசியிருக்க மாட்டாள்ன்னு நினைச்சேனே என்று யோசனையில் இருந்தவன், "முடிவாக நான் தீ மிதிக்கத் தான் போறேன் யார் தடுத்தாலும் கேட்க மாட்டேன்..

உனக்குத் தான் என் மீது நம்பிக்கை இல்லை, எனக்கு என்னை நிரூபிக்க இதை விட்டால் வேற வழி தெரியலை" என்றான்..

பதைபதைத்துப் போனவள், "நீ என்னிடம் உத்தமனாக காட்டிக் கொள்ள ஆத்தா கோபத்துக்கு ஆளாகாதே!! நானும் வேசியும் ஒன்னா குடித்தனம் நடத்-தனும்னு விதி இருக்கு சகிச்சுக்கப் பழகிக்கிறேன்" என்று அவள் சொல்லிக் கொண்டிருக்கும் போதே, அந்த அறையில் உடைபடும் சத்தம் கேட்டுத் திரும்பிப் பார்த்தாள்..

அவள் கணவன் தான் கோபத்துடன் எல்லாத்தையும் தூக்கிப் போட்டு உடைத்-துக் கொண்டிருந்தான்.. அவள் சொன்ன வார்த்தையின் கணம் தாங்காமல் தன்-னைத் தானே காயப்படுத்திக்க முயற்சித்தான்..

அதிர்ந்து போனவள், "என்னடா பண்ற" என்று பதட்டத்துடன் அவனிடம் ஓடி வருவதற்குள் கண்ணாடி சில் அவன் கையைப் பதம் பார்த்திருந்தது..

கையிலிருந்து ரத்தம் வடிய அப்படியே நின்றான்.. அதன் வலி துளி கூடத் தெரியவில்லை, "ஐயோ ரத்தம் ஐயோ ரத்தம்" என்று அவள் பதறித் துடித்தாள்..

கண்களில் பயம் அப்பட்டமாகத் தெரிந்தது.. ஓடிப் போய் ஒரு துணியை எடுத்து நீரில் நனைத்து வந்து அவன் வெட்டுப்பட்ட கையில் கட்டினாள்..

அவள் கண்ணில் கண்ணீர் வெள்ளமாக வடிந்தது, அதை உயிர்ப்பே இல்லாத பார்வையில் வெறுமனே பாரத்துக் கொண்டிருந்தான்..

அவனால் எதுவும் பேச முடியவில்லை எதுவுமே அவன் மனதில் தோன்-றவில்லை வெற்றிடமாக அப்படியே இருந்தது... அவள் சொன்ன வார்த்தையே மீண்டும் மீண்டும் ஒலித்து அவன் மனதை ரம்பம் போல் அறுத்தது..

அவளோ துடித்துக் கொண்டிருந்தாள், "வா ஹாஸ்பிடல் போகலாம்" என்றவ-ளைப் பிடித்துத் தள்ளி விட்டு பால்கனியில் போய் நின்று கொண்டான்..

அவன் தன்னை இப்படி தள்ளுவான் என்று எதிர்பார்க்காதவளுக்கு அதிர்ச்சி-யாக இருந்தது, அதுவரை அவனிடம் இல்லாத பயம் இப்பொழுது அவள் உள்-ளத்தை ஆட்கொண்டது..

ரத்தம் வலிந்த இடத்தை துடைத்து விட்டு அவனிடம் போய், "ஹாஸ்பிடல் போகலாம் வா எனக்குப் பயமா இருக்கு" என்றாள் கண்களில் மிரட்சியுடன்..

அவன் காதில் அந்த வார்த்தை விழுந்ததைப் போலவே தெரியவில்லை ஏதோ ஒரு இடத்தை வெறித்துக் கொண்டிருந்தான்..

அவன் பார்வை அந்த பக்கம் இந்தப் பக்கம் திரும்பாமல் ஒரே இடத்தை ஆக்கிரமித்திருந்தது.. அவனை இதிலிருந்து எப்படி வெளிக் கொண்டு வருவது என்று தெரியாமல் தவித்தபடியே நின்று கொண்டிருந்தாள்..

பெரியவர்கள் ஒன்னு சொல்வார்கள் நம் வாயிலிருந்து வாரத்தைகள் வெளியே செல்லாமல் இருக்கும் வரை அதுக்கு நாம எஜமான்.. வெளியே சென்று விட்டால்

அது நமக்கு எஜமானாக மாறிவிடும் என்று..

அது அப்படியே உண்மையாகியது போல் அவள் வாயிலிருந்து வெளியேறிய வார்த்தைகள், அவளுக்குப் பயத்தைக் கொடுத்து எஜமானாக ஆட்சி செய்து கொண்டிருந்தது..

பேசும் போது கவனமாக வார்த்தைகளை விட வேண்டும் நம் மனதில் தோன்றியதை எல்லாம் பேசிடக் கூடாது என்று காலம் கடந்து உணர்ந்து கொண்டாள்..

அதனால் என்ன பயன் அவன் தப்பு செய்தான் என்று உறுதியாகத் தெரியாமல் நடுநிலையில் இருக்கும் போது அவனைக் குற்றவாளிக் கூண்டில் ஏற்றியவள், குற்றம் உறுதி படாமலே வார்த்தைச் சிலுவையில் அறைந்தாள் பாரதி..

23

அத்தியாயம் 23

பிரபா தன் அறையை விட்டு வெளியேறிய அடுத்த நொடியில், லஷ்மியும் சந்திராவும் அந்த அறைக்குள் நுழைந்தார்கள்..

பொருட்கள் உடையும் சத்தம் கேட்டும் கணவனும் மனைவியும் உள்ளே இருப்பதால் போகக் கூடாது என்று நினைத்து இருவரும் கையைப் பிசைந்து கொண்டே கீழே நின்றார்கள்..

சந்திரா என்ன சத்தம் என்று யோசித்துக் கொண்டிருக்க, லஷ்மி இவங்களுக்குள்ள பிரச்சனை முடுஞ்சிரும்ன்னு இப்ப தான் நினைச்சேன் அதுக்குள்ள இப்படி வீடே அதிரும்படி போட்டு உடைக்கிறாங்களே!!.

இவருக்குத் தெருஞ்சா என்னாகறது ஏற்கனவே உடம்பு சரியில்லாத மனுஷன் என்று நினைத்துக் கொண்டிருக்க, அப்போது பிரபா கோபத்துடன் வெளியே செல்வதைப் பார்த்து இருவரும் உள்ளே ஓடி வந்தார்கள்..

அறை முழுவதும் உடைந்து கிடக்கும் பொருளைப் பார்த்தவர்கள் பாரதியைப் பார்க்க அவள் அழுது கொண்டிருந்தாள்..

அவள் அருகில் சென்ற சந்திரா, "என்னடி பண்ணித் தொலைச்ச பிரபா அவ்வளவு கோபமா போறான் அவ்வளவு சந்தோஷமா வந்தானே" என்று கேட்டாள் யோசனையுடன்..

லஷ்மியும் மருமகளின் பதிலை எதிர்பார்த்துக் காத்திருக்க, இருவரிடமும் தப்பிக்க முடியாது என்று நினைத்தவள், "அது வந்து அம்மா" என்று தயங்கியவள், பின் "அன்னைக்கு பிரபா வயலுக்கு வந்திருந்தான்..

அவன் மட்டும் தனியா அந்த ரூம்ல இருந்தான்.. நான் டீ கொண்டு போக வீட்டுக்கு வந்துட்டேன், நான் போகும் போது வசந்திக்கா அந்த ரூம்ல இருந்து வெளியில வந்தாங்க..

என்னைப் பார்த்ததும் தலை குனிஞ்சுட்டே போயிட்டாங்க, நான் அப்ப இருந்து பிரபாகிட்ட பேசறதில்லை.. அந்த அக்காவையும் இனி வேலைக்கு வரக்கூடாது அவன்கிட்ட பேசினால் நான் சும்மா இருக்க மாட்டேன்னு சொல்லி அனுப்பி-னேன்..

அதை மனசில் வெச்சுட்டு பிரபா பூ மிதிக்கிறேன்னு சொன்னான்..நான் வேண்டாம் கால் வெந்து போயிரும்ன்னு சொன்னேன் அவன் கேக்கலை அதான் கோபத்துல" என்று தயங்கி நின்றாள்..

"கோபத்துல என்ன சொன்ன" என்று சந்திராவும் கோபத்துடனே கேட்டாள்..

"நானும் வேசியும் ஒன்னா குடித்தனம் நடத்தனும்னு விதி இருக்கு நான் சகிச்-சுட்டு வாழ்ந்துக்கறேன் நீ பூ மிதிக்க வேண்டாம்ன்னு சொன்னேன்..

அதனால கோபம் வந்து எல்லாத்தையும் போட்டு உடைச்சுட்டு என்கிட்ட பேசாம கூடப் போயிட்டான்" என்று சொல்லி அழுதாள்..

"அடியேய் அடியேய் உன் வாழ்க்கைய நீயே கெடுத்துப்பியா? எதுக்குடி பிர-பாவைப் பார்த்து அப்படிச் சொன்ன கொஞ்சமாவுது அறிவு இருக்கா?..

காட்டுக்குள்ள அத்தனை பேர் வேலை செய்யும் போது அப்படி நடந்துப்பா-னான்னு யோசிக்க மாட்டியா?" என்றாள் கோபத்தின் உச்சத்தில்..

"எப்படி யோசிக்கச் சொல்ற ஏற்கனவே அப்படி இருந்தவன் தானே" என்றாள் அவளும் கண்ணீருடன்..

இதை எல்லாம் கேட்ட லஷ்மிக்கு தலை சுத்துவது போல் இருந்தது.. தன் மகன் இந்த மாதிரி ஒரு காரியம் பண்ணிட்டு இருந்திருக்கானா? என்று அதிர்ந்து போய் நின்றாள்..

அதைக் கவனிக்காத சந்திரா, "ஏண்டி உனக்குத் தெருஞ்சது இதே ஊருல இருக்கற எனக்குத் தெரியாதா? நானும் பிரபாவைப் பத்திக் கேள்விப்பட்டிருக்-கேன்..

ஆனா ஒருத்தர் கூட பிரபா தேடி வந்ததா சொல்லலை.. அவனைத் தேடித்-தான் இவளுங்க போயிருக்காங்க.. சின்ன வயசுல எல்லா பொறுப்பையும் சுமப்-பவன் பணப்புழக்கம் அதிகம் இருக்க, பொம்பளைங்களும் தானா தேடிப் போக அவன் அப்படி நடந்துட்டான்..

ஆனால் என்கிட்ட பொண்ணு கேட்கும் போது, அத்தை நான் பாரதியப் பத்து வருஷமா விரும்பறேன் எனக்குக் கல்யாணம் பண்ணித் தறீங்களா?

என் உயிர் இருக்கற வரை அவள் மட்டும் தான் எனக்கு மனைவியா வர முடியும்.. எந்த சூழ்நிலையிலும் அவளைக் கண்கலங்காம பாத்துப்பேன், அவள் இல்லைனா இந்த ஜென்மத்துல எனக்குக் கல்யாணமும் இல்லை இப்படியே வாழ்ந்துட்டுப் போறேன்னு சொன்னான்..

அவன் பேச்சிலேயும் கண்ணிலிருந்து நேர்மையிலும் அவன் உடம்பைத் தான் இழந்திருக்கான் மனசை எங்கேயும் இழக்கலை, இவ தான் என் மனைவின்னு தெளிவா இருக்கான்.. இப்பத் தவறு செய்தாலும் கல்யாணத்துக்குப் பிறகு அவன் அப்படி நடக்க மாட்டான்னு நான் நம்பினேன்டி..

உங்க அப்பா இறந்தப்ப நான் நிர்கதியா நின்னேன், திடீர்ன்னு இறந்ததால் அப்ப நம்மகிட்டப் பணமும் இல்லை பிரபாவே எல்லாத்தையும் பார்த்துக்கிட்டான்..

நான் எதைப் பத்தியும் கவலைப்படாம உங்க அப்பா செத்த துக்கத்துல இருந்-தேன்னா அதுக்கு பிரபா தான் காரணம்.. அந்த பணத்தை ரொம்ப நாள் கழிச்சு நான் கொண்டு போய் கொடுக்க அதில் பாதி பணத்தை மட்டும் தான் வாங்கிட்-டான்..

நான் கேட்டதுக்கு இவ்வளவு தான் ஆச்சுன்னு கணக்கு காண்பிச்சான் என்-னால நம்பவேமுடியலை எனக்குத் தெரியாதா? எவ்வளவு ஆகியிருக்கும்ன்னு.. சரி நாம ரெண்டு பிள்ளைய வெச்சிட்டு புருஷனையும் இழந்துட்டு நிற்கிறோம், அதை நினைச்சுப் பாதி பணத்தை அவனே போட்டுக்கிட்டான் போலன்னு நினைச்சுட்டு வந்துட்டேன்..

ஆனா வானதி அப்பப்போ சொல்லுவா, அம்மா அப்பா குழிக்குள்ள இருக்கும் போது எனக்குப் பயமா இருந்துச்சு, பிரபா மாமா தான் என் கையைப் பிடிச்சுட்டு அவரே மண்ணு போட்டாருன்னு சொல்லுவா..

அப்ப எனக்கு அது பெருசாத் தெரியலை, ஆனால் அவன் பொண்ணு கேட்டு வந்ததும் பத்து வருஷமா உன்னை விரும்பினேன்னு சொன்னதும் தான் எனக்கு புருஞ்சுதுடி..

அவன் உங்க அப்பாவுக்கு இறுதி காரியம் செய்யும் போதே மாமனாருக்குச் செய்யறதா நினைச்சுத் தான் செய்திருக்கான்..உங்க அப்பாவுக்கு மண்ணு தள்ளின சடங்கையும் அவன் தான் செய்திருக்கான்..

நான் பணமே கொடுக்கலைனாலும் அவன் கேட்டிருக்க மாட்டான் இதெல்லாம் தெருஞ்ச போது எனக்கு எப்படி இருந்துச்சு தெரியுமா?..

இவ்வளவு நல்ல பையனுக்கு நான் பொண்ணு தரலைனா அவன் வாழ்க்-கையே வீணாப் போயிரும்..

அவனுக்குக் கல்யாணம் ஆகலைன்னு தெருஞ்சால் பணத்துக்காக சுத்திட்டு இருந்தவளுங்களுக்கு ரொம்ப சவுகரியமா போயிரும், அவன் வாழ்க்கையவே கெடுத்துருவாளுங்கன்னு நினைச்சேன்..

அதான் துணிஞ்சு அவனுக்கு உன்னைக் கல்யாணம் பண்ணி வெச்சேன், என் நம்பிக்கை பொய்யாகாது பிரபா நிச்சயம் எந்த தப்பும் செய்ய மாட்டான்..

உனக்கு ஏண்டி அவன் மேல நம்பிக்கை இல்லாம போச்சு இப்படி எல்லாம பேசியிருக்க. எப்படித் துடிச்சிருப்பான்.. வயசு தான் ஆச்சே தவிர உனக்கு

அறிவே இல்லைடி..

எவ்வளவு ஆசையா ஓடி வந்த பையனை இப்படி விரட்டி இருக்கியே!! நீ எல்லாம் ஒரு புள்ளையாடி இந்த லட்சணத்துல உனக்கு வேற ஒரு குழந்தை" என்று திட்டித் தீர்த்தாள்..

தாயின் பேச்சு அவளை மேலும் கலவரப்படுத்த, "அம்மா கோபத்துல பேசிட்டேன்" என்றவளை, "ஒரு நிமிஷம் இரு" என்று தடுத்த சந்திரா வேகமாக கீழே இறங்கிச் சென்றாள்..

அதன் பிறகு தான் கண்ணீரோடு நின்று கொண்டிருந்த மாமியாரைக் கவனித்தாள். "அத்தை" என்று அவள் அழைக்கவும், "என் பையன் இப்படி எல்லாம் பண்ணியிருக்கானா? என்னால நம்ப முடியலையே!!

கேட்கவே சகிக்கலை.. என் பையனைப் போல ஊருல பையன் இருக்கான்னு பெருமைப் பட்டுட்டு இருந்தேனே!! அதெல்லாம் பொய்யா?" என்று சொல்லிக் கதறி அழுதார்...

"அத்தை அப்படி எல்லாம் பேசாதீங்க அதான் எங்கம்மா சொன்னாங்களே!! அவனைப் பத்தி நம்பிக்கை இல்லைனா என்னைக் கொடுத்திருப்பாங்களா?

இப்ப எல்லாம் பிரபா அப்படி இல்லை" என்று அவளையும் அறியாமல் அவளே மாமியாருக்கு ஆறுதல் சொல்லிக் கொண்டிருந்தாள்..

மருமகள் ஆறுதல் சொன்னாலும் அவள் மனசு ஊமையாய் அழுதது.. என் புருஷன் எத்தனை வாட்டி பையனுக்கு எப்படிக் கல்யாணம் பண்றதுன்னு கவலைப்பட்டிருப்பார்..

நான் என் பையனுக்கு என்ன குறைச்சல் என் பேத்தி இருக்கா, அப்படி இல்லைனாலும் இந்த ஊர்லையே அவனுக்கு எத்தனை பேர் பொண்ணு கொடுக்கத் தயாரா இருப்பாங்க நீங்க இப்படிச் சொல்றீங்கன்னு சண்டைக்குப் போனேனே!!

இதை தெருஞ்சுகிட்டுத் தான் உமா ராதிகாவை கொடுக்கமாட்டேன்னு சொல்லி வேற பக்கம் கல்யாணம் பண்ணி வெச்சாளா?...

அப்படிப் பார்த்தால் இந்தக் குடும்பத்து விளக்கை அணையாம காப்பாத்தியது சந்திரா தானா? அவளுக்குத் தான் எப்பேர் பட்ட மனசு...

அவள் மட்டும் சரியான முடிவை எடுக்களைனா என் பையன் வாழ்க்கை சிக்கிச் சின்னா பின்னமாகி இருக்கும் என்று நினைத்துக் கலங்கிப் போனார்..

அதே நேரம் வசந்தியுடன் உள்ளே வந்த சந்திரா, "சொல்லு வசந்தி என்ன நடந்துச்சுனு" என்று அதட்டினாள்..

வசந்தி பயத்துடன் நடந்ததைச் சொன்னவள், "இனி சத்தியமா பிரபா பக்கம் கூடத் திரும்பிப் பார்க்க மாட்டேன்" என்று சொல்லி அழுதாள்..

"சரி நீ போ" என்று சொல்லி அனுப்பினாள் சந்திரா, அவள் விட்டால் போதும் என்று ஓடியே விட்டாள்..

"பார்த்தியா? என் நம்பிக்கை தானே ஜெயித்தது பிரபா இனி யாரையும் தவறான ஒரு எண்ணத்துல பார்க்க மாட்டான்.. நீ அவசரப்பட்டு வார்த்தைய விட்டுட்டியேடி" என்று ஆதங்கப்பட்டாள்..

அப்போது லஷ்மி வந்து, "சந்திரா" என்று அவள் கையைப் பிடித்துக் கொண்டாள்.. "நீ என் வீட்டுக்கு விளகேத்த வந்த தெய்வம்" என்று கண்ணீர் மல்க சொன்னார்..

"அண்ணி உங்க குடும்பம் வேற என் குடும்பம் வேறன்னு பிரிச்சுப் பார்க்கறீங்களா?.. இப்ப எதுக்கு அழறீங்க எல்லாம் சரியாகிடும்" என்று ஆறுதல் சொன்னாள்..

"பாரதி இந்தச் சண்டை அதிக நாள் நீடிக்க கூடாது என்ன செய்வியோ தெரியாது சீக்கிரமா பிரபா பழையபடி பேசனும் அது உன் பொறுப்பு" என்று சொன்னவள், "வாங்க அண்ணி" என்று சொல்லி லஷ்மியை அழைத்துக் கொண்டு கீழே சென்றாள்..

பாரதி செய்வதறியாது அப்படியே கட்டிலில் ஓய்ந்து போய் அமர்ந்தாள்.. இரவு அவன் வந்ததும் எப்படியாவது சமாதானப்படுத்திரனும், எப்படி என்ன சொன்னால் சமாதானம் ஆவான் என்று ஒத்திகை பார்த்துக் கொண்டிருந்தாள்..

பின் குளித்து தலை வாரிக் கொண்டு பூ வைத்தால் நல்லாயிருக்குமே என்ற நினைவு வர இவ்வளவு நாள் கேட்பாரற்றுக் கிடந்த ஜாதிச் செடியில் போய் மொக்கை பறித்து வந்தாள்..

"அம்மா இதைக் கட்டிக் கொடு" என்று டீவி பார்த்துக் கொண்டிருந்த தாயிடம் கொடுத்தாள்..

அவளோ மகளை ஏற இறங்கப் பார்த்து விட்டு, "எனக்கு வேலை இருக்கு" என்று எழுந்து சென்றாள்..

லஷ்மி, "போய் நூல் எடுத்து வாம்மா நான் கட்டி தரேன்" என்றார்..

"சரிங்க அத்தை" என்று துள்ளிக் குதித்து ஓடினாள்.. நூல் எடுத்து வந்து கொடுத்து மாமியார் பூ கட்டிக் கொடுத்ததை ஆசையாக வைத்துக் கொண்டு கணவனுக்காகக் காத்துக் கொண்டிருந்தாள்..

இங்கிருந்து கிளம்பிய பிரபாவிற்கு எங்கே செல்வது என்று தெரியவில்லை.. நிச்சயம் மில்லுக்குப் போகும் மனநிலையில் அவன் இல்லை..

அதனால் தனிமையை நாடி வெகு தொலைவில் இருந்த அருவிக்கரைக்கு வந்து சேர்ந்தான்..

பரந்து விரிந்த அந்த மலைக் குன்றில் நின்று கொண்டு ஆர்ப்பரித்து விழும் அருவியையே வைத்த கண் எடுக்காமல் பார்த்துக் கொண்டிருந்தான்..

மனதில் வேதனை மண்டிக்கிடந்தது, எனக்கு மட்டும் ஏன் இப்படி எல்லாம் நடக்குது... உயிராய் நேசித்த மனைவி கர்ப்பமாக இருக்கும் போது எவ்வளவு சந்-

தோஷமாக இருக்கும்..

எனக்கும் அப்படித் தானே இருந்துச்சு, எவ்வளவு ஆசையாக போனேன் எப்படி எல்லாம் சுடு சொற்களை அள்ளித் தெளித்து அனுப்பி விட்டாளே!!

வெறும் தேக சுகத்தைச் சுவைத்திருந்த எனக்கு ஆத்மார்த்தமான சுவையை அறியவைத்தவள் எப்படி என்னை நம்பாமல் போனாள்..

தவறு செய்தேன் தான் இல்லை என்று மறைக்கவில்லையே!! ஆனால் திருந்திய பிறகு ஏன் தண்டனை கொடுத்தாள்.. நான் செய்த தவறே என் வாழ்க்கையை நரகமாக்கி விடுமா?..

ஏன் தான் அப்படி ஒரு தவறைச் செய்து தொலைச்சேனோ என்ற வேதனைப் பட்டுப் போனான்..

அங்கிருந்த இதமான காற்று கண்ணுக்கெட்டிய தூரம் வரை பசுமைப் போர்வையைப் போர்த்தியிருந்த மலைக் குன்றுகள், பார்த்தவுடன் நம் மனதில் பசக்கென்று ஒட்டிக் கொள்ளும் இயற்கை அழகு, இவை எதுவும் அவன் கருத்தைக் கவரவில்லை மனதையும் குளிர்விக்கவில்லை..

எரிமலையாக குமுறிக் கொண்டிருந்த மனதை எப்படி அணைப்பது என்று தெரியாமல் தவித்துக் கொண்டிருந்தான்..

அவன் அப்படியே நின்றாலும் நேரமும் காலமும் நிற்குமா? இருள் பரவத் தொடங்கியது.. இனி இங்கே இருக்க முடியாது வீட்டுக்கும் போகப் பிடிக்க வில்லை என்ற கேள்வி வர, பேசாம இன்னைக்கு மில்லுலையே படுத்துக்க வேண்டியது தான்..

வீட்டுக்குப் போனால் இருக்கும் கோபத்தில் அவளை எதாவது சொல்லிடுவேன் என்று நினைத்தவன், ஆழ்ந்த பெருமூச்சை இழுத்து விட்டுத் தன் மன உஷ்ணத்தை வெளியேற்றியவன் அங்கிருந்து கிளம்பினான்..

அவன் மில்லுக்குச் செல்லும் போதே இரவு ஒன்பதரை ஆகியிருந்தது.. வீட்டுக்குப் போன் பண்ணிச் சொல்லிடலாம் என்று நினைத்தவன், மாமியாருக்கே போன் பண்ணிச் சொன்னான்..

அவளோ வாசலையே பார்த்துக் கொண்டிருக்கும் மகளைப் பார்த்து விட்டு, "பிரபா இதென்ன புதுப் பழக்கம் சண்டை வந்தால் வீட்டுக்கு வரமாட்டியா? இது தான் பிரச்சனையைத் தீர்க்கும் முறையா?" என்று கடிந்து கொண்டாள்..

"தீர்க்க கூடிய பிரச்சனையை நான் பண்ணலையே அத்தை, என் ஆயுசுக்கும் என்னைச் சுட்டெரிக்கப் போகுது.. பேசாம நீங்க எனக்குப் பாரதியத் தரமாட்டேன்னு சொல்லி இருக்கலாம்..

அவளாவது வேற யாரையாவது கல்யாணம் பண்ணி சந்தோஷமா வாழ்ந்திருப்பா.. காதலிச்சா மட்டும் போதுமா? காதலி எதை எதிர்பார்ப்பான்னு தெருஞ்சு நடந்துக்கத் தெரியலையே!!" என்று புலம்பிக் கொண்டிருந்தான்..

"ஏன் உனக்கு என்ன குறைச்சல் எனக்குக் கிடைச்ச மாதிரி மருமகன் ஊருல யாருக்கும் கிடைச்சிருக்க மாட்டாங்க.. நீ மருமகனா கிடைக்க நான் குடுத்து வெச்சிருக்கனும் பிரபா..

விவரம் தெரியாதவ எதாவது உளரினா அது உண்மையாயிருமா?. உன்னைப் பத்தி கல்யாணத்துக்கு முன்னையே எனக்குத் தெரியும்.. இருந்தாலும் உன் மேல நம்பிக்கை வெச்சுப் பொண்ணைக் கொடுத்தேன்..

அந்த நம்பிக்கைய நீ எப்பவும் காப்பாத்துவேன்னு எனக்கு நம்பிக்கை இருக்கு பிரபா.. உன்னை எந்த சூழ்நிலையிலும் நான் சந்தேகப் படமாட்டேன், இதை என் பொண்ணும் போகப் போக புருஞ்சுப்பா நீ கவலைப்படாம வீட்டுக்கு வா" என்றாள்..

"நீங்க பேசறது எனக்கு எவ்வளவு ஆறுதலா இருக்கு தெரியுமா? இதே மாதிரி பாரதியும் புருஞ்சுப்பாளா? அத்தை" என்று ஏக்கமாக குழந்தை போலக் கேட்கும் மருமகனுக்கு நம்பிக்கை அளிக்கும் விதமாகப் பேசினாள்..

"சரி அத்தை நீங்க போய் தூங்குங்க நான் காலையில வரேன் இப்பக் கொஞ்சம் தனியா இருக்கனும் போல இருக்கு" என்றான்..

சரி விட்டுப் பிடிப்போம் என்று நினைத்தவள், "சரி பிரபா காலையில வந்துரு கண்டதையும் யோசிக்காம தூங்கு வாரிசு வர்ர நேரம் எல்லாம் சரியாகிடும்" என்றாள்..

அதைக் கேட்டதும் அவனுக்குள் ஒரு மென்மை பரவ, "சரிங்க அத்தை" என்று சொல்லி விட்டு போனை வைத்தான்..

போனை வைத்து விட்டு பெருமூச்சு விட்ட சந்திரா, ஆசையாக வாசலையே பார்த்துக் கொண்டிருக்கும் மகளுக்கு எப்படி சொல்வது என்று நினைத்துக் கொண்டே சென்றாள்..

மாமியாரும் மருமகளும் பேசிக் கொண்டிருக்க அங்கே சென்ற சந்திரா, "பாரதி பிரபாவுக்கு மில்லுல வேலை இருக்காம் காலையில வரேன்னு சொன்னான் உன்னைத் தூங்கச் சொன்னான்" என்றாள்..

அவள் கோபத்துடன், "அதை என்கிட்டத் தானே சொல்லி இருக்கனும் இவ்வளவு நாளா இல்லாத வேலை இப்ப மட்டும் எங்கிருந்து வந்துச்சு" என்று கேட்டுக் கொண்டே தன் அறையை நோக்கிச் சென்றாள்..

பேச பேச அறைக்குச் செல்லும் மகளை யோசனையுடன் பார்த்துக் கொண்டே, "நீங்க போய் தூங்குங்க அண்ணி" என்று அவளை அனுப்பி விட்டு சந்திராவும் தன் அறைக்குச் சென்று விட்டாள்..

24

அத்தியாயம் 24

தன் அறைக்குச் சென்ற பாரதி அஸ்வினுக்கு போன் பண்ணி வரச் சொன்னவள், கீழே சென்று தன் அம்மாவிடம், "நானும் மில்லுக்குப் போறேன்" என்றாள்..

மகளை வியப்புடன் பார்த்தவள், "நீ இப்ப எதுக்குடி அங்க போற அதுவும் இந்த மாதிரி சமயத்துல அவனே காலையில வந்துறேன்னு சொன்னான்ல நீ பேசாம போய் படுத்துத் தூங்கு" என்றாள்..

"அம்மா நான் அஸ்வினை வரச் சொல்லிட்டேன் நீ வந்து கதவைத் தாழிட்டுக்க" என்று சொல்லிவிட்டு வெளியேறிய மகளை எதுவும் சொல்ல முடியாமல் பின் தொடர்ந்தாள்..

அஸ்வின் வெளியே பைக்குடன் நிற்கவும், "பார்த்துக் கூட்டிப் போ அஸ்வின் உன்னோட பிரண்ட் கர்ப்பமா இருக்கா" என்றாள் முன்னெச்சரிக்கையாக..

"அப்படியா?" என்று சந்தோஷத்துடன் பைக்கை நிறுத்தி விட்டு, "இதை ஏன் நீ சொல்லவே இல்லை" என்று தன் தோழியைக் குற்றம் சாட்டிக் கேட்டான்..

"நம்ம பிரண்ட்ஸ் எல்லாரையும் வீட்டுக்கு வரச் சொல்லி சொல்லலாம்ன்னு இருந்தேன் அதுக்குள்ள எங்கம்மா அவசரப்பட்டுடாங்கடா..

இப்ப அதுவா முக்கியம் நீ பைக்க எடு" என்று அவசரப்படுத்தினாள்.. கணவனைப் பார்க்கும் ஆவல் அவள் மனதில் தளும்பி இருந்தது..

அவளை முறைத்துக் கொண்டே வண்டியை ஸ்டாட் பண்ணியவன், சந்திராவிடம் சொல்லி விட்டு தன் தோழியை அழைத்துக் கொண்டு கிளம்பினான்..

அவர்கள் மில்லுக்கு வந்து சேர அரை மணி நேரம் பிடித்திருந்தது.. அஸ்வின் ரொம்ப மெதுவாக ஜாக்கிரதை உணர்வுடன் வண்டியைச் செலுத்திக் கொண்டிருந்தான்..

மில்லுக்கு வந்து சேர்ந்ததும் கேட் உள் பக்கம் பூட்டியிருக்க கேட்டைத் தட்டினாள்..

"அவ்வளவு தூரம் காது கேட்காது போன் பண்ணு பாரதி" என்றான் அஸ்வின்..

பாரதி போனை எடுத்து கணவனுக்குக் கால் பண்ணினாள்.. அவளுக்கு எடுப்பானா இல்லை என் மேல இருக்கற கோபத்துல எடுக்காம விட்டிருவானா? என்ற யோசனையுடனே இருந்தாள்..

அப்பொழுது தான் படுத்தவன் போன் அழைக்கவும் யார் என்று எடுத்துப் பார்த்த பிரபா, எடுக்கலாமா? வேண்டாமா? ஏன் இந்த நேரத்துல கூப்பிடறா?..

பேசறதையும் பேசிட்டு போன் வேற பண்றாளா? என்ற கோபம் வர, அவள் இப்பொழுது தன் குழந்தையைச் சுமந்து கொண்டிருப்பது ஞாபகம் வந்து அவனை இளக வைத்தது..

போனை எடுத்தவன் எதுவும் பேசாமல் இருக்க, "கேட்டை வந்து திறடா" என்றாள்..

வியப்புடன், "எந்தக் கேட்டை திறக்கறது" என்று கேட்டான்..

"நீ எங்க இருக்கயோ அந்தக் கேட்டைத் தான்" என்றாள் மறுபடியும்..

அவன் நம்பமுடியாமல் என்னைத் தேடி இங்கயே வந்துட்டாளா? என்று நினைத்தவனுக்கு, ஒரு நிமிஷம் அவனுடைய மனசு குற்றால அறுவியில் குளித்தது போல் குதியாட்டம் போட்டது..

அதை எல்லாம் மறைத்துக் கொண்டு உடம்பை விரைப்பாக வைத்துக் கொண்டு கேட்டை திறக்கச் சென்றான்..

கேட்டைத் திறந்தது தான் தாமதம் வந்து அவன் சட்டையைக் கொத்தாக இழுத்துப் பிடித்துக் கொண்டாள்..

அதில் பிரபா அஸ்வின் இருவருமே அதிர்ச்சியாகப் பார்த்துக் கொண்டிருக்க, "ஏண்டா நான் வீட்டில் இருக்கும் போது உனக்கு இங்க என்ன வேலை.. நீ தனியா இங்க வந்து படுக்கறக்கு என்னை எதுக்கு கல்யாணம் பண்ணிட்ட" என்று கேட்டு சட்டையை இன்னும் இறுக்கிப் பிடித்தாள்...

மனைவி அஸ்வின் முன்னே இப்படி செய்ததில் சங்கடப்பட்டுப் போனவன், அடிக்கண்ணால் அஸ்வினைப் பார்த்தான்..

அவனும் அதே சங்கடத்துடன் அவர்களைப் பார்த்தும் பார்க்காத மாதிரி நின்றிருந்தான்.. பாவம் பிரபா அண்ணா எப்படி ஊருக்குள்ள சிங்கம் மாதிரி சுத்திட்டு இருந்தார், இப்ப இந்த கொசுகிட்ட மாட்டிகிட்டு படாத பாடு படுறாரு என்று மனதிற்குள் நினைத்தவனுக்கு மெல்லப் புன்னகை அரும்பியது..

அதைப் பார்த்த பிரபா இவனெல்லாம் சிரிக்கற அளவுக்கு நம்ம நிலமை ஆகிவிட்டதே என்று நினைத்தவன், "ஏய் கையை எடுடி அஸ்வின் நிற்கிறான் இப்படித் தான் பண்ணுவியா?" என்றான் அடிக்குரலில்..

திரும்பி அவனைப் பார்த்து விட்டு, "நீ இன்னும் போகலையாடா? புருஷன் பொண்டாட்டி சண்டைய வேடிக்கை பார்த்துட்டு இருக்க வெக்கமா இல்லை" என்று அவனையும் காய்ச்சினாள்..

"நீ அண்ணாகிட்ட போடற சண்டைய பார்க்க நல்லா இருக்கு, இன்னும் கொஞ்ச நேரம் பார்த்துட்டுப் போறேனே!! அடுத்து என்ன பண்ணுவ" என்றான் ஆர்வம் ததும்பும் குரலில் அவளிடம் கேலியாக..

அவனை முறைத்தவள், "அடுத்து என்ன பண்ணுவேன்னு உனக்குத் தெரியனுமா?" என்றவள், வேண்டுமென்றே கணவனை இறுக தழுவிக் கொண்டவள் முகமெல்லாம் முத்த மழை பொழிய, அஸ்வின் விட்டால் போதுமென்று பைக்கை எடுத்துக் கொண்டு பறந்து விட்டான்..

அந்த பயம் இருக்கட்டும் என்று சிரித்தவள், "நீ உள்ள வா உன்னைக் கவனிச்சுக்கிறேன்" என்று கணவனை இழுத்துச் சென்றாள்..

பிரபாவிற்கோ வெக்கத்தில் முகம் முழுவதும் ஒரு மாதிரி ஆகியது.. அவன் முன்னாடி இப்படி பண்ணியிருக்காளே அவன் போய் எல்லார்கிட்டையும் சொல்வானே!!..

எப்படி அவங்க முகத்தில் விழிப்பேன் என்று வெக்கமாக இருந்தாலும், மனைவி கொடுத்த ஒவ்வொரு இதழொற்றமும் தேனில் விழுந்த பலாபலத்தைச் சுவைப்பது போல் அவ்வளவு தித்திப்பாக இருந்தது..

"இருடி கேட்டைப் பூட்டிட்டு வரேன்" என்றவன், அவளிடம் இருந்து விலகி கேட்டைப் பூட்டி விட்டு உள்ளே சென்றான்..

அதுவரை ஆர்ப்பரித்துக் கொண்டிருந்தவளுக்கு இப்பொழுது அவளையும் அறியாமல் தயக்கம் வந்து ஒட்டிக் கொண்டது..

என்ன சொல்வானோ கோபத்தில் எதாவது திட்டிருவானோ எப்படி அவனை சமாதானப்படுத்துவது இப்படி பல யோசனைகளுடன் அவன் பின்னே சென்றாள்..

உள்ளே சென்றதும், "இப்ப எதுக்கு இங்க வந்த உன்னை யார் வரச் சொன்னது.. வீட்டில் என்னைத் திட்டியது பத்தலைன்னு இங்கயும் திட்டிட்டுப் போக வந்தையா?" என்றான் கடுகடுவென்று முகத்தை வைத்துக் கொண்டு..

"அது வந்து தெரியாம பேசிட்டேன் என்னை மன்னிச்சிரு" என்று தயங்கித் தயங்கி சொன்னாள்..

அவள் சொன்ன விதம், சொல்லும் போது படபடத்த விழிகள், சூடேறிய கன்னம் இப்படி பலவும் அவனை வசமிழக்கச் செய்தது..

ஆனால் இப்பச் சமாதானம் ஆக வேண்டாம், பொங்கல் முடியட்டும் கோபத்தில் இருந்தாலாவது அவளைப் பிரிந்து இருக்க முடியும்... இல்லைனா இவளைக் கிட்டே வைத்துக் கொண்டு பூ மிதிக்க பத்தியம் காக்க முடியாது என்ற முடிவுக்கு வந்தவன்..

"நீ சட்டுனு பேசிட்ட ஆனால் என் மனசில் விழுந்த அடியை அவ்வளவு சீக்கிரமா மறக்க முடியுமா? கொஞ்ச நாள் போகட்டும் தானா எல்லாம் சரியாகிடும்..

இதை எல்லாம் நீ மனசுல போட்டுக் குழப்பிக்காம எப்பவும் சந்தோஷமா மனசை வெச்சுக்க.. அப்பத் தான் குழந்தையும் ஆரோக்கியமா இருக்கும்" என்றான்.. மனைவியின் மனசில் எந்த விதத்திலும் துளி வருத்தம் கூட வந்திரக் கூடாது என்பதில் தெளிவாக இருந்தான்..

அவளுக்குக் கணவன் சமாதானம் ஆகவில்லை என்பதில் வருத்தம் இருந்தாலும், அவன் இவ்வளவு சாந்தமாகப் பேசியதே போதுமானதாக இருந்தது..

தப்பே செய்யாதவனை நான் பேசிய பேச்சிற்கு அவன் மனசு எவ்வளவு காயப்பட்டிற்கும் என்பதை அவளால் புரிந்து கொள்ள முடிந்தது..

மேற்கொண்டு அவனிடம் என்ன பேசுவது என்று தெரியாமல் நின்றிருந்த மனைவியைப் பார்க்கும் போது, அவனுக்கு வருத்தமாக இருக்க, "வா தூங்கலாம்" என்று கட்டிலில் போய் படுத்தான்..

அது கயிற்றுக் கட்டில் ஒருவர் மட்டும் படுக்கும் படியாக கட்டில்.. அவன் மதிய சாப்பிட்ட பிறகு கொஞ்ச நேரம் இளைப்பாற வாங்கி போட்டிருந்தான்..

அதில் அவன் படுத்துக் கொள்ள அவள் எங்கே படுப்பது என்பது போல் பார்த்துக் கொண்டிருக்க, "வா" என்று கை நீட்டினான் பிரபா..

அவனிடம் தஞ்சம் புகுந்தவளை மீதி இருக்கும் கொஞ்ச இடத்தில் படுக்கச் சொல்லி அவளைத் தன் மேலே போட்டுக் கொண்டான்..

பாவையவளுக்குக் கணவன் மார்பில் துயில் கொள்ளக் கசக்குமா? என்ன? மனதில் அலைபாய்ந்து கொண்டிருக்கும் எண்ணத்தை விரட்டி விட்டு உறங்க முயற்சித்தாள்..

அவனுக்கு இவ்வளவு நேரம் இருந்த மனவருத்தமெல்லாம் மறைந்து, லேசான மனதுடன் இருந்ததால் சடுதியில் உறங்கி விட்டான்..

ஹாஸ்டல் அறையில் இயற்கை உபாதைக்காக எழுந்த ஜோதி படித்துக் கொண்டிருந்த ஜோதியைப் பார்த்துவிட்டு மணியைப் பார்த்தால் அது பணிரண்டைக் காட்டவும்,

"சத்தியமா சொல்றேன்டி உன்னை மாதிரி ஒரு பிறவி இந்த உலகத்திலேயே இருக்காது, காலேஜ் பேரைக் கெடுக்கனும்னே வந்திருக்கியா" என்று ஆதங்கத்துடன் பொங்கினாள்..

வானதிக்கு ஒன்றும் புரியாமல் திருதிருவென்று விழித்தவள், "நான் எப்படி காலேஜ் பேரைக் கெடுத்தேன்" என்று அப்பாவியாக கேட்டாள்..

"பின்ன நீ என்னமோ பிளஸ்டூ பப்ளிக் எக்ஜாமுக்குப் படிக்கற மாதிரி இப்படி விடிய விடிய படிக்கறையே!! காலேஜ்னாலே ஜாலியா இருக்கலாம், எப்ப வேணாலும் நம்ம இஷ்டத்துக்குப் படுச்சுக்கலாம் இப்படி எல்லாம் அதுக்குன்னு ஒரு முகம்

இருக்கு..

காலேஜ் சேர்ர யாராவது உன்னைப் பார்த்தால் ஐயோ அங்கயும் போய் படிக்கனுமான்னு பயப்படமாட்டாங்க" என்றாள் ஆதங்கத்துடன்..

வானதி முகத்தில் புன்னகை வந்து ஒட்டிக் கொள்ள, "உன்னை என்ன செய்யறேன் பார் நானே என்னமோ ஏதோன்னு பயந்துட்டேன் போடி" என்றாள்..

ஜோதியும் சிரிப்புடன் குளியலறைக்குச் சென்று தன் வேலையை முடித்துக் கொண்டு வந்தவள், "காலையில படிக்கலாம் எடுத்து வைடி" என்றாள்..

"இன்னும் கொஞ்சம் தான்டி இருக்கு முடுச்சுட்டுப் படுத்துக்கறேன் நீ போய் தூங்கு" என்றாள் வானதி..

"இப்பத் தான் உனக்கு ஆங்கிலம் நல்லாவே வருதல்லடி அப்பறம் எதுக்கு இந்தப் புத்தகத்தை இப்படி விடிய விடிய வெச்சுட்டு உட்கார்ந்திருக்க" என்றாள்..

"இன்னும் கொஞ்சம் படித்தால் எனக்கே கொஞ்சம் தைரியமா இருக்கும்டி இப்ப எங்கே தப்பா பேசிருவேனோன்னு பயமா இருக்கு" என்று தன் மனதிலிருப்பதைச் சொன்னாள்..

"சரிடி ரொம்ப நேரம் விழிச்சிருக்காம சீக்கிரமா தூங்கர வழியப் பாரு" என்று சொல்லி விட்டுத் தன் படுக்கைக்குச் சென்றவள், "ஆமா உன்னைக் கேக்கனும்னு நெனைச்சேன் பைனல் இயர் படிக்கற விக்ரம் உன் கூட இரண்டு மூன்று முறை பேசறதப் பார்த்தேன் என்ன விஷயம்டி..

காலேஜ்ல நிறையப் பேர் அவன் நம்மகிட்ட பேசமாட்டானான்னு ஏங்கிட்டு கிடக்கறாங்க, அவ்வளவு சீக்கிரமா யாருகிட்டயும் பேசாதவன் உன்கிட்ட மட்டும் எப்படிப் பேசறான்" என்று வியப்புடன் கேட்டாள்..

"அப்படி ஒன்னும் தெரியலையே அவங்க நல்லா ஜாலியாகத்தான் பேசறாங்க, அவங்களைப் போய் பேசமாட்டாங்கன்னு சொல்றையேடி" என்றாள் வானதி..

"நிஜமாதான்டி சொல்றேன் அவன் மாணவத் தலைவன் வேற, அது இல்லாம டீச்சர்ஸ் சார் எல்லாம் இவனைத் தான் எதுக்கெடுத்தாலும் கூப்பிடுவாங்க, இந்த காலேஜ்க்கே அவன் ஹீரோ..

அப்படிபட்டவன் உன்கிட்ட பேசினதால உன்னையும் நிறையப் பேருக்கு தெருஞ்சிருக்கு, என் வகுப்புல படிக்கறவங்களே கேட்டாங்க.. விஷயமில்லாம அவன் பேசமாட்டான் என்ன விஷயம்டி எதாவது காதலா இருந்தால் என்கிட்டச் சொல்லிருடி" என்றாள்..

"ஏய் உளறாம படுடி காதலாம் கத்தரிக்காயாம், நான் அத்தனை கிலோமீட்டர் தூரத்துல இருந்து என் குடும்பத்தைப் பிரிஞ்சு காதலிக்கத் தானே வந்தேன்" என்றாள் எரிச்சலுடன்..

"நீ காதலிக்களைனா அவனும் காதலிக்க மாட்டான்னு அர்த்தமில்லை" என்று தனக்குத் தானே சொல்லிக் கொண்டு படுக்கையில் விழுந்தாள் ஜோதி..

வானதி அவளை முறைத்து விட்டுப் படிக்க ஆரம்பித்தவளுக்கு, படிப்பில் கவனம் செல்ல வில்லை.. இவ சொல்ற மாதிரி இருக்குமோ என்று யோசிக்க ஆரம்பித்தாள் அந்த அப்பாவிப் பெண்..

விடியக் காலையில் தூக்கம் தெளிந்து எழுந்த பிரபாவிற்கு தன் மேல் குழந்தை போல் உறங்கிக் கொண்டிருக்கும் மனைவியைப் பார்த்ததும், தன்னையுமறியாமல் மனதில் ஒரு துள்ளல் ஏற்பட்டது..

அவள் நெற்றி முடியை ஒதுக்கி விட்டு தன் அதரத்தை அங்கே பதித்தவன் எழுந்திருக்க முயற்சித்தான்..

அவளுடைய இறுகிய அணைப்பில் அவனால் எழ முடியாமல் போக அவளின் தேக உரசலில் அவன் தேகமும் பதில் தரத் துடித்தது..

இவளைக் கிட்டே வைத்துக் கொண்டு நான் எப்படி பொங்கலைக் கடக்க முயற்சிப்பேன்னு தெரியலையே!! இப்படிப் படுத்தறாளே என்னைச் சோதிக்கன்னே வந்திருப்பாளோ என்று புலம்ப ஆரம்பித்தான்..

அவன் நெளிந்ததில் அவளுக்கும் விழிப்பு வர, சோம்பல் முறித்துக் கொண்டே எழுந்தவள், "வீட்டுக்குப் போனால் தான் காபி சாப்பிட முடியுமா?" என்று சிணுங்கலுடன் கேட்டாள்..

"இங்கயே குடிக்கலாம்டி ஆனால் பால் இல்லாத கருப்புக் காபி தான் கிடைக்கும் பரவாயில்லைனா? சொல்லு போட்டுத் தரேன்" என்றான்..

"சரி அதையாவது கொடு வயித்துக்குள்ள உன் பிள்ளை உருட்டறான்" என்றாள் பசியில்..

அவள் சொன்னதில் சிலிர்த்துப் போனவன் அவளுடைய அடி வயிற்றில் கைவைத்து அதை உணர முயற்சித்தான்.. அவன் கண்கள் தானாக மூடிக் கொள்ளத் தன் குழந்தை என்ற உணர்வே அவனை மெய்மறக்கச் செய்தது..

"டேய் உன் பிள்ளையக் கொஞ்சினது போதும் எனக்கு எதாவது கொடுடா" என்று சண்டைக்கு நின்ற மனைவியப் பார்த்து மெல்லப் புன்னகைத்தவன், அவள் இதழைப் பிடித்து இழுத்துக் கிள்ளியவன் காபி போடச் சென்றான்..

இதழின் லேசான வலியில் அதைத் தேய்த்துக் கொண்டவள் அவன் பின்னே சென்றாள்..

பிரபா வேலை செய்யும் ஆட்கள் காபி போட வைத்திருந்த பாத்திரத்தை எடுத்து இருவருக்கும் காபி போட்டு மனைவியிடம் ஒன்றைக் கொடுத்து விட்டு அவன் ஒன்றை எடுத்துக் கொண்டான்..

காபியைச் சுவைத்து விட்டு, "நல்லா தான் காபி போடற" என்றாள் கேலியாக..

"ஏண்டி நல்லா இல்லையா? எல்லாம் சரியாத்தானே போட்டேன்" என்றான்..

"உண்மையாலுமே நல்லாயிருக்குன்னு தான்டா சொன்னேன் வீட்டுக்குப் போகலாமா? இங்க வேலை இருக்கா?"..

"இப்ப ஆளுங்க வருவாங்கடி நெல் மூட்டையப் பிரிச்சுக் கொட்ட, அவங்க வந்ததும் போகலாம்.. நீ போய் கொஞ்ச நேரம் படுத்திரு வந்து கூட்டிப் போறேன்" என்றவன் காபியைக் குடித்து விட்டுத் தன் வேலையைப் பார்க்கச் சென்றான்..

வேலை ஆளுங்க வந்ததும் அவர்களுக்கு சில வேலைகளை சொல்லி விட்டு மனைவியிடம் சென்று, "போகலாம் வா" என்றழைத்தான்..

"அதுக்குள்ள வேலை முடுஞ்சுதா அப்பறம் எதுக்கு பொழுதுக்கும் இங்க வந்து கிடையா கிடக்கற" என்று வம்பிழுத்துக் கொண்டே அவன் பின்னே சென்றாள்..

"கிட்ட இருந்து பார்க்கனும்டி இல்லைனா தொழில் படுத்திரும், ஆளுங்க இருக்காங்கன்னு அசால்டா விட்டால் நஷ்டம் நமக்குத்தான்" என்றவன் மனைவிக்கு கார் கதவைத் திறந்து விட்டான்..

மகாராணி போல அதில் அமர்ந்து கொண்டாள் அவன் வந்து காரை இயக்கவும் இருவரும் வீடு வந்து சேர்ந்தார்கள்..

சந்திரா காலை உணவைச் செய்து கொண்டிருந்தவளுக்குக் கொஞ்சம் படபடப்பாகவே இருந்தது.. இருவரும் சமாதானம் ஆகியிருப்பாங்களா? இல்லை பிரச்சனை பெருசாகியிருக்குமா? என்று யோசனையுடனே இருந்தவருக்கு இருவரையும் பார்த்த பிறகு தான் நிம்மதியே வந்தது..

"பிரபா காபி கொண்டு வரட்டுமா?" என்றார்..

"நாங்க மில்லுலையே குடுச்சுட்டோம் அத்தை, நீங்க சமையல் வேலையப் பாருங்க" என்றவன் மனைவியுடன் தன் அறைக்கு வந்து கட்டிலில் விழுந்தான்..

"என்னடா இப்படி புரல்ற" என்றாள்..

"ஒரே பக்கமா படுத்திருந்ததில் இடுப்பு புடுச்ச மாதிரி இருந்தது.. இப்படிப் படுத்ததும் தாண்டி நல்லாயிருக்கு.. அந்தக் கட்டில் ரொம்பவும் சின்னதுடி ரெண்டு பேர் அதுல படுத்துத் தூங்கறதெல்லாம் ரொம்பக் கஷ்டம்" என்றான்..

"எனக்கு அந்தக் கட்டில் தாண்டா பிடிச்சிருந்துச்சு அதே மாதிரி ஒன்னு வாங்கி நம்ம ரூம்ல போட்டுக்கலாமா?" என்று வெக்கத்துடன் கேட்ட மனைவியைப் பார்த்தவனுக்கு மனசு ரெக்கை இல்லாமலே பறக்க ஆரம்பித்தது..

"அதை விட சூப்பரா ஒரு கட்டில் செய்யச் சொல்றேன் அடுத்த வாரமே அந்தக் கட்டில் இந்த அறையை அலங்கரிக்கும்" என்றவன், இதற்கு மேல் இங்கே நின்றாள் என் விரதத்தை இவ கெடுத்து விட்ருவா என்று பயத்துடன் குளியலறைக்குள் ஓடி விட்டான்..

அதைப் பார்த்துச் சிரித்தபடியே தனக்கு மாற்று உடை எடுக்கச் சென்றாள் பாரதி..

25

அத்தியாயம் 25

கல்லூரிக்குள் நுழைந்ததும், "என்னம்மா இன்னைக்கு லேட்டா வர" என்று இயல்பாகக் கேட்டுக் கொண்டு அவள் முன்பு வந்து நின்ற விக்ரமிடம், "தூங்கிட்டேன்" என்று சொன்னவளுக்குத் தன் தோழி சொன்னது ஞாபகம் வந்தது..

அவன் விழியை நேருக்கு நேராக பார்த்துப் பேசியவளுக்கு அவன் விழியில் தெரிந்த தடுமாற்றம் அவளுக்கு எதையோ உணர்த்த, அவனை இன்னும் ஆழமாக கவனிக்க ஆரம்பித்தாள்..

அவன் பேசியது நடந்து கொண்ட விதம் எல்லாம் அவனின் காதலைப் பறைசாற்றியது, அவன் முதல் முதலாக தன்னிடம் வந்து பேசியதும் ஞாபகம் வந்தது..

அன்று வகுப்பில் அவளைக் கேலி செய்ததால் வேதனையுடன் தனிமையில் மரத்து நிழலில் அமர்ந்திருந்தாள்..

அப்போது எங்கிருந்து பார்த்தானோ அருகில் வந்தவன், "என்னமா வகுப்புக்குப் போகலையா? இங்க வந்து உட்கார்ந்திருக்க" என்று கேட்டான்..

அவளும் தன் வகுப்பு தான் போல நாம தான் இவனைப் பார்க்கலையோ என்று நினைத்தவள், "அதான் நீங்க எல்லாம் எனக்கு இங்கிலீஷ்ல பேசத் தெரியலைன்னு கிண்டல் பண்றீங்க, கூடிக் கூடிப் பேசறீங்க அப்பறம் எப்படி என்னால நிம்மதியா அங்க இருக்க முடியும்" என்றாள்..

அதைக் கேட்பதற்குள்ளாகவே அவள் விழியில் நீர் திரண்டிருந்தது..

"இதான் விஷயமா? அவங்களும் இங்கிலீஷ் தெரியாம வந்தவங்க தான், நாலு புத்தகத்தை வாங்கிப் படுச்சால் தானே வரப் போகுது" என்றவன், அடுத்த நாளே அவளுக்கு ஆங்கிலம் கற்கத் தேவையான புத்தகத்தை வாங்கிக் கொடுத்தான்..

அதை வாங்கிக் கொண்டவள் அவனுக்கு நன்றி சொல்லி பணத்தைத் தர வாங்க மறுத்தான்..

அவள் வற்புறுத்தவும், "நான் இந்தக் கல்லூரித் தலைவன் இங்கே படிக்கும் ஒவ்வொருவர் குறைகளையும் நிவர்த்தி செய்வது என் கடமை" என்று சொல்லும் போது தான் அவன் தன் வகுப்பு இல்லை என்றே தெரிந்து கொண்டாள்..

பைனல் இயர் படிப்பவன் தன்னை மதித்து தன் மனவேதனையைப் பங்கு கொண்டதில் அவன் மேல் ஒரு மரியாதை வர, இருவரும் தோழமையுடன் பழக ஆரம்பித்தார்கள்..

இவர்களின் நட்பு இப்படித் தான் ஆரம்பித்தது.. இன்று உரிமையுடன் பேசிக் கொள்ளும் அளவிற்கு வந்து நிற்கிறது..

அவன் தன்னை காதலிப்பதை உணர்ந்து கொண்டவளுக்கு அதை எப்படி அவனிடம் மறுப்பது, அவன் மனசு நோகாமல் எப்படி புரிய வைப்பது என்று யோசித்தவள், "விக்கி இன்னைக்கு மதியம் என் கூடச் சாப்பிட வரையா? நான் உன்னிடம் பேச வேணடும்" என்றாள்..

அவன் விழிகள் இரண்டும் ஆர்வத்தில் படபடத்தது.. அவளும் தன்னை விரும்புவாளோ அதைச் சொல்லத் தான் வரச் சொல்றாளோ என்று அவன் மனசு படபடக்க ஆரம்பித்தது.. நொடியில் தனக்குள் குப்பென்று வியர்வை பெருக்கெ-டுத்தது..

"இப்பவே பேசலாமே!!" என்றான் ஆவல் ததும்பும் விழிகளுடன்..

"இல்லை மதியமே பேசலாம் நேரமாச்சு நான் வகுப்புக்கு போறேன்" என்று சொல்லி விட்டுச் சென்றாள்..

விக்ரமோ மதியம் வரை காத்திருக்கனுமா? என்னை மாதிரி அவளும் காத-லைச் சொல்லத் தான் கூப்பிட்டிருப்பாளோ!!.. அப்ப அவளும் என்னைக் காத-லிக்கிறாளா? என்று பலவாறு யோசித்துக் கொண்டே தன் வகுப்பிற்குச் சென்றான்..

மதியம் வரை ஒரு வகுப்பைக் கூடக் கவனிக்கவில்லை எப்பொழுது வான-தியை பார்ப்போம் அவளிடம் பேசுவோம், என்பதிலேயே தன் நினைவுகளை செலுத்திக் கொண்டிருந்தான்..

அவன் எதிர்பார்த்த உணவு இடைவேளை வந்ததும் அனைவருக்கு முன்பு தன் லன்சை எடுத்துக் கொண்டு வெளியேறியவனை, அவனுடைய நட்பு பட்டாளம் பிடித்துக் கொண்டது..

"நாங்களும் வரோம் இரு என்ன அவசரம்" என்றவர்களிடம், "நான் இன்-னைக்கு வேற ஒருத்தங்களோட லன்ச் சாப்பிடப் போறேன்" என்று சொல்லிவிட்டு அவர்கள் சுதாரித்துப் பிடிப்பதற்குள் பறந்துவிட்டான்..

வானதியும் விக்ரமும் அமைதியான ஒரு இடம் தேடி அமர்ந்து கொண்டார்-கள்..

"என்ன சொல்லு" என்று படபடப்புடனும் அவசரமாகவும் கேட்டவனை அடக்கி, "முதலில் சாப்பிடுவோம் விக்கி எனக்குப் பசிக்குது" என்றாள்..

"சாப்பிடனுமா?" என்று சலிப்புடன் டிபன் பாக்ஸைத் திறந்தான்..

அவனுக்குத் தான் கொண்டு வந்திருந்த புளி சாதத்தைக் கொஞ்சம் கொடுத்-தாள்.. அவனும் சப்பாத்தியை அவளுடன் பகிர்ந்து கொண்டான்.. இது கூட அவனுக்குப் பிடித்துப் போக சந்தோஷமாக உணவருந்தினான்..

சாப்பிட்டு முடித்ததும், "இப்பச் சொல்லுமா?" என்றான்..

அதற்கு மேலும் அவனைக் காக்க வைக்காமல் நேரடியாகவே விஷயத்தைப் பட்டென்று கேட்டு விட்டாள், "விக்கி நீ என்னை விரும்பறையா?"

அவளுக்கும் தான் காதலிப்பது தெரிந்திருக்கிறது அது தான் நாம முதலில் சொல்ல வேண்டும் என்று எதிர்பார்க்கிறாள்..

நாமளே சொல்லுவோம் என்று நினைத்தவன், "ஆமாம் உன்னை முதல் முதலா பார்த்ததும் எனக்கு ரொம்பப் பிடிச்சிருந்துச்சு, உன்கிட்ட பேசனும் பழகனும்னு தோனுச்சு..

பழகிய பிறகு தான் இது காதல் தான்னு முடிவுக்கு வந்தேன்.. உன்னிடம் சொல்லனும்னு நினைப்பேன் நீ என்ன நினைப்பியோன்னு பயந்துட்டே சொல்லாம இருந்தேன்..

இப்ப நீ சொல்றதைப் பார்த்தால் உனக்கு ஏற்கனவே இது தெருஞ்சிருக்கு.. அப்போ நீயும் என்னை விரும்பறையா?" என்றான் ஆர்வம் ததும்பும் விழிகளில் அவளைப் பார்த்தபடியே..

ஆழ்ந்தபெருமூச்சை இழுத்து விட்டுக் கொண்டவள், அவன் சொன்ன காத-லில் தடுமாறிய தன் மனதை இழுத்துப் பிடித்து அடைத்து வைத்தவள், கொஞ்ச நேரம் தன்னை சமன்படுத்திக் கொண்டு பேச ஆரம்பித்தாள்..

"விக்கி நான் இந்த கல்லூரியில் வந்து படிப்பதே பெரிய விஷயம்.. எனக்கு அப்பா இல்லை எங்க அம்மா என்னைப் படிக்க வைக்க விரும்பலை, கல்யாணம் பண்ணிக் கொடுக்கத் தான் ஆசைப்பட்டாங்க..

ஏதோ எங்க அத்தான் நல்லவரா இருக்கப் போய் எங்கம்மாட்டப் பேசி என்-னைப் படிக்கவைக்கிறார்.. அவர் தயவுல தான் நான் இப்ப படிச்சுட்டு இருக்கேன்..

நான் நல்லா படிச்சு எங்க அத்தான் பேரைக் காப்பாத்தனும், நான் காதலிச்சு அது எங்க அம்மாவுக்குத் தெருஞ்சு எங்க அத்தானைப் பார்த்து நான் அப்பவே சொன்னேன் கேட்டியான்னு ஒரு வார்த்தை கேட்டிரக் கூடாது..

என்னைப் படிக்க வெச்ச அத்தானுக்கு எப்பவும் அப்படி ஒரு பேரை வாங்கித் தர மாட்டேன்.. எனக்கு இந்த காதல் எல்லாம் இப்ப வேண்டாம், நீ உன் மனசை மாத்திக்க" என்று பொறுமையாகச் சொல்லி முடித்தாள்..

அவள் சொல்லி முடித்ததும் அதிர்ச்சி ஆவான் என்று பார்த்தால் அவன் சிரித்துக் கொண்டே, "அப்படியா? உங்க அத்தான்னா யாரு உனக்கு அக்கா இருக்காங்களா?" என்று கேட்டான்..

"ஆமாம் எங்க அக்காவோடு கணவர் தான் என் அத்தான்" என்றாள்..

"உங்க அத்தான் சொன்னால் உங்க அம்மா கேட்பாங்களா? அப்போ உங்க அத்தான் உங்க அம்மா பார்த்த மாப்பிள்ளையா?" என்று கேட்டான்..

"நான் என்ன சொன்னேன் நீ என்ன எங்க வீட்டில் இருப்பவங்களைப் பத்தியே கேட்டுகிட்டு இருக்க, ஆமாம் எங்க அத்தான் எங்க அம்மா பார்த்த மாப்பிள்ளை தான் ஆனால், அத்தான் அக்காவை விரும்பி கல்யாணம் பண்ணிட்டார்..

ஒரே ஊர் தான்" என்று எரிச்சலுடன் சொன்னாள்..

"ஓ அப்படியா? சரி நாம போகலாமா?" என்று சொல்லி விட்டு எழுந்தான்..

"என்னது போகலாமா? காதலிக்கறேன்னு சொன்ன நான் மறுத்ததும் உனக்கு எந்த பாதிப்பும் இல்லையா? சாதரணமா போகலாம்ன்னு சொல்ற" என்றாள் ஏமாற்றமான குரலில்..

"என்னத்த சொல்றது நீ தான் இல்லைன்னு சொல்லிட்ட அதுக்காகத் தாடி வெச்சுட்டா சுத்த முடியும், ஏதோ எனக்கு ஏத்த எள்ளுருண்டை எங்கயாவது கிடைக்காமலா போயிரும்" என்று சோகமாக சொல்லி விட்டு தன் வகுப்பிற்குச் சென்று விட்டான்..

எதையோ இழந்த மாதிரி தனக்குள் ஒரு வெறுமையை உணர்ந்தாள், நானும் இதைத் தானே ஆசைப்பட்டேன் ஏன் என் மனசு இப்படித் தவிக்குது...

அவன் என்னைப் பிடிவாதமாக காதலிக்க வைக்க வேண்டும் என்று நினைக்கிறேனா? இல்லையே அப்பறம் அவன் இதைச் சாதாரணமாக எடுத்துக் கொண்டதால் எனக்கு இப்படி இருக்கா? என்று பலவாறாக யோசித்துக் குழப்பிக் கொண்டாள்..

நேரமானதால் தற்காலிகமாக அந்தக் குழப்பத்திற்கு முற்றுப்புள்ளி வைத்து விட்டு வகுப்பிற்குச் சென்றாள் வானதி..

வகுப்பிலும் அவளால் இயல்பாக இருக்க முடியவில்லை அவன் ஏன் என்னைக் காதலிக்கச் சொல்லி வற்புறுத்தவில்லை..

அப்ப என்னை உண்மையாக காதலிக்கலையா? அப்படிக் காதலித்திருந்தால் இதைச் சாதாரணமாக எடுத்துக் கொண்டிருக்க மாட்டானே!! என்ற குழப்பத்திலேயே இருந்தாள்..

பிரபா அவனுடைய மில் வேலைகளை அவனிடம் வேலை செய்யும் நம்பிக்கையான ஆட்களிடம் ஒப்படைத்து விட்டு, கோவில் வேலைகளைப் பார்க்க ஆரம்பித்திருந்தான்..

அன்று கோவில் காவடிக்காக மயில் தோகை காவடியில் சுற்றத் துணி எல்லாம் வாங்க அவனும் ஊர் பெரியவர்களும் வந்திருந்தார்கள்..

கோவில் காரியத்தில் எந்த முடிவாக இருந்தாலும் பிரபா தான் எடுப்பான், ஊர்ப் பெரியவர்களை மரியாதைக்காகக் கிட்டே வைத்துக் கொள்வான்..

முதலில் இவனுடைய அப்பா தான் பார்த்துக் கொண்டார் இவன் தலையெடுத்ததிலிருந்து எல்லாம் இவன் பொறுப்புக்கு வந்தது...

ஊரில் உள்ளவர்களிடம் கூடப் பேருக்கு வரி என்று வைத்து வாங்கிக் கொண்டு, முக்கால் வாசி சொந்தச் செலவில் தான் செய்வான்..

கோவில் திருவிழா என்றால் எவ்வளவு செலவாகும் என்று ஊர் மக்களுக்குத் தெரியும், என்பதாலும் அனைவரும் பிரபா பேச்சை மீறுவதில்லை..

கோவிலுக்குத் தேவையான எல்லாப் பொருளை வாங்கவே நேரமாகி இருந்ததால் அவர்களை உணவகத்துக்கு அழைத்துச் சென்றான்..

அவன் மட்டும் சாப்பிடாமல், அனைவருக்கும் வாங்கிக் கொடுத்தான். அவர்கள் வற்புறுத்த "இந்த வருஷம் பூ மிதிக்கலாம்ன்னு இருக்கேன்" என்றான்..

"அப்ப வெளியில சாப்பிடக் கூடாது இன்னும் எட்டு நாளைக்கு ரொம்பப் பத்தியமா இருக்கனும்" என்று சொல்லி விட்டு அவர்கள் மட்டும் சாப்பிட்டு முடித்தார்கள்..

பின் விடுபட்டிருந்த பொருட்களைத் தேடி வாங்கிக் கொண்டு வீடு வர இரவாகியிருந்தது.. கோவிலில் எல்லாப் பொருட்களையும் வைத்து விட்டு வீடு வந்து சேர்ந்தான்..

பாரதியும் சந்திராவும் குளித்து விட்டு அப்போது தான் இரவு சமையலைத் தொடங்கி இருந்தார்கள்..

சமையலறையை எட்டிப் பார்த்தவன், "இன்னும் சமைக்கலையா? அத்தை எனக்குப் பசிக்குது குளிச்சுட்டு வரக்குள்ள எதாவது பண்ணிக் கொடுங்க" என்றான்..

"சரி பிரபா நீ போய் குளிச்சிட்டு வா" என்று சொல்லி விட்டு அவர் அவசரமாக வேலையைக் கவனிக்க, பாரதி அவனை முறைத்துக் கொண்டு நின்றாள்..

இவளுக்கு என்னாச்சு எதுக்கு கண்ணிலையே எரிக்கறா இங்கிருந்து போகலாமா? இல்லை அவளிடம் கேட்போமா? என்ற யோசனையுடன் நின்றான்..

சந்திரா திரும்பியவள், "என்ன பிரபா நீ இன்னும் போகலையா? பசிக்குதுன்னு சொன்ன போய் குளிச்சுட்டு வா அதுக்குள்ள எதாவது செய்து வைக்கிறேன்..

நீ ஏண்டி மசமசன்னு நிக்கற அந்த வெங்காயத்தை அறிந்து கொடு" என்றாள்..

அந்தச் சத்தத்தைக் கேட்டு பிரபா சென்று விட, பாரதியோ தாயைப் பிடித்துக் கொண்டாள்.. "அம்மா நான் கர்ப்பமா இருக்கேன் அதாவது ஞாபகம் இருக்கா?

ஒரு மாசமா இருக்கிற புள்ளைய நடத்தர மாதிரியா என்னை நடத்தறீங்க" என்றாள் கோபத்துடன்..

"ஆமா உலகத்தில் நீ மட்டும் தான் புள்ள பெத்துக்கப் போற பாரு, நானெல்லாம் நீ வயித்துல இருக்கும் போது சீமைப்புல் அறுத்து ஒரு பெரிய கத்தையா கட்டி, தலையிலையே தூக்கிட்டு வந்து மாட்டுக்குப் போடுவேன்..

நீ என்னடான்னா வெங்காயம் உரிக்கச் சொன்னாலே மூக்கால அழற, பிரபாவைச் சொல்லனும் உன்னை இப்படிச் செல்லமா வெச்சுகிட்டு இருக்கான்ல, நீ இதுவும் பேசுவ இதுக்கு மேலயும் பேசுவ" என்றாள்..

ஏண்டா தாயிடம் வாயை விட்டோம் என்று அமைதியாகி விட்டாள்.. நமக்கெல்லாம் பிரபா தான் சரி என்ன சொன்னாலும் தலையாட்டுவான், இந்த அம்மா இருக்கே என்று மனதிற்குள் தாயைத் தாளித்தபடி வெங்காயத்தை கட் பண்ணிக் கொடுத்தாள்...

பிரபா குளித்து விட்டு வரும் போது எல்லாம் தயார் செய்திருந்தாள் சந்திரா..

மருமகனைப் பார்த்ததும், "போய் சாப்பாடு போடு" என்று ஏவினாள்..

"நான் ஏன் பரிமாறனும் வந்ததும் உன்கிட்டத் தானே சாப்பாடு கேட்டான், நீயே போய் போடு" என்று முறுக்கிக் கொண்டு நின்றாள்..

பிரபாவிற்கும் அவளுடைய முறைப்பின் காரணம் அப்போது தான் புரிந்தது.. உடனே மனைவியை இன்னும் சீண்டிப் பார்க்க ஆவல் கொண்டவன், "அத்தை நீங்களே வந்து பரிமாறுங்க நீங்க தான் பார்த்துப் பார்த்து பரிமாறுவீங்க" என்றான் உள்ளுக்குள் சிரித்துக் கொண்டே..

"போ அதான் உன் மருமகனே சொல்லிட்டான்ல" என்று கடுப்புடன் சொல்லிவிட்டுச் சாப்பிடும் இடத்தில் போய் அமர்ந்து கொண்டாள்..

சந்திராவுக்கோ எங்காவது சுவற்றில் போய்முட்டிக் கொள்ளலாம் போல் இருந்தது.. வரவர இவ எதுக்கெல்லாம் குறை கண்டுபிடிக்கறா?

புருஷனை என் கூடப் பேசக் கூடாதுன்னு சொன்னாலும் சொல்லுவா, இவன் தான் மாப்பிள்ளைன்னு சொல்லும் போது அக்காலும் தங்கச்சியும் என்ன ஆட்டம் ஆடினாங்க..

இப்பப் பாரு புருஷனைத் தவிர யாரையும் கண்ணுக்குத் தெரியறதில்லை என்று நினைத்தவளுக்கு, மட்டற்ற மகிழ்ச்சியாகத் தான் இருந்தது..

சந்திரா மருமகனுக்குப் பரிமாறிவிட்டு மகளுக்கும் தட்டை எடுத்து வைக்க, அவளோ அதைப் பிடுங்கிக் கொண்டு வரவேற்பறையில் அமர்ந்திருந்த மாமியாரை அழைத்தால்..

"என்னமா" என்று கேட்டபடி வந்த லஷ்மியிடம், "எனக்கு நீங்க பரிமாறுங்க" என்றாள்..

அவரோ ஒன்றும் புரியாமல், "சந்திரா நிக்கறையே அவளுக்கும் பரிமாற வேண்டியது தானே" என்றார்..

"அவளுக்கு நானெல்லாம் பரிமாறினாள் பிடிக்காதாம்" என்று சொல்லி விட்டு நொடிந்து கொண்டாள்..

"அத்தை அவங்க எல்லாம் மருமகனைத் தான் கவனிப்பாங்க, நீங்க என்னைக் கவனிக்கறீங்களா? இல்லை உங்க பேரன் பேத்தியப் பட்டினி போடட்டுமா?" என்-

றாள்..

"என்னது பேரன் பேத்தியா ரெட்டைக் குழந்தையாடி சொல்லவே இல்லை" என்று பிரபா அவளை வம்பிக்கிழுக்க, அவனை முறைத்து விட்டு மாமியாரைப் பார்த்தாள்..

அவருக்கும் அப்போது தான் இவர்கள் முக்கோணச் சண்டை புரியச் சிரிப்புடன் மருமகளுக்கு பரிமாறினார்..

அவளோ சிறு குழந்தை போல ஒவ்வொரு வாய் உணவைச் சாப்பிடும் போதும் அவனிடம், "இங்க பார்த்தியா?" என்று சொல்லிக் கொண்டே சாப்பிட, அங்கிருந்த அனைவருக்கும் அவளின் செய்கை சிரிப்பை வரவழைத்தது..

அப்போது சாப்பிட வந்த சிவமணியும் இதைப் பார்த்துச் சிரித்துக் கொண்டே, "எனக்கும் போடுங்க இங்கயே சாப்பிடறேன்" என்றார்..

அவருக்கு உடம்பு சரியில்லாததிலிருந்து அறையிலேயே கொண்டு போய் கொடுத்துக் கொண்டிருந்தார் லஷ்மி..

இப்பொழுது இவர்களின் பேச்சு சத்தத்தைக் கேட்டு உள்ளே வந்தவர் இங்கயே சாப்பிடப் பிரியப்பட்டார்..

அவருக்கும் பரிமாறிவிட்டு அவர்களும் சாப்பிட்டு முடிக்க மேலும் அரை மணி நேரமானது..

"ரதிமா நான் அம்மா அப்பா ரூம்ல படுத்துக்கறேன் நீ நம்ம ரூம்ல படுத்துக்கோ" என்றான்..

அவளோ அதிர்ச்சியுடன், "ஏன்? ஏன்?" என்று சண்டைக்கு வருபவள் போல வந்தாள்..

"பொங்கல் முடியும் வரை தாண்டி அறைக்கு வந்தால் சரியா வராது நான் இங்கயே படுத்துக்கறேன்" என்றான் கெஞ்சலுடன்..

"ஒரு வாரமா? ஏழு நாளா?" என்று பெருமூச்சு விட்டவள், "அதுவரை நான் எப்படித் தனியா படுத்துத் தூங்கறது" என்று கேட்டாள் ஏக்கத்துடன்...

அந்த ஒரு ஏக்கமான வார்த்தையே அவனுடைய கட்டுப்பாட்டை இழக்க வைக்க, "ஐயோ புருஞ்சுக்கோடி தயவு செய்து இப்படி எல்லாம் பேசி என்னை உசுப்பேத்தாதடி, நான் விரதமிருந்து பூ மிதிக்க உன்னோட உதவி தான் எனக்கு ரொம்ப முக்கியம்....

பொங்கல் வரை என் கண்ணுல படாதடிச் செல்லமே" என்று மனைவியிடம் கொஞ்சி குழைந்து கொண்டிருந்தான்..

அவளுக்குச் சிரிப்பும் காதலும் ஒருங்கே வர, சாமி விஷயத்தில் விளையாடக் கூடாது என்று, "சரிடா நீ உன் விரதத்தை நல்லபடியா முடுச்சுட்டு வா" என்று சொல்லி விட்டுத் தங்கள் அறைக்குச் சென்றாள்..

பிரபா அம்மா அப்பா அறைக்குச் செல்லும் போது அவர்கள் படுத்திருந்தார்கள்... இவனும் தாயிடம் சொல்லி விட்டு கீழே ஒரு பாயை விரித்துப் போட்டு படுத்துக்கொண்டான்...

26

அத்தியாயம் 26

அனைவரும் ஆவலோடு எதிர்பார்த்துக் கொண்டிருந்த பொங்கலும் வந்தது.. பொங்கலுக்கு முன் தினம் உமா, மூர்த்தி, ராதிகா, மனோஜ் எல்லாரும் வந்திருந்தார்கள்..

மனோஜ் அதே தொழிலை மாமனாரைத் துணைக்கு வைத்துக் கொண்டு துவங்கி இருந்தான்..

மனோஜ் முகத்தைப் பார்த்ததுமே பிரபாவிற்கு மனநிறைவாக இருந்தது..

கிடா வெட்டுவதால் இன்னும் நிறைய உறவுகள் வந்திருந்தார்கள்... சந்திரா தான் எல்லா வேலையும் இழுத்துப் போட்டுச் செய்து கொண்டிருந்தாள்..

உமாவும்' ராதிகாவும் வந்த பிறகு தான் அவளுக்குக் கொஞ்சம் ஓய்வு கிடைத்தது.. வானதியும் கல்லூரியிலிருந்து பொங்கலுக்காக வந்திருந்தாள்..

ஆனால் போகும் போது இருந்த சந்தோஷம் அவள் முகத்தில் துளி கூட இல்லை.. தன் அக்காவிடம் கூடப் பேருக்குப் பேசினாளே தவிரக் கலகலப்பாக இல்லை..

இதை பாரதியும் சந்திராவும் கவனித்துக் கொண்டிருந்தாலும் அமைதியாகவே இருந்தார்கள்..

அன்று முழுவதும் அவர்களுக்கு வேலையிலேயே கழிய பாரதி மட்டும் கொஞ்சம் பயத்துடனே இருந்தாள்..

பிரபா எவ்வளவு தைரியம் சொல்லியும் இதெல்லாம் தேவை தானா என்பதிலேயே நின்றாள்..

அதற்கு மேல் அவளைச் சமாதானப்படுத்த நேரமில்லாமல் அவனுக்குக் கோவில் வேலை இழுக்கவும், "ரதிமா நான் கோவிலுக்குப் போறேன் நீ போய் படுத்துத் தூங்கு" என்று சொல்லி விட்டுச் சென்றான்..

கோவிலுக்குச் சென்றவன் பூ மிதிக்கறக்கான வேலைகளைப் பார்த்துக் கொண்டிருந்தான், அவனோடு அந்த ஊர்க்காரர்கள் இன்னும் சிலர் எல்லாரும் இருந்தனர்..

வேலை முடிந்ததும் பூ மிதிப்பதற்கான நேரம் நெருங்கவே, "நான் போய் குளிச்சுட்டு வரேன்" என்று சொல்லி விட்டுப் பிரபா வீடு வந்து சேர்ந்தான்..

அவன் வீடு வரும் போது பாரதியும் சந்திராவும் தயாராக இருந்தார்கள்.. பாரதியின் கண்களில் தெரிந்த பயம் அவனுக்கு ஒரு உத்வேகத்தைக் கொடுக்க, போய் குளித்து விட்டு சாமி கும்பிட்டு அம்மா அப்பாவின் காலில் விழுந்து ஆசீர்வாதம் வாங்கிக் கொண்டு வந்தவன், மாமியாரின் காலிலும் விழுந்து ஆசீர்வாதம் வாங்கினான்..

பின் அவர்களையும் அழைத்துக் கொண்டு கோவிலுக்குச் சென்றான்..மணி ஐந்தை நெருங்கும் போது பூஜை முடிந்து பூசாரி பூவில் இறங்கியதும், அவர் பின்னேயே பிரபா தான் முதலில் இறங்கினான்..

சந்திரா தான் அதைப் பார்த்துக் கொண்டு சாமியிடம் வேண்டிக் கொண்டும் இருந்தாள்..

பாரதி அதைப் பார்க்கவே இல்லை, கோவிலுக்குள் சென்று சாமி முன் அமர்ந்தவள் தான், பிரபா அழகாக பூ மிதித்து விட்டு கோவிலுக்குள் வந்து அவளை அழைத்ததும் தான், கண்ணீர் மல்க வந்து அவனோட கையைப் பற்றிக் கொண்டாள்..

அந்தக் கண்ணீர் அவள் தன் மேல் வைத்திருக்கும் அளவு கடந்த காதலை அழகாய்ச் சொல்லி விட்டுச் சென்றது...

அதைத் துடைத்து விட்டவன் அவளையும் அழைத்துச் சென்று, சாமி முன்பு விழுந்து வணங்கினார்கள்..

பின், "பாரதி நீ அத்தையைக் கூட்டிப் போய் பொங்கல் வைக்க எடுத்துட்டு வா, அத்தானைக் கிடா பிடுச்சுட்டு வரச் சொல்லு" என்று சொல்லி அனுப்பினான்..

அடுத்தடுத்த வேலைகள் படபடவென ஆகப் பொங்கல் வைத்து கிடா வெட்டியதும் வீட்டிற்குச் சென்றார்கள்..

அதன் பிறகு பிரபாவிற்கு வீட்டிலேயே நேரம் சரியாக இருந்தது..

பாரதி, வானதி, ராதிகா மூன்று பேரும் அனைவருக்கும் பரிமாற இலை போட்டுக் கொண்டிருக்க, அப்போது பிரபா விக்ரமை அழைத்து வந்து எல்லார் முன்பும் அறிமுகப்படுத்தினான்...

"இவன் பேர் விக்ரம். இவன் தான் நான் வானதிக்காக பாத்திருக்கும் மாப்பிள்ளை" என்றான்.. வானதியைப் பார்த்துக் கொண்டே அடக்கமாட்டாத சிரிப்புடன்..

விக்ரம் புருவத்தை உயர்த்தி வானதியைப் பார்த்த பார்வையில், அதுவரை அதிர்ச்சியின் உச்சத்தில் இருந்தவள், முகம் சிவந்து போய் தலை குனிந்து கொண்டாள்..

பாரதி, "இவர் யாரு பிரபா உனக்கு எப்படி தெரியும்?" என்று விசாரிக்க, "என் நண்பனோட தம்பி அவன் தான் விக்ரமுக்கு பொண்ணு தேடிட்டு இருக்கோம்ன்னு சொன்னான்..

சரி நம்ம வீட்டிலும் ஒரு பொண்ணு இருக்கு, பையனும் நல்ல பையன் விட மனசில்லை உங்களுக்கு எல்லாம் பிடிச்சிருக்கா?" என்றான்..

சந்திராவின் வாயிலிருந்து தான் பட்டென்று பதில் வந்தது.. "உனக்குப் பிடிச்சிருக்கல்ல பிரபா அதே போதும் பேசி முடிச்சறலாம்" என்றாள்..

வானதிக்கு அவ்வளவு நேரம் இருந்த மனவேதனை மறைந்து மனம் இன்ப ஊற்று பெருக்கெடுக்க, அவளுக்கும் அப்போது தான் உறுதியானது தானும் அவனைக் காதலிக்கிறோம் என்பதே..

உடனே அவளுக்கு அவன் பேசியது ஞாபகம் வர அவளுக்குள் குழப்பம் தான் மிஞ்சியது.. எப்படி அத்தான் மாப்பிள்ளை பார்த்ததாச் சொல்றார், ஒரு வேலை உண்மையாகவே இவனுக்கு ஒரு அண்ணன் இருக்காரா?

அவர் அத்தானோட நண்பரா என்று யோசித்துக் கொண்டிருந்தவளிடம், "வானதி நீ அப்பறமா கனவு காணுவியாம் எல்லாரும் சாப்பிடத் தயாராக இருக்காங்க, அவங்களுக்குப் பரிமாறு" என்றான் கேலியாகப் பிரபா..

அவர்களோடு விக்ரமும் சேர்ந்து கொள்ள விருந்தினர்களை கவனிக்க ஆரம்பித்தார்கள்.. மாலை வரை வேலையே சரியாக இருக்க விக்ரம் வந்து, "அண்ணா நான் கிளம்பறேன் என் ஆளு கூடக் கொஞ்ச நேரம் பேசிக்கவா?" என்றான்..

"போ போ போய் பேசிட்டு வா அவளே குழம்பிக் கிடப்பா தெளியவெச்சுட்டுப் போ..

படிப்பு முடுஞ்சதும் சீக்கிரமா வேலையத் தேடிட்டு வந்து பொண்ணு கேட்கனும், அது வரை கொஞ்சம் அடக்கியே வாசிக்கனும் எங்கயும் சுத்தக் கூடாது..

அவளை விட இரண்டு மூன்று வயது பெரியவன் நீ, நீ தான் பொறுப்பா நடந்துக்கனும்.. எந்த இடத்திலும் அவளுக்கு ஒரு தலைகுனிவோ யாரும் ஒரு வார்த்தை அவளைப் பேசவோ இடம் கொடுக்க கூடாது..

நீ வந்து என்னிடம் காதலைச் சொன்னதும் எனக்குப் பிடிச்சிருந்தது.. என்னை மாதிரியே பெரியவங்ககிட்ட சொல்லனும்னு நினைச்ச பாரு உன்னைப் பராட்டறேன்.. கடைசி வரை அவளைக் கண்கலங்காம பார்த்துக்கோ..

வரதட்சணை சீர் எல்லாம் நீ எதிர்பார்ப்பதை விடச் சிறப்பாகவே செய்து தான் அனுப்புவேன், கவலையே படாதே அவளை நல்லா வெச்சிருந்தாலே போதும்" என்றான்..

"எனக்கு பொண்ணைக் கொடுத்தாலே போதும் வரதட்சணை எல்லாம் வேண்டாம்.. நீங்க எப்படி அந்த குடும்பத்துக்கு ஒரு பையன் மாதிரி இருக்கீங்களோ அதே மாதிரி தான் நானும் இருக்க ஆசைப்படறேன்" என்றான்..

அவனைத் தட்டிக் கொடுத்து அனுப்பி வைத்து விட்டு, அப்பாடா எப்படியோ எல்லாம் நல்லபடியா முடித்து விட்டோம் என்று சந்தோஷமாகத் திரும்ப, குளியலறைக் கதவு பட்டென்று திறந்தது..

அதிர்ச்சியுடன் அவன் அங்கே பார்க்க, அவன் மனைவி எரித்து விடுவது போல் பார்த்துக் கொண்டிருந்தாள்..

"அப்போ வானதியும் இவனும் லவ் பண்றாங்க அப்படித் தானே!! அவளைப் படிக்க விடும் போதே எங்க அம்மா அவ்வளவு பயப்பட்டாங்க, கடைசியில என்ன வேலை பார்த்துட்டு வந்திருக்கா..

எங்கம்மாவோட பயம் உண்மைங்கறது மாதிரியே பண்ணிட்டாளே!! இவளுக்கு இந்த தைரியம் எங்கிருந்து வந்தது.. நீ கண்டிக்கறதை விட்டுட்டு என்ன காரியம் பண்ணியிருக்க" என்றாள் கோபத்துடன்..

அவளை இழுத்து தன் கை வளைவிற்குள் கொண்டு வந்தவன், "ரதிமா அவன் வந்து என்கிட்டச் சொல்லும் போது அவன் கண்ணில் நான் என்னையே பார்த்தேன்..

நானும் அதே மாதிரி தான் உங்க அம்மாட்ட சொல்லும் போது என்ன சொல்வாங்களோன்னு பயந்து, சம்மதிக்களைனா என்ன பண்றதுன்னு தவிச்சுட்டு இருந்தேன்..

அவனும் வானதிய நல்லா பார்த்துப்பான் எப்படியும் அத்தை இன்னும் ஒரு வருஷத்துல ஜாதகத்தை தூக்கத்தான் போறாங்க..

அவளுக்குப் பிடிக்காத பையனைக் கல்யாணம் பண்றதை விடப், பிடிச்ச பையனைக் கல்யாணம் பண்ணி சந்தோஷமா வாழட்டுமே..

உன் பிரண்டு லவ் பண்றான்னதும் எப்படியாவது சேர்த்தி வைக்கனும்னு துடிச்ச, வானதி மட்டும் என்ன பாவம் செய்தா" என்று கேட்டு அவளை வாயடைக்க வைத்தான்..

அவளும் கொஞ்ச நேரம் யோசனைக்குப் பின் சமாதானம் ஆனவள், "அம்மாவுக்குத் தெரியாம பார்த்துக்கோ தெருஞ்சா ரொம்ப வேதனைப்படுவாங்க" என்றாள்..

"சரி வா கீழ போவோம்" என்று அவளை அழைத்துச் சென்றவன், "ஆமா நீ எப்ப மேல வந்த மறைஞ்சிருந்து ஒட்டு கேட்டியா? என்றான் ஞாபகம் வந்தவனாக..

"இதை வேற ஒட்டுக் கேக்கனுமா? பாத்ரூம் போயிட்டு வெளியில வரலாம்ன்னு கதவைத் திறக்கும் போது, விக்ரம் குரல் கேட்டது அதான் உள்ளையே இருந்-

தேன்.. அப்படி இருந்ததும் எவ்வளவு நல்லதுன்னு இப்பத் தான் தெரியுது..

"உன்கிட்ட ஜாக்கிரதையா தாண்டி இருக்கனும் நீயே இப்படி இருந்தா, இனி உன் வயத்துல இருக்கறது எப்படி இருக்குமோ.. நான் தொலைஞ்சேன்" என்று சொல்லிக் கொண்டே இவர்கள் வரவேற்பறைக்கு வரும் போது, பாரதியின் நண்பர் பட்டாளங்கள் வந்திருந்தார்கள்..

"ஏண்டா உங்களை மதிய சாப்பாட்டிற்கு வரச் சொன்னால் வரும் நேரத்தைப் பாரு" என்றாள் கோபத்துடன்..

"என்ன பண்றது எல்லார் வீட்டிலும் விருந்தாளிங்க வந்திருந்தாங்க, அவ்வளவு சீக்கிரமா வர முடியுமா? ஆனால், ஒன்னு யாரும் இன்னும் சாப்பிட வில்லை பசி உயிர் போகுது" என்று உதயன் வயிற்றை நீவினான்..

அதில் மகிழ்ந்து போனவள், "வாங்க வாங்க" என்று அழைத்துச் சென்றாள்.. பிரபாவும் பின்னாடியே சென்றான், கோகுலும் யமுனாவும் அருகருகே அமர்ந்து கொண்டார்கள்..

கோகுல் இலையிலிருந்து பாதி யமுனா இலைக்குச் செல்வதையும், யமுனா இலையிலிருந்து கோகுல் இலைக்குச் செல்வதையும், பார்த்தும் பார்க்காத மாதிரி பரிமாறிக் கொண்டிருந்தார்கள்..

விக்ரம் வானதியை அழைத்துக் கொண்டு அவர்கள் வீட்டிற்குச் சென்றிருந்தான்..

உள்ளே வந்தது தான் தாமதம், "நீயில்லைனா வேற பொண்ணுன்னு போன வேற பொண்ணு ஏதுவும் கிடைக்கலையா?" என்றாள் செல்லக் கோபத்துடன்..

"நீ இருக்கும் போது எனக்கு எதுக்கு வேற பொண்ணு, உன்னோட பேச்சிலிருந்தே தெருஞ்சிருச்சு உன் அத்தான் பேச்சை யாரும் மீற மாட்டாங்கன்னு..

அதுமட்டுமில்லாம உங்க அத்தான் லவ் மேரேஜ்ன்னு சொன்ன, இது போதாதா? நேரா அவர்கிட்டயே பேசிட்டேன் எப்படி" என்று காலரைத் தூக்கி விட்டுக் கொண்டான்..

"நான் காதலிக்க வேண்டாமா?" என்று அவனை மடக்கும் ஆர்வத்தில் கேட்டாள்..

"நீ தான் என்னை காதலிச்சியே அவ்வளவு நேரம் உங்க வீட்டைப் பத்தி உங்க அத்தானைப் பத்தி எல்லாம் சொன்னவ, ஒரு இடத்திலாவது எனக்கு உன் மேல் விருப்பமில்லைன்னு சொல்லவே இல்லையே..

நீயும் என்னைக் காதலிப்பது எனக்கு நல்லாவே தெரியும்.. அதான் கல்யாணத்தையே பேசிட்டேன்.. நான் எப்படியும் கேம்பஸ்ல செலக்ட் ஆகிருவேன், வேலை கிடைச்சதும் அம்மா அப்பாட்ட சொல்லி உங்க வீட்டுக்குப் பொண்ணு கேட்டு வரேன் நீயும் நல்லா படிக்கனும்" என்றான்..

பின் மெல்ல அவள் அருகில் வந்து, "இப்பச் சொல்லு உனக்கு என்னைப் பிடிச்சிருக்கா?" என்று ஹஸ்கி வாய்சில் கேட்டான்..

அவனின் நெருக்கமும் அது தந்த போதையும் அவளுக்கு அச்சத்தை வரவழைக்க, "எனக்கும் உன்னை பிடிச்சிருக்கு" என்று அவசர அவசரமாகச் சொன்னவள், "வா நாம போகலாம்..

இவ்வளவு நேரம் தனியா இருக்கறது பாரத்தால் ஊருக்குள்ள தப்பா பேசுவாங்க" என்று சொல்லி விட்டு வேகமாக முன்னே நடந்து சென்று வெளியில் நின்று கொண்டாள்..

அவளின் இந்த எச்சரிக்கை உணர்வு அவனுக்கும் பிடித்திருக்க சிரித்துக் கொண்டு வெளியில் வந்தான்..

பின் இருவரும் கோவிலுக்குச் சென்று விட்டு வீட்டிற்குச் சென்றார்கள்.. விக்ரம் எல்லாரிடமும் விடைபெற்றுக் கொண்டு கிளம்பினான்..

அன்று இரவு வேலை முடித்து விட்டு பாரதி அறைக்கு வரும் போது பிரபா அவளுக்காகக் காத்திருந்தான்..

அவனை அறையில் பார்த்ததும் சந்தோஷத்தில் துள்ளிய மனதை அடக்கிக் கொண்டு, "என்ன சாருக்கு விரதம் எல்லாம் முடுஞ்சுதா?" என்றாள் கேலியாக..

"விரதமெல்லாம் முடுஞ்சுது இன்னைக்கு புல் கட்டுகட்ட வேண்டியது தான்" என்றான் இரட்டை அர்த்தத்தில்..

அதைச் சரியாகப் புரிந்து கொள்ளாதவள், "ஏண்டா இப்பத் தான் சாப்பிட்டு வந்த அதுக்குள்ள உனக்கு இன்னும் பசிக்குதா?" என்றாள் இடையில் கை வைத்துக் கொண்டு..

அவளை அப்படியே அழாக்காகத் தூக்கிச் சென்று கட்டிலில் போட்டவன், அவள் மேல் படர்ந்து அவளைப் பேச விடாமல் இதழைச் சிறைபிடித்தான்..

கணவன் எட்டு நாள் தங்கள் அறையில் இல்லாத ஏக்கத்தை மொத்தமாக அவனிடம் தேடத் தொடங்கினாள்..

அவள் தனக்காக எவ்வளவு ஏங்கி இருக்கிறாள் என்பதை அறிந்து கொண்டவனுக்கு, அவள் காதல் தந்த போதையில் மொத்தமாக அவளிடம் சரண்டர் ஆனான்..

அங்கே கொலுசொலியின் சத்தமும் சிணுங்கல் சத்தமும், அந்த நாலு சுவர்களையும் வெக்கம் கொள்ள வைத்தது..

இருவர் இதயங்களும் படபடவென சத்தமாகத் துடித்து காதல் மொழி பேசிக் கொண்டன..

அதற்குத் தகுந்த பதிலை அவர்களின் கைகள் தந்து கொண்டிருக்க, அவர்கள் இருவரும் தங்களுக்கு மட்டுமே சொந்தமான உலகத்திற்குள் பயணப்பட்டுக் கொண்டிருந்தார்கள்...

27

அத்தியாயம் 27

பொங்கல் முடிந்து இரண்டு மூன்று நாட்கள் ஆகியிருந்த போது அன்று காலை-யில் அவசரமாகவும் பதற்றமாகவும் யமுனா பாரதியின் வீட்டிற்கு ஓடி வந்தாள்..

"என்னடி இப்படி வர அப்படித் தலை போற விஷயம் என்ன மெதுவாகத் தான் வரக் கூடாதா?" என்று கடிந்து கொண்டாள்..

யமுனா ஏதோ சொல்ல வருவதும் தயங்குவதுமாக இருக்க, "வாடி" என்று அவளைத் தனியாக அழைத்து வந்து, "என்ன விஷயம்" என்றாள்..

அவள் ஓ என்று கதறி அழுதாள்..

"சொல்லிட்டுத் தான் அழுது தொலையேன்" என்று பாரதியின் குரல் பதற்றத்-துடன் ஒலித்தது..

"பாரதி அது வந்து" என்று தேம்பியவள், பாரதியின் முறைப்பில் தன்னை சமன்படுத்திக் கொண்டு, இரண்டு நாளா நம்ம ஊர்ப் பெரியவங்க எங்க அப்பா-வைத் தனியா கூட்டிப் போய் பேசினாங்க..

அப்பறம் என்னாச்சு என்ன நடந்துச்சுன்னு தெரியலை எங்க அப்பா எங்க சொந்தத்திலேயே ஒரு பையனுக்கு என்னைப் பேசி முடுச்சுட்டாரு.. அடுத்த வாரமே கல்யாணம்டி நாங்க நாளைக்கு ஊருக்கு போகனும்" என்று சொல்லி விட்டு மறுபடியும் அழுதாள்..

பாரதிக்கும் பதட்டமாக என்ன நடந்திருக்கும் யோசித்துக் கொண்டே, தன் போனை எடுத்து கோகுலுக்கு கால் பண்ணி எல்லாரையும் அழைத்துக் கொண்டு தன் வீட்டிற்கு வரச் சொன்னாள்..

சிறிது நேரத்திலேயே அனைவரும் வந்து விட, கோகுல் யமுனாவைப் பார்த்-ததும் பதட்டத்துடன், "எதுக்கு அழுதுருக்க யமுனா" என்றான்..

"இங்க எதுவும் பேச வேண்டாம் வாங்க" என்று தன் அறைக்கு அழைத்துச் சென்றாள்..

அறைக்குள் வந்தவள் கணவன் இன்னும் உறங்குவதைப் பார்த்து விட்டு அவனைப் போய் எழுப்பினாள்..

"இன்னும் கொஞ்ச நேரம் தூங்கறேன்டி நீயும் வந்து தூங்கு வா" என்று அவள் கையைப் பிடித்து இழுத்து தன் மேல் போட்டுக் கொண்டவனை ஒரு கடி கடித்து வைத்தாள்..

"ஐயோ ராட்சசி ஏண்டி இப்படிக் கடிக்கற இரண்டு நாளைக்கு முன்ன தான ஒரு ஆட்டையே முழுங்கின இன்னும் பத்தலையா?" என்று சொல்லிக் கொண்டே எழுந்து அமர்ந்தவன், தன் அறையில் இத்தனை பேர் இருப்பதைப் பார்த்து விட்டு அசடு வழிந்த படி சிரித்தான்..

கோகுலையும் யமுனாவையும் தவிர அனைவரும் சிரித்துக் கொண்டிருக்க பாரதி, "டேய் யமுனாவிற்கு அடுத்த வாரம் கல்யாணமாம் நாளைக்கு ஊருக்கு போறாங்களாம்" என்றாள்..

அதில் எல்லாரோட சிரிப்பும் கப்பென்று அடங்கி விட, "என்ன நடந்துச்சு யமுனா திடீர்ன்னு கல்யாணம் வைக்க மாட்டாங்க, நீங்க ரெண்டு பேரும் என்ன பண்ணுனீங்க" என்று பயத்துடன் பிரபா கேட்டான்..

அவனுக்கு ஊருக்குள்ள விஷயம் தெருஞ்சிருக்குமோ எதாவது ஜாதிச் சண்டைன்னு வந்துருச்சுனா என்ன பண்றதுன்னு பயந்து போனான்..

அவர்கள் இருவரும் எதுவும் பேசாமல் இருக்க, பிரபா கோபத்துடன் கோகுலை அடிக்கச் சென்றவன் மனைவியைப் பார்த்து விட்டு கையை ஓங்கி சுவரில் குத்தினான்..

"உங்களுக்கெல்லாம் இதே பொலப்பா போச்சு சின்னப் பசங்கங்கறது சரியாகத் தான் இருக்கு ஓழுங்காச் சொல்லு என்ன பண்ணி தொலைச்சீங்க" என்றான் ஆத்திரத்துடன்..

அஸ்வின், உதயன் எல்லாரும், "அதான் அண்ணா கேக்குறாரே என்னடா பண்ணுன சொல்லு" என்று வற்புறுத்தினார்கள்..

கோகுல் பயத்துடன், "பூ போட்டிருந்த எட்டு நாளும் கோயிலுக்கு ஆடப் போனேன்.. யமுனாவும் வருவா ஆடி முடிக்கும் போது மணி பதினொன்று பணிரண்டு ஆகிடும்...இவங்க எல்லாம் போனதும் பெரியவங்க எல்லாரும் கோயில்ல படுத்துத் தூங்கிருவாங்க யாரும் இருக்க மாட்டாங்க..

அதனால நானும் யமுனாவும் கொஞ்ச நேரம் பேசிட்டு இருந்துட்டுப் போவோம்.. அதைத் தவிர வேற எதுவும் செய்யலை அதைத் தான் யாராவது பாத்திருப்பாங்க" என்றான் தயங்கித் தயங்கி..

"யமுனாவை நாளைக்கு ஊருக்குக் கூட்டிப் போனால் நாம எதுவும் பண்ண முடியாது இன்னைக்கே எதாவது பண்ணுடா பாவம் ரெண்டு பேரும்" என்று கெஞ்சினாள் பாரதி..

மற்றவர்களும் பாரத்தை பிரபா தலையிலேயே சுமத்தினார்கள்.. அவனோ என்ன செய்வது என்று தெரியாமல் கட்டிலில் போய் பொத்தென்று விழுந்தான்..

யமுனா பிரபாவின் காலைப் போய் பிடித்துக் கொண்டு, "அண்ணா எப்படி-யாவது எங்களைச் சேர்த்து வெச்சிருங்க நான் அவனில்லாம இருக்க மாட்டேன்" என்று கதறி அழுதாள்..

அவள் தலையை நீவிக் கொடுத்தவனுக்குச் சிந்தனைகள் பல்வேறு வழியில் சுழன்றது..

"நமக்கு நேரமிருந்தாலாவது எதையாவது பண்ணலாம் இல்லை பேசிப்பார்க்க-லாம் இப்படி இக்கட்டான நிலையில கொண்டு வந்து நிறுத்திட்டீங்களே" என்று அவன் சொல்லி பெருமூச்சு விட்டான்..

கோகுலும் கண்ணீர் மல்க பிரபாவிடம் போய் கெஞ்சினான்..

அவனுடைய பிரண்ட்ஸ் எல்லாரும் பிரபாவை நச்சரித்தார்கள், "அண்ணா கோகுல் யமுனா சேர்வதற்காக நாங்க என்ன வேணாலும் பண்றோம் எப்படியாவது சேர்த்து வைங்க" என்றார்கள்..

பாரதி போய் யமுனாவை தூக்கி அணைத்துக் கொண்டாள், "அழாதடி" என்று ஆறுதல் சொல்ல நர்மதாவும் அவளுக்கு ஆறுதல் சொன்னாள்..

பிரபா தான் எல்லாருக்குமாகச் சேர்ந்து யோசிக்க வேண்டி இருந்தது.. கொஞ்ச நேரம் அந்த அறையையே அளந்து கொண்டிருந்தான்..

அப்போது, வரேன்னு சொல்லிவிட்டுப் போன மகள் இன்னும் வராததால் வாந்தி எடுக்கறாளோ என்னமோ என்று தேடி வந்த சந்திரா, இவர்கள் அனைவ-ரையும் பார்த்து புருவம் சுருக்கினாள்..

"பாரதி ஏன் இவங்க எல்லாரும் காலைலையே வந்திருக்காங்க, யமுனா ஆழறா என்னாச்சு?" என்று கண்டிப்புடன் கேட்டாள்..

பாரதி பயத்துடன் கணவனைப் பார்க்க, "இங்க வந்து உட்காருங்க அத்தை" என்று உள்ளே அழைத்தான்..

"குழம்பு அடுப்புல இருக்கு" என்று சொன்னவரிடம் நர்மதா,

"நான் போய் பாக்கறேன் நீங்க உள்ள போங்க அம்மா" என்று சொல்லி விட்டு அவள் சமையலறை நோக்கிச் சென்றாள்..

பிரபாவே தன் மாமியாரிடம் எல்லாம் சொல்ல அவர் கோபத்துடன் யமுனா-வையும் கோகுலையும் போட்டு அடித்தார்..

பிரபா, "நல்லா அடிங்க நான் அடுச்சால் தான் உங்க பொண்ணுக்கு கோபம் வருது, ஏதோ அரக்கனைப் பாக்கர மாதிரி பாக்கரா இதோட சீரியஸ் இவங்க-ளுக்குப் புரியுதா என்ன?" என்றான் அவனும் கோபத்துடன்..

"உங்களை நம்பித் தானே பழக விட்டோம் கடைசியில இப்படிப் பண்ணி வெச்-சிருக்கீங்க அமைதியா இருக்கற ஊரே சுடுகாடா மாறிடுமே" என்றார் சந்திரா

ஆக்ரோஷமாக...

எல்லாருமே பயப்பட கோகுலும் யமுனாவும் கதறி அழுதார்கள்..

கட்டிலில் வந்து மருமகன் அருகில் அமர்ந்த சந்திரா, "இப்ப என்ன பண்றது பிரபா" என்றார்..

"அத்தை நான் யோசிச்ச வரை இதுக்கு ஓரே வழிதான்" என்று சொல்லும் போதே பாரதி குறுக்கிட்டு, "எதா இருந்தாலும் இவங்க ரெண்டு பேரும் சேர்ந்து வாழ்ற மாதிரி சொல்லு" என்றாள்..

மனைவியை முறைத்தவன், கொஞ்ச நேரம் அமைதியா இருந்து விட்டு, "அத்தை இவங்க ரெண்டு பேரும் சேரனும் ஊர்லையும் பிரச்சனை வரக் கூடா-துன்னா கொஞ்சம் ரிஸ்க் எடுத்துத் தான் ஆகனும்" என்றான்..

"அவங்க காதலுக்காக நாங்க என்ன வேணாலும் செய்யறோம் என்று அனை-வரும் கோரஷாகக் குரல் கொடுத்தார்கள்..

இந்தச் சமயத்துலையும் அவர்களின் ஒற்றுமையை நினைத்துச் சிரிப்பதா அழு-வதா என்று தெரியாமல் பார்த்துக் கொண்டிருந்தான் பிரபா..

அப்போது பாரதி ஓய் என்று வாயைப் பொத்திக் கொண்டே பாத்ரூமிற்கு ஓட, பிரபாவும் பின்னாடியே ஓடினான்..

மனைவியைத் தாங்கிக் கொண்டவன் அவள் வாந்தி எடுத்ததும் சுத்தம் பண்ணி விட்டு, "எதாவது சாப்டியா? இல்லையா?" என்று கேட்டான்..

இல்லை என்பது போல் தலையாட்டி அவன் மேலேயே கலைப்பாக சாய்ந்து கொண்டவளைப் பார்க்கவே அவனுக்குப் பாவமாக இருந்தது..

அப்படியே அவளைத் தூக்கிக் கொண்டு போய் கட்டிலில் அமர வைத்தவன், "அத்தை அவளுக்குக் குடிக்க எதாவது கொடுங்க" என்றான்..

"எனக்கு இப்ப எதுவும் வேண்டாம். முதல்ல இதைப் பேசி முடிங்க" என்றாள் பதற்றத்துடன்..

அவளை முறைத்தவன், "கவலைப்படாதே என் தலைய அடமானம் வெச்சா-வது உன்னோட பிரண்ட் காதலைச் சேர்த்து வெச்சிர்ரேன், முதல்ல என் பிள்ளைப் பட்டினியா கிடக்கும் அதுக்கு எதாவது கொடு" என்றான் எரிச்சலுடன்..

பாரதி தங்களுக்காக படும் பாட்டை பார்த்து விட்டு அனைவருமே உருகிப் போனார்கள்..

உதயன், "நீங்க பேசுங்க நான் போய் அவளுக்கு எதாவது கொண்டு வரேன்" என்று கீழே சென்று அவளுக்குப் பாலை சூடாக கொண்டு வந்து கொடுத்தான்..

நர்மதாவும் சமையலை முடுச்சுவிட்டு வந்திருந்தாள்

பிரபா பாலை வாங்கி மனைவிக்குக் கொடுக்க அதை வாங்கி அவசரமாக குடித்தாள், அவள் குடிப்பதைப் பார்த்தவனுக்கு அத்தனை கோபத்தையும் பெரிய மூச்சாக வெளியிட்டவன்..

"இங்க பாருங்க இன்னைக்கு ஒரு நாள் தான் இருக்கு, நாளைக்கு யமுனா ஊருக்கு போயிருவா இருக்கற ஒரே வழி, யமுனாவும் கோகுலும் விஷம் சாப்பிட்ட மாதிரி கோவில்ல வந்து படுக்கட்டும்..

ஊரே கூடிரும். எல்லாரும் அந்த சமயத்துல இப்படி பண்ணிட்டாங்களே ஓடிப் போயாவது வாழ்ந்திருக்கலாமேன்னு தான் பேசுவாங்க..

ஆனா நீங்க அவங்க ரெண்டு பேரையும் சுற்றி நின்னுக்குங்க. யாரையும் கிட்டே விட்ராதீங்க. அஸ்வின் காரை எடுத்துட்டு வந்ததும் நீங்க மட்டும் இவங்க ரெண்டு பேரையும் ஹாஸ்பிடல் தூக்கிட்டுப் போயிருங்க..

நான் டாக்டர்கிட்ட பேசி சீரியஸா இருக்கறதாகவும் யாரும் பார்க்க விடமாட்-டோம்னு சொல்லச் சொல்லிடறேன்..

அத்தை, நீங்களும் நானும் உயிரோடு வந்தால் போதும் எப்படியோ சேர்த்து வெச்சரலாம்ன்னு, அந்த சமயத்துல எல்லார்கிட்டயும் சொல்லி அவங்க மனை-சைக் கலைச்சு விடலாம்..

ஒருத்தர் சம்மதம் சொன்னால் ஒருத்தர் மறுப்பு சொல்லுவாங்க, நாம தான் பேசனும் ஒரு வாரம் சீரியஸா இருக்கர மாதிரி எப்ப வேணாலும் செத்துப் போயி-டுவாங்கன்னு சொல்லலாம்..

இந்த ஒரு வாரத்துல நானே கோகுல் அப்பாட்டயும் யமுனா அப்பாட்டயும் பேசறேன், ஊர்காங்ககிட்டயும் பேசி எப்படியாவது சண்டை சச்சரவில்லாம கல்-யாணத்தை நடத்தப் பார்ப்போம், இதை விட்டால் ஒரே நாள்ள எதையும் செய்ய முடியாது..

இப்போதைக்கு இதுதான் வழி, நீங்களும் உங்க வீட்ல இவங்க கல்யாணத்துக்-குச் சம்மதிக்கச் சொல்லி மத்தவங்ககிட்டயும் சேர்த்து வெச்சரலாம்ன்னு சொல்லச் சொல்லி வற்புருத்துங்க" என்று அவங்களுடைய நட்புகளிடம் சொன்னான்..

"இது சரியா வரும் அண்ணா எங்க வீட்ல எந்த எதிர்ப்பும் இல்லாம நாங்க பார்த்துக்கறோம் மத்தவங்ககிட்ட சொல்ல வைக்கிறோம்" என்றார்கள்..

"இதுவும் நல்ல யோசனை தான் பிரபா ஊருக்குள்ள பேசிருவீல்ல பிரச்சனை ஆகிராதே" என்றார் சந்திரா பயத்துடன்..

"நான் பார்த்துக்கறேன் நீங்க இவங்க ரெண்டு பேரையும் யாரும் கிட்டே வராத மாதிரி பார்த்துட்டு, ஹாஸ்பிடல் தூக்கிட்டுப் போயிருங்க அது தான் முக்கியம்" என்றான்..

"இருங்க வரேன்" என்றவன், வெளியில் சென்று விட்டு அரை மணி நேரம் கழிச்சு வந்தவன், "இந்தாங்க இந்த மருந்தை குடுச்சீங்கன்னா மயக்கம் வந்துரும். இதைப் போட்டீங்கன்னா வாயில் நுரை வரும். ரெண்டையும் போட்டுகிட்டு விடிக்-காலையில கோவில்ல வந்து படுத்துக்குங்க, உங்க ரெண்டு பேருக்கும் நினைவி-ருக்காது நீங்க பயப்படாதீங்க..

அவங்க அப்படி நினைவிழந்து கிடக்கும் போது நீங்க அவங்களைப் பார்த்-துக்குங்க, ஆனால் கிட்டே போய் நீங்க முதல்ல பார்த்த மாதிரி காட்டிக்காதீங்க" என்று அனைவருக்கும் ஆணை பிறப்பித்தான்..

எல்லாரும் கொஞ்சம் பயத்துடனே தலையாட்டினார்கள் பாரதிக்கு அப்போது தான் நிம்மதிப் பெருமூச்சு வந்தது..

"இதில் நான் எதாவது உதவி செய்யட்டுமா?" என்று கேட்டாள் பாரதி..

"நிச்சயமா உன் பங்கு இல்லாமையா? நீ என்ன பண்றேன்னா நல்லா சாப்-பிட்டுத் தூங்கு, என்னைக் கொஞ்சம் நிம்மதியா இருக்க விடு.. நீ எதையாவது இழுத்து வெச்சுட்டினா நான் உன்னைப் பார்ப்பேனா ஊர் பிரச்சனையப் பார்ப்-பேனா?" என்றான் எரிச்சலாக..

"நர்மதா நீ பொம்பளைப் பிள்ளை இதன் பாதிப்பு யாருக்கு இருக்கோ இல்-லையோ உனக்குக் கண்டிப்பா இருக்கும், சமாளிச்சுப்பியா? நீ இதில் எதுவும் தலையிடாதே" என்றான்..

புரிந்தவளோ, "சமாளிச்சுப்பேன் அண்ணா ஊர்காரங்க சேர்ந்து சுத்துனீங்க நீயும் அப்படித் தான். உனக்குத் தெரியாதா? இப்படி எல்லாம் பேசுவாங்க, அதை நான் பார்த்துக்கிறேன் நீங்க இவங்களை எப்படியாவுது சேர்த்து வெச்சீங்கன்னா போதும்" என்றாள்..

"சரி யமுனா நர்மதா நீங்க ரெண்டு பேரும் முதல்ல கிளம்புங்க, என்ன சொல்-லீட்டு வந்த" என்று கேட்டான் பிரபா..

"பாரதிய ஒரு முறை பார்த்துட்டு வரேன்னு சொல்லிட்டு வந்தேன்" என்றாள் தயங்கியபடி யமுனா..

"சரி பார்த்து கவனமா இருங்க பயப்படாதீங்க, நான் இருக்கேன் நான் சொன்ன மாதிரி சரியா செஞ்சுருங்க" என்றான்..

அவன் கையைப் பிடித்து கண்ணீர் மல்க நன்றி சொன்னவள், அனைவரிடமும் சொல்லி விட்டு அங்கிருந்து கிளம்பினாள்..

கொஞ்ச நேரம் பேசிக் கொண்டிருந்து விட்டு மத்தவங்களும் கிளம்பினார்கள் சந்திரா எதுவும் பேசாமல் அமைதியாகவே அமர்ந்திருந்தாள்..

28

அத்தியாயம் 28

அதிகாலையில் அந்தப் புது வீட்டில் கலகலவென்று பேச்சுச் சத்தம் காதை அடைத்தது..

பிரபா ரெடியாகித் தன் வீட்டிற்குப் பின் பக்கம் புதிதாக கட்டியிருந்த வீட்டிற்குச் சென்றான்..

இவன் உள்ளே சென்றதும் இன்னும் சத்தம் கூட, பாரதியின் நட்பு படையே பிரபாவிற்கு ரசிகர் மன்றம் வைக்கத் தயாராகிக் கொண்டிருந்தது..

"அண்ணா பின்னிட்டீங்க நீங்க வேற லெவல்" இப்படி பட்ட குரல் தான் மாற்றி மாற்றி ஒலித்துக் கொண்டிருந்தது..

பாரதிக்குத் தன் கணவனைப் புகழ்ந்து பேசியதில் கர்வத்துடன் கணவன் அருகில் போய் கையைப் பிடித்துக் கொண்டு நின்றாள்..

வியப்பாக அவளைப் பார்த்தவன், "என்னடி உன் கண்ணுல இவ்வளவு காதல் தெரியுது, வா வீட்டுக்குப் போகலாம்" என்றான் கிறக்கத்துடன் அவளுக்கு மட்டும் கேட்கும் விதமாக கிசுகிசுத்த குரலில்..

வெக்கத்துடன் அவன் கையைக் கிள்ளியவள், "ஏன் இவ்வளவு நேரம், எப்ப எழுப்பிட்டு வந்தேன்" என்றாள்..

"தூங்கிட்டேன்டி நீங்க இங்க போட்ட சத்தம் தான் எனக்கு அங்க கேட்டு எழுந்து வந்தேன்" என்றவன், "எங்க புது பொண்ணும் மாப்பிள்ளையும்" என்றான்..

"கோகுலும் யமுனாவும் பால் காய்ச்சறாங்க அம்மாவும் அத்தையும் கூட இருக்காங்க" என்றாள்..

அதற்குள் பால் காய்ச்சி எடுத்து வந்து எல்லாருக்கும் விநியோகிக்கப்பட்டது..

புது உடையில் கோகுல் சந்தோஷத்துடனும், யமுனா வெக்கத்தில் முகம் சிவக்க வந்து அவர்களோடு கலந்து கொண்டார்கள்..

அவள் கழுத்தில் புதுத் தாலியும் மஞ்சள் கயிறும் மின்னியது, மணப்பெண்ணுக்கே உரிய அழகில் மிளிர்ந்தாள்..

"நர்மதா இருந்தால் இன்னும் சந்தோஷமா இருக்கும், பாவம் அவ மனசு முழுவதும் இங்கே தான் இருக்கும்" என்று சொல்லும் போது அவசரமாக உள்ளே ஓடி வந்தாள் நர்மதா..

எல்லாரும் அதிர்ச்சியுடன் பார்க்க, "சீக்கிரமா எனக்கு ஒரு டம்ளர் பால் கொடுங்க நான் இல்லாம விஷேஷமா?" என்று பாலை வாங்கி அருந்தியவள், யமுனாவை அணைத்து முத்தமிட்டு, "இன்னும் கொஞ்ச நாள்

எனக்குக் கல்யாணம் ஆனால் அப்பறம் யாரும் எதுவும் சொல்ல மாட்டாங்க" என்று சொல்லி விட்டு அவசரமாக ஓடிப் போனாள்..

"என்ன நட்போ சாமி நீங்கெல்லாம் கடைசி வரை இப்படியே ஒத்துமையா இருந்தால் சரி" என்றார் சந்திரா..

அன்று முழுவதும் பாரதி வீட்டிலேயே எல்லாரும் அரட்டை அடித்துக் கொண்டிருந்தார்கள்..

பெண்கள் சமையல் வேலையைப் பார்த்து விட்டு வந்து இவர்களோடு கலந்து கொண்டார்கள்..

இரவு உணவைப் போட்டு எல்லாரையும் துரத்தாத குறையாக துரத்தி விட்ட சந்திரா, தன் மகளிடம் பூ பழம் இனிப்பு, எல்லாம் கொடுத்து கோகுல் வீட்டை அலங்கரிக்கச் சொன்னார்..

பிரபாவும் பாரதியும் அங்கே சென்று விட, சந்திரா கோகுலையும் யமுனாவையும் இங்கேயே குளிக்கச் சொல்லி விட்டுச் சமையலறைக்குச் சென்றாள்..

பாரதியை சேர் போட்டு அமர வைத்து விட்டு, பிரபாவே அந்த அறையை அலங்கரித்தான்.. பாரதி ஆப்பில் ஒன்றை எடுத்துக் கடித்துக் கொண்டே, கணவனைப் பின்பக்கம் இருந்து அணைத்துக் கொண்டாள்..

"என்னடி உனக்கும் இந்த மாதிரி ரூம் அலங்காரம் பண்ணனுமா?" என்று கேட்டு முன் பக்கம் இழுத்தான்..

அவள் கண்கலங்கி இருந்தது..

அவன் பதட்டத்துடன், "என்னாச்சுடி" என்றான்..

"இது ஆனந்தக் கண்ணீர்டா உன்னைக் கல்யாணம் பண்ணிக்க நான் குடுத்து வெச்சிருக்கனும், நீ எனக்காகத் தானே இவ்வளவும் செய்த" என்று கேட்டவளுக்கு ஞாபகங்கள் பின்னே சென்றது..

அன்று இவர்கள் பேசி முடிவு பண்ணியது போலவே அடுத்த நாள் விடியற்காலையில் யமுனாவும் கோகுலும் மயக்க மருந்தைச் சாப்பிட்டு விட்டு கோவிலில் வந்து படுத்துக் கொண்டார்கள்..

அவர்கள் இருவரையும் யாருக்கும் தெரியாமல் மறைவாக இருந்து கவனித்துக் கொண்டிருந்தார்கள் மிதுனும், கவினும்..

இன்னும் கொஞ்சம் தள்ளி மகேந்திரனும் உதயனும் நின்று கொண்டார்கள்..

பிரபா வரவேற்பறையில் தயாராக அமர்ந்திருக்க, பாரதியும் சந்திராவும் அவசர அவசரமாகச் சமையலை முடித்துக் கொண்டிருந்தார்கள்..

கோவிலுக்கு சாமி கும்பிட வந்தவங்க பார்த்து விட்டுக் கத்த, அருகிலிருந்த-வர்கள் ஓடி வந்தார்கள்..

அவர்களோடு கவினும், மிதுனும் ஓடி வந்து இருவரையும் மடியில் தூக்கி வைத்துக் கொண்டு கதறி அழுதார்கள்..

மகேந்திரன் அவர்களை நோக்கி ஓடி வர, உதயன் ஓடிப் போய் அஸ்வின் காரோடு தயாராக இருந்தவனை அழைத்து வந்தான்..

அதற்குள் அங்கே கூட்டம் கூட, கோகுல் குடும்பமும் யமுனா குடும்பமும் தலையில் அடித்துக் கொண்டு அழுத படி ஓடி வர, அதற்குள் இருவரையும் காருக்குள் ஏற்றி விட்டார்கள்..

கார் மருத்துவமனையை நோக்கிப் பறந்தது.. பிரபாவும், சந்திராவும், பாரதியும் அப்போது தான் விஷயம் தெரிந்தவர்கள் போலக் கோவிலுக்கு வந்தார்கள்..

அங்கே கூட்டம் கூடியது. கோகுலுடைய அப்பா யமுனா குடும்பத்தைத் தாக்-கப் போக, அதே சமயம் சரியாக வந்த பிரபா அவரைத் தடுத்தான்..

"எதுக்கு மாமா அவர் சட்டையப் பிடிக்கிறீங்க தப்பு நம்ம பையன் மேலையும் தான். அவரும் கஷ்டப்பட்டு பொண்ணை வளர்த்தவர் தான், என் பேச்சை மதிக்-கறதா இருந்தால் இப்ப யாரும் எதுவும் பேசாம கலைஞ்சு போங்க..

முதல்ல அவங்க ரெண்டு பேரும் எப்படி இருக்காங்கன்னு பார்க்கனும், பசங்க ஹாஸ்பிடல் கூட்டிப் போயிருக்காங்க அவங்க கிட்டப் பணம் இருக்கோ இல்-லையோ தெரியலை, நான் போய் அங்க பாக்கறேன்..

இங்க யாரும் எதுவும் பேசக் கூடாது எங்கயும் நடக்காதது இல்லை.. இதே மத்த புள்ளைங்களா இருந்தால் ஊரை விட்டு ஓடியிருக்கும், ஏதோ இதுங்க ரெண்டும் ஒழுக்கமா இருக்கப் போய் செத்துப் போக முடிவு பண்ணியிருக்குங்க" என்றான்..

சந்திராவும், "அப்படி போயிருந்தால் கூட எங்காவது உயிரோடவாவது இருப்-பாங்களே இப்படி உயிரை விட துணிஞ்சிட்டாங்களே" என்றாள்..

அங்கிருந்த ஒரு பெண்மணி, "நீ சொல்றது கூடச் சரிதான் அக்கா அப்படி போயிருந்தால் கூட பரவாயில்லையே" என்றார்..

யமுனாவின் அப்பா கூனிக் குறுகிப் போய் நின்றார்.. யமுனாவின் தாய் அழுது கொண்டு எதுவும் பேச முடியாமல் தவிப்போடு நின்றார்..

கோகுல் அப்பாவும் தளர்ந்து போயிட்டார், அவங்க அம்மா மட்டும் சாபம் விட்டுக் கொண்டிருக்க சந்திரா போய் தடுத்தாள்..

பிரபாவிற்கு ஊருக்குப் பெரிய மனுஷங்களை அங்கே விட்டுச் செல்ல மனமில்லாமல், "வாங்க ஹாஸ்பிடல் போகலாம்" என்று குறிப்பிட்ட சிலரை அழைத்துச் சென்று விட்டான்..

போகும் போதே அவர்கள் மனது மாறும் விதமாக பேசிக் கொண்டே சென்-றான்..

இரண்டு குடும்பத்தாரும் மருத்துவமனைக்கு வந்து சேர்ந்தார்கள்.. ஆளுக்கு ஒரு பக்கம் அமர்ந்திருந்தார்கள்.

மருத்துவர் பிழைக்க வாய்ப்பே இல்லை என்று சொன்னார்..

இரண்டு குடும்பத்து பெரியவங்களும் அழுது கரைந்தார்கள்.. அவர்களிடம் சந்திரா மாத்திமாத்திப் பேசி ஒரே இடத்தில் அமரவைப்பதற்குள் அவளுக்குத் தலையால தண்ணீர் குடித்தது போல் ஆனது..

பிரபா ஊர் பெரியவங்களிடம் பேசிக் கொண்டிருந்தான். அதில் ஒருத்தர் ரெண்டு பேரும் உயிரோடு வந்தால் போதும் சேர்த்து வெச்சிரலாம், எங்கயோ போய் பிழைச்சுட்டுப் போவுது" என்று சொல்ல அதைக் கெட்டியாகப் பிடித்துக் கொண்டவன்..

"மாமா உங்க மனசே மனசு, நீங்களும் பெண்ணப் பெத்தவர் உங்களுக்கும் அந்த வலி தெரியும்ல, உங்க இளகிய மனசு யாருக்கும் வராது" என்று ஐஸ் பாரை எடுத்து வைத்தான்..

மத்தவங்களும் நாம மறுத்தால் நம்மளை ஈவு இறக்கம் இல்லைன்னு சொல்லி-ருவாங்க. அவர் சொன்ன மாதிரி ரெண்டும் பிழைக்குமோ பிழைக்காதோ நாமளும் அதே மாதிரி பேசுவோம் என்று அனைவரும், பிழைச்சு வந்தால் சேர்த்து வைப்-பதாகச் சொன்னார்கள்..

"ஊருக்கு ரெண்டு ஓடிப் போகுது இதுங்க அப்படிச் செய்யலையே சாகவே துணிஞ்சிருக்கு பாருங்க" என்று சந்திரா சிலாகித்துச் சொல்ல..

"சந்திரா நீ சொல்வது சரி தான் அக்கா, பிழைச்சு வந்தாலும் இதுங்களை நாம பிரிக்க கூடாது நம்ம அம்மன் புண்ணியத்துல, எப்படியோ பிழைச்சு வந்தி-ரனும்" என்று கும்பிட்டுக் கொண்டார்கள்..

அங்கிருந்த எல்லார் மனநிலையும் அவர்கள் இருவரும் பிழைச்சு வந்தால் போதும் என்றிருக்க, பெத்த மனம் மட்டும் துடியாய் துடித்துக் கொண்டிருந்தது..

பசங்க எல்லாரும் தலை குனிந்து அழுபவர்களைப் போல ஓரமாக நின்று கொண்டார்கள்..

பாரதியை அழைத்து விரவில்லை, நர்மதா வீட்டில் இருந்தாள்..

ஒரு வாரம் மருத்துவமனையில் வைத்து லட்சமாகச் செலவு பண்ணிக் கூட்டி வந்ததாகக் காட்டிக் கொண்டான் பிரபா..

கோவிலில் ஊரே கூடி இருந்தது, கோகுல் அப்பாவும் அம்மாவும், "அவன் எனக்கு மகனே இல்லை" என்று சொல்லி விட்டுச் சென்று விட்டார்கள்..

ஊர்க்காரர்கள் எல்லாரும், "பிரபா நீயே இதற்கு ஒரு முடிவு சொல்லு இந்தப் பிள்ளைங்க உயிரை நீ தான் மீட்டுக் கொண்டு வந்திருக்க, ஊருல நல்லது கெட்டது நீ தான் பாக்கற" என்றார் ஒரு பெரியவர்..

"பெரியப்பா இந்த விஷயத்துல நான் ஜாதியப் பார்க்கலை ரெண்டு உயிரைத் தான் பாக்கறேன்.. சின்னஞ்சிறுசுங்க வாழவேண்டியது. இதுகளைப் பிரிச்சு வெச்சால் நாளைப்பின்ன இதே மாதிரி செய்ய மாட்டாங்கன்னு உறுதி சொல்ல முடியாது..

யமுனா அப்பாவும் ஊருக்கு முன்ன தலை குனிஞ்சு நிக்கறாரு. எனக்கு அந்த ரெண்டு பிள்ளைங்களும் முக்கியம் நானே அதுகளுக்கு எல்லாம் செஞ்சு வாழ வெச்சுக்கறேன்.. என் மேல மதிப்பு இருக்கறவங்க இதை ஏத்துக்குங்க" என்றான்..

"நீயே சொல்லிட்ட இனி மறுபேச்சு இல்லை" என்றார்கள்..

அடுத்த முகூர்த்திலேயே கோவிலில் வைத்து பிரபாவே தடபுடலாகக் கல்யாணத்திற்கு ஏற்பாடு செய்திருந்தான்..

ஊரில் உள்ள அனைவரும் வந்து வாழ்த்தினார்கள்.. யமுனாவின் அப்பா பிரபாவை கையெடுத்துக் கும்பிட்டார், எந்தப் பிரச்சனையும் இல்லாமல் கல்யாணத்தை நடத்தி முடித்திருந்தான் பிரபா..

கோகுல் குடும்பத்தார் மட்டும் வரவில்லை..

கோகுலுக்கும் யமுனாவிற்கும் தங்கள் வீட்டின் பின்னேயே சிரியதாக ஒரு வீடு கட்டிக் கொடுத்திருந்தான், அதில் தான் காலையில் பால்காய்ச்சினார்கள்..

இதில் பாவம் நர்மதா தான் மாட்டிக் கொண்டாள்.. ஊரார் பேசவில்லை என்றாலும் அவர்கள் வீட்டில் கட்டுப்பாடு விதிக்கப்பட்டது..

இனி அவள் யாரிடமும் பேசக் கூடாது யார் வீட்டுக்கும் போகக் கூடாது, சீக்கிரம் கல்யணத்தைப் பண்ணி தாட்டி விடறோம் அப்பறம் என்னமோ பண்ணு என்று சொல்லி விட்டார்கள்..

அதை நினைத்துப் பார்த்த பாரதிக்கு தன் கணவனின் உயரம் எவ்வளவு பெரியது என்று புரிந்தது..

"என்னடி யோசனையிலேயே இருக்க எல்லாம் உனக்காகத் தான் செய்தேன்.. நான் உன் மேல வைத்திருக்கும் காதல் என்னை எதையும் செய்யச் சொல்லுதுடி.. என்ன பண்றது என்னை அந்த மாதிரி பைத்தியம் ஆக்கி வெச்சிருக்க..

இவ்வளவு பண்ணியிருக்கேன் எனக்கு எதாவது ஸ்பெசலா கிடைக்குமா?" என்றான் அவளை மையலுடன் பார்த்துக் கொண்டே..

"அதுக்கு நம்ம ரூமுக்குப் போகனும்" என்று சொல்லி வெக்கத்துடன் சிரித்-தாள்..

"சரி அப்ப நான் ரூமுக்குப் போறேன் சீக்கிரமா வந்து சேர்" என்று சொல்லி விட்டுச் சென்றான்..

பாரதி தாயின் ஆணைப்படி யமுனா கையில் பால் டம்ளரைக் கொடுத்து, அவள் வீட்டில் கொண்டு போய் விட்டு விட்டு கோகுலிடமும் சில அறிவுரைகள் சொன்னவளின் கையைப் பிடித்துக் கொண்டான்..

"உனக்கு நான் நன்றி சொல்ல மாட்டேன் பாரதி" என்றவன், மேற்கொண்டு பேச்சே வரவில்லை.. "எனக்கு வீடு கட்டிக் கொடுத்து வேலையும் கொடுத்து இதுக்கெல்லாம் என்ன கைமாறு செய்யப் போறேனோ..

பிரபா அண்ணா மட்டும் இல்லைனா என் வாழ்க்கையே இல்லை" என்று தழு-தழுத்த குரலில் சொன்னான்.. யமுனாவும் கலங்கிய விழிகளுடன் ஏதோ சொல்ல வர,

"டேய் உங்களுக்கு இன்னைக்கு முதலிரவு டா நானும் என் புருஷனும் கஷ்-டப்பட்டு ரூமை அலங்காரம் பண்ணியிருக்கோம், தயவு செய்து கண்டதையும் நினைச்சு அதை வேஸ்ட் பண்ணிறாதீங்க..

நீங்க ரெண்டு பேரும் சந்தோஷமா உங்க வாழ்க்கைய ஆரம்பிங்க டாட்டா பாய்" என்று சொல்லி விட்டு ஓடியவளை, "ஏய் மெல்லடி" என்று கத்தினாள் யமுனா..

"பார்த்து போ பாரதி" என்று கோகுலும் குரல் கொடுத்தான்..

தங்கள் அறைக்கு வந்து சேர்ந்தவளை அவர்களின் கட்டில் அலங்காரம் வரவேற்றது..

"எப்படி இருக்குடி" என்று கேட்டுக் கொண்டே அவள் தலையில், கூடை மல்-லிகையை வைத்து விட்டவன் அப்படியே தூக்கிச் சென்றான்..

"மாமா நான் நடந்தே வரேன்" என்று வெக்கத்துடன் கொஞ்சும் மொழியில் சொன்னவளைப், பேசவிடாமல் தன் கைச் சிறைக்குள் பொத்தி வைத்துக் கொண்-டான்..

தன் கணவன் மேல் இருந்த கரைபுரண்டோடிய காதல் வெள்ளத்தில், அவனையும் இழுத்துக் கொண்டு சென்றாள்..

சும்மாவே அவள் மேல் பைத்தியமாகக் கிடப்பவன் இனி தெளிவானா? என்பது சந்தேகமே!!!

என் எழுத்தை வாசித்து என்னை இவ்வளவு தூரம் வளர்த்து விட்ட அனைத்து வாசகத் தோழமைகளுக்கும் நன்றிகள்

என்றும் பிரியங்களுடன்
கவிதா அன்புசெல்வன்

ஆசிரியரின் பிற நூல்கள் மின்நூல்களாகவும் பேப்பர் புத்தகமாகவும் கிடைக்கும்

அழைத்தால் வருவேனென்று நினைத்தாயோ
விதியினும் வலியது காதல்
காதல் கண்ணனின் ராதையவள்
என் தேடல் நீ அன்பே
சிற்பிவரம்பன்
உன் முகமே ராசிதான்
மனசெல்லாம் ஷெண்பகப் பூ
சிந்தாமல் நின்றாடும் செந்தேனே
வரமாய் வந்த வெண்ணிலவே
நெய்தலின் காதல் அலைகள்
காதலுடன் காத்திருக்கும் சிபன்தி கிரகம்
என் நினைவே நீயானாய்
காதல் வரம் தர வாராயோ கண்ணம்மா
முரண்படாத கவிதை நீ
உறைபனியில் உறைந்த வெண்பனி
வாராயோ வண்ணமயில்
தேடி வந்த தென்றலே
தாயிமையிலும் விஷமுண்டு (குறுநாவல்)
காதல் கணங்கள் (சிறுகதை தொகுப்பு)
தொடர்புகொள்ள - kavianbu1029@gmail.com

www.ingramcontent.com/pod-product-compliance
Lightning Source LLC
LaVergne TN
LVHW100238051026
849517LV00006B/1910